யுத்தத்தின் முதலாம் அதிகாரம்

(The Prime Course behind the War)

தேவகாந்தன்

வடலி

யுத்தத்தின் முதலாம் அதிகாரம்
நாவல்
தேவகாந்தன்
© ஆசிரியருக்கு

வடலி முதல் பதிப்பு: டிசம்பர் 2018

வெளியீடு: வடலி வெளியீடு
பி 55, பப்பு மஸ்தான் தர்கா, லாயிட்ஸ் சாலை
சென்னை-600005
பேசி: 97892 34295
மின்னஞ்சல்: sales.vadaly@gmail.com
www.vadaly.com

விலை ரூ.230

விற்பனை மற்றும் தொடர்புகளுக்கு
கனடா: +1 647-896-3036

தமிழ்நாட்டில் விநியோகம்
கருப்புப்பிரதிகள் +91-9444272500

YUTHATHIN MUTHALAM ATHIGARAM
(The Prime Course behind the War)
Novel
Devakanthan
© Author

Vadaly First Published: December 2018

Vadaly Veliyeedu
B55, Pappeu Masthan Darga, Lloyds Road
Chennai-600005 Tamil Nadu, South India
Mobile:97892 34295
email: sales.vadaly@gmail.com
www.vadaly.com

Price Rs.230

Vadaly Veliyeedu
35, Longmeadow Rd
Brampton, ON L6P 2B1
Canada
Ph: 647 896 3036

ISBN: 978-1-7752392-2-2

என் அம்மாவுக்கு

என்னுரை

வரலாறெழுதியல் தன்னுள் கொண்டிருக்கும் பல்வேறும் பிரமாண்டமுமான சூட்சுமங்களில் பின்னப்பட்ட பொய்மைகள் சார்புக் கருத்தியலின் விளைவுகள் எனப்படுகிறது. அதனாலேயே காதலும் காமமும் யுத்தங்களின் அதிபெரும் காரணங்களென அழுத்தப்பெற்று, அவற்றின் தோல்விகளாலும் வெற்றிகளாலும் அதன் முழுப் பரப்பும் மூடப்படுகின்றது. தோற்றவர் வடுக்களும், வென்றவர் ஆணவங்களும் வரலாறெழுதியலில் மிகச் சிறிதளவு கண்டுகொள்ளப்பட்டாலும், யுத்தத்தின் மூலகாரணம் அதில் முற்றாக நிராகரிக்கப்படுகிறது. பலவேளைகளில் நிஜங்கள் திரித்தும் எழுதப்படுகின்றன.

நிலவுகிற வரலாறென்பது வென்றவர் பார்வையில் எழுதப்பட்டதென்பது மிகவும் சரியானதே. ஆயினும் வென்றவர் தோற்றவர் பார்வைகளுக்கும் அப்பாலான ஒரு தேடலில் அவை மாற்றீடு செய்யப்பட முடியுமென்பது இன்று நிரூபணமாகியுள்ளது.

தோற்றவர் வென்றவர் ஆகிய இரு பகுதியினருமே இதை இலேசுவில் கண்டுகொள்ளப் போவதில்லை யென்பது சோர்வு தருகிற விஷயம்தான். ஆனாலும் உண்மையின் உபாசகர் களாக எங்கேயும் எப்போதும் நாலுபேர் இருக்கிறார்களென்ற நம்பிக்கையில், இலங்கையின் சமீபத்திய நெடுயுத்தத்திற்கு சற்றொப்ப ஒரு தசாப்த காலத்துக்கு முன்பு, எவ்வாறு எதனால் அதன் அரசியல் பொருளாதார நிலமைகள் ஒரு முரண்நிலையில் கூர்மையடைந்திருந்தன என்பதை ஒரு மூன்றாம் நோக்குநிலையில் கண்டறிந்து அவற்றை நாவலின் நிகழ்வுகள், உரையாடல்கள், தொடர்ந்து சென்ற கதை விரிப்புக்கள் ஊடாக வெளிப்படுத்தியுள்ளேன் என்பதே என் நம்பிக்கை.

நாவலாக சிறுகதையாக கவிதையாக அனுபவப் பகிர்வு களாகவென பல்வேறு வடிவங்களில் சமீபத்திய நெடுயுத்தத்தின் முன் பின்னான சம்பவங்கள் இன்று பதிவாக்கப்பட்டு

வருகின்றன. இந்த நாவலில் அத்தகைய எந்த முயற்சியும் மேற்கொள்ளப்படவில்லை. இது யுத்தம் தோன்றிய காரணத்தில் உருவான கதையைமட்டுமே சொல்கிறது. காலகாலமாக இரண்டு இனங்களுக்குமிடையே உருவாகிய முறுகல்நிலையின் ஆதாரத்திலெழுந்த புனைவு. மேலும் 'கலிங்கு', 'கனவுச் சிறை' ஆகிய நாவல்களின் தொடர்ச்சியும் இதிலிருந்தே விரிவதை தேர்ந்த வாசகன் ஒருவனால் சுலபத்தில் கண்டறிய முடியும். அந்தவகையில் இது Trilogy நாவலொன்றின் முதலாம் பாகமாகவும் கொள்ளப்படக் கூடியதே.

எதார்த்தமான சில பாத்திரங்களின் உலவுகைக்கு நான் பிறந்து வளர்ந்து வாழ்ந்த மண்ணின் பகைப்புலத்தை நாவல் தன் இயங்குதளமாகக் கொண்டிருப்பதே காரணம். அதனாலேயே நான் கண்டு, கேட்டு அறிந்திராத எந்தச் சமூக அரசியல் நிகழ்வும் இந்நாவலில் பதிவாகும் சாத்தியத்தை முற்றுமாய் அழித்திருக்கிறது.

'யுத்தத்தின் முதலாம் அதிகாரம்' என்ற இதன் தலைப்பை நெடுயுத்தத்தின் முதலாவது அத்தியாயமென்ற அர்த்தத்தில் வாசித்துவிடவே கூடாது. The Prime Cause behind the War என்ற பொருளில் எடுத்துக்கொள்ள வேண்டும். ஆம், இது யுத்தத்தின் பிரதம காரணத்தை இனங்காட்ட மட்டுமே செய்ய முயல்கிறது.

இந்தப் பதிப்புக்காக எனது எல்லா மீள்பதிப்புகளுக்கும் போலவே நாவல் செம்மையாக்கம் செய்யப்பட்டதென்பதை ஒரு தகவலுக்காக இங்கே சொல்லிவைக்கிறேன்.

இலங்கையில் பூபாலசிங்கம் பதிப்பக வெளியீடாக 2004இல் வெளிவந்த இந்த நாவலின் மீள்வருகையது அவசியத்தை வடலி பதிப்பகம் மூலமாக சாத்தியமாக்கிய நண்பர் த.அகிலனுக்கு என் மனமார்ந்த நன்றிகள்.

மார்க்கம், கனடா
நவம்பர் 2018

தேவகாந்தன்

பகுதி I

1800க்குப் பின்

அத்தியாயம் ஒன்று

0-1

நாால் திசைகளும் அளாவ விரிந்திருந்த பரப்பில், நீர் எல்லைகளுள் அடங்கிய பிரதேசமாய் இருந்தது அப்பூமி. பல் குறிச்சிகளும், அவைகளுடனான சிறு சிறு விவசாய நிலங்களுமாய் அது. குறிச்சிகள் குறிக்கப்பட பெயர்கள் இடப்பட்டிருந்தன. மொத்த மும் ஒரு கிராமமாய்க் கட்டிறுக்கம் பெறாததால், தனக்கென்று ஒரு பெயரை அது அதுவரை கொள்ளாதிருந்தது. இன்னும் தன் அமைவில் அது பூரணமாகவில்லை. கால நகர்ச்சியில் அது தன் கட்டிறுக்கத்தை அடைய தனக்கென ஒரு பெயர் பெறும். அதன் இயங்குதனமும் அதுவரை பெரிதான அர்த்தம் பெற்றதாய் இருந்திடாது.

காலத்தில் அது ஒரு மாரி.

'சோ' வென்று கொட்டத் துவங்கி பிரளய காலத்துக்குப்போல் மூன்று நாட்கள் மழை விடாமல் பெய்திருந்தது. முந்தாநாள் இரவில் பயங்கரக் காற்றுவேறு சுற்றிச் சுழன்று அடித்தது. உதிர்ந்து ஓலைகளாய், உடைந்து கிளைகளாய், முறிந்து மரங்களாய் விழுந்து கொண்டிருந்தன. எங்கோ ஒரு மரத்தின் தாங்குபலத்தை புயல் நெம்பியபோதெல்லாம் கிர்...ர்ர்...ரென சப்தமெழுந்து கொண்டிருந்தது.

சபாபதியைத் துயிலவிடவில்லை காற்று விடியல் தெரியும்வரை. ஆனால் மழை பெய்து கொண்டேயிருந்தது. விடிந்த பிறகுதான் தெரிந்தது, இரவுக் காற்றுக்கு வீட்டுக்கு முன்னாலிருந்த அடுப்படிக்

கொட்டில் பாறி விழுந்திருந்தது. திண்ணையில் ஓரமாய்க் கல்லடுக்கி, உட்புற வீட்டுச் செத்தையில் இரண்டு கிடுகுகளை உருவியெடுத்துத்தான் முதல் நாள் சபாபதியின் மனைவி அன்னப்பிள்ளை தண்ணீர் சுடவைத்ததும், சாப்பாட்டுக்காய் ஏதாவது செய்து கொண்டதும்.

அன்று காலையிலிருந்து காற்று ஆவேசம் தணிந்திருந்ததில், ஓய்ந்து ஓய்ந்து பெய்ததில் மழை இனி விட்டுவிடுமென்று சபாபதியின் மனத்தில் ஓர் எதிர்பார்ப்பு.

அதன்படியே நண்பகலுக்கு மேலே வானம் வெளிப்புக் காட்டியது. மழை தூறலாகியிருந்தது. தலைப்பட்டையை எடுத்துக் கவிழ்த்துக்கொண்டு சபாபதி முற்றத்துக்கு வந்தார். பார்த்துக்கொண்டிருக்கையில் வானம் 'வெளார் பத்தி' வந்தது. முன்நெற்றிக்கு மேலே சூரியப்பொட்டு தெரிந்தது.

சபாபதி படலையைத் திறந்து ஒழுங்கைக்கு வந்தார். ஒரு கூப்பிடு தொலைவுக்கு ஒளி நுழைய முடியாதபடி கூடல் பற்றிக்கிடந்த ஒழுங்கை ஒடிந்த மரக்கிளை, கங்கு மட்டை, பாளை, பன்னாடை, கொக்காரை, காவோலை, பச்சோலை, இலை தழைகளால் மூடுண்டு கிடந்தது. மேலே வெளிப்பு. ஒழுங்கை ஓரமிருந்த குந்துகாலிப் பனை முறிந்து விழுந்திருந்தது. முந்தாநாள் விடியற்புறத்தில் எழுந்த நிலவதிர்வை அப்போது நினைத்தார் சபாபதி. பனை விழுந்த சத்தத்தைக்கூட காற்றின் சதிர் அடக்கிவிட்டதே.

கணுக்காலுக்கு மேலே தண்ணீர் ஒழுங்கையில் அடித்து சிலுவில் வயல் பக்கமாய் ஓடிக் கொண்டிருந்தது. கழுவப்பட்ட வெண்மணல் வரிகளில் நின்றவருக்கு, பாதங்களின் கீழே மணல் அரிந்து வழிவது உணர்கையாகியது. அவற்றையெல்லாம் அனுபவிக்கும் மனநிலை கடந்திருந்தது சபாபதியிடத்தில். ஏற்பட்டிருக்கக் கூடிய புயலின் சேதமே அவரின் முதல் பிரக்ஞையாயிருந்தது. வாழை, தீன்முருங்கை, பப்பாசியென்று நொய்த மரங்ளை மட்டுமில்லை, தென்னைகள், பனைகள், மா, பலாக்களென்று வன்மரங்களையும்கூட புயல் உண்டு இல்லையென்று ஆக்கியிருக்கும். மெல்லமெல்லமாய் ஓர் ஒழுங்கில் அழகுற அமைந்து வந்த ஒரு மனித குடியிருப்பு, அந்தமாதிரி இயற்கையின் வன்முறைக்கு உட்படுத்தப்பட்டது அவர் மனத்தைப் பெரிதும் பாதித்திருந்தது. குடிசைகள், வீடுகளைக்கூட சூறை பிய்த்து எறிந்துவிட்டிருக்கும். தாழ்நிலப் பகுதிகளில் மண் சுவர்கள் இடிந்து விழுந்து மனிதவுயிர்களே பலியாயிருக்கக்கூடும். முதல் மழைக்கு விதைத்தவர் வயல்களிலே பயிரெல்லாம் வெள்ளம் தேங்கி அழுகத் துவங்கியிருக்கும். வெள்ளம் வடிந்து முடியவே ஒரு

வாரமாகும்போலத் தெரிந்தது. இயல்பு வாழ்வு துவங்க எப்படியும் பத்துப் பதினைந்து நாட்களாவது ஆகும். வீடுகள் அமைகிற நிலங்களின் முக்கியத்துவம் அப்போது தெரிந்தது சபாபதிக்கு. நாற்பது, நாற்பத்தைந்து வருஷங்களுக்கு முன்னால் அவர்கூட மனித ஒதுக்கம் பார்த்து அங்கே வந்து குடியேறியவர்தான். ஆனாலும் சிலுவில் வயல் இருக்கிறவரை வெள்ளப் பிரச்சனையின் அச்சம் அவர் கொள்ள வேண்டியதில்லை. ஆனால், மணற்பாங்குத் தரை ஈரம் பிடித்திருக்கையில் புயலடித்தால் மரங்களெல்லாம் வேரோடு பிடுங்கி வீசப்பட்டுவிடும் அபாயம் இருந்தது.

'கேட்டுதே!'

மனைவியின் அழைப்புக் குரல் கேட்டு சபாபதி வீட்டுக்குத் திரும்பினார். லோட்டாப் பேணியில் தேத்தண்ணீர் வைத்திருந்தது. பக்கத்தே குட்டானில் நறுக்கிய பனங்கட்டித் துண்டுகள். பலகைக் கட்டையை அரக்கிப் போட்டுக் கொண்டு அமர்ந்து தேநீரை அருந்த ஆரம்பித்தார். அன்றைய பொழுதின் முதல் சுடுதண்ணீர் உடம்பில் அப்பிக் கிடந்த குளிரைக் கிழித்துக் கொண்டு உள்ளிறங்கும் சுகத்தை அனுபவித்தபடி கருப்பட்டித் துண்டொன்றை எடுத்து வாயில் போட்டார். இனி, பார்த்துக் கொண்டிருக்கையிலேயே சுருசுருவென உற்சாகம் ஏறிவிடும். பசியையும் தாங்கக் கூடியதுதான் தேயிலைச்சாயம். அரிதாகவே அப்பகுதியில் கிடைத்தது. ஆனால் ஒருவகைச் செடியின் கரிய இலைப்பொடிபற்றி எங்கேயும் பேச்சு பரவியிருந்தது.

சட்டென அன்று வெள்ளிக்கிழமை என்பது சபாபதிக்கு ஞாபகத்தில் பட்டது. வயிரவ கோவிலுக்கு அவர் விளக்கு வைக்கப் போகவேண்டும். போகக்கூடிய மாதிரி மழை ஓய்ந்து விட்டிருப்பதை எண்ண மனத்தில் ஒரு சிலிர்ப்போடி அடங்கியது. கழுத்தில் உருத்திராட்ச மணி சிவப்புக் கயிற்றில் தொங்கிக் கொண்டிருந்து அசைந்தது. பாதை எப்படியிருக்குமோ என்ற துணுக்கம் ஒருபுறமாய் எழுந்தது. அங்கிருந்து கிழக்குப் புறமாய் ஓடிய பாதை, சிறிது தூரத்திலுள்ள வெளியில் சாய்ந்திறங்கி மறைந்தது. மனிதக்குரல், அதன் மூச்சுக் கலந்து அவ்வெளிக் காற்று அறியாதது. பற்றைகளும், பனங்கூடலும், நாகதாளியும், பிள்ளைக் கற்றாளையும், பாம்புப் புற்றுகளும் நிறைந்தது. போய் வருகிற அளவில் இருட்டிவிடுமாதலால் அப்பகுதியில் இருட்டைக் கடக்கிற சிரமமும் ஒன்றிருந்தது. எல்லாம் வயிரவர் விட்ட வழியென்று எண்ணி மாலையில் விளக்கு வைக்கச் செல்ல தீர்மானித்தார் சபாபதி. முதலில் மகள் வீடுவரை போய் வெள்ள நிலைமையைப் பார்த்துக்கொண்டு வரவேண்டும். அவர் எழுந்தார்.

0-2

தலைப்பட்டை, பொல்லு, லாம்பு, பூஜைப்பை சகிதம் சபாபதி வைரவ கோயிலுக்குச் செல்வதைப் பார்த்தபடி பாறிய குசினி முன்னால் நின்றிருந்தாள் அன்னப்பிள்ளை. அவளால் தனதின் எந்தவொரு சேதத்தையும் தாங்கிக்கொள்ள முடிவதில்லை. நிலமும் வீடும் அவர்களது உலகம். சூழலே பிரபஞ்சம். வேறு அவர்கள் எண்ணுவதில்லை. 1815இல் கண்டி ராஜ்யம் ஆங்கிலேயரால் கைப்பற்றப்பட்டு இலங்கை முழுவதும் ஒரே ஆட்சியின் கீழ் கொண்டு வரப்பட்டது, 1833இல் கோல்புறூக் அரசியல் சட்டம் நடைமுறைக்கு வந்தது பற்றியெல்லாம் அவர்கள் கேள்விப்பட்டதேயில்லை. குசினிக் கொட்டில் பாறி விழுந்தது அவளுக்குப் பெரிய பாதிப்பு. அவள் ஆசையோடு வாங்கிச் சேர்த்திருந்த பானைகள், குடங்கள், கலயங்கள், வளந்துகளெல்லாம் நொருங்கித்தான் போயிருக்கும். இனி நிரப்பப்பட முடியாத இழப்புகள் அவை. அதன் சோகத்தில் மூழ்கியிருந்த வேளையில்தான் சபாபதி கோயிலுக்குச் செல்வதை அவள் கண்டது.

சபாபதி தளர்ந்து போயிற்று. வயது எழுபதுக்கு மேலே ஆகிறது. ஒரு காலத்தில் அந்த உடம்பிலிருந்த வீறு என்ன! அவர்கள் இருவரின் வெவ்வேறு சமூக வாழ்வுகளையும் இழுத்துப் பிணைத்த வலிய கரங்கள் அதுக்கு. அது ஒரு சாமியாகவே அவள் கண்ணில் முதன் முதலாய்த் தோன்றி, ஒரு சாமியாகவே அன்றுவரை தொடர்ந்து கொண்டிருந்தது.

நினைக்க அவளுக்குப் பேரதிசயம். நாற்பது நாற்பத்தைந்து ஆண்டுகள் வாழ்ந்திருக்கிறார்கள் ஒன்றாய். அவள் முதல் நினைவெடுத்தாள் அஞ்சலிக்க.

வானம் மேலும் வெளுக்கிறது. தூரத்தே ஒரு வீட்டிலிருந்து நீலப்புகை கிளம்பி வெளியில் ஏறிப் படர்கிறது.

அன்னப்பிள்ளை ஆசுவாசமாய்க் குந்தினாள்.

எப்போதும் அப்படி ஒரு கிளர்வு நேர்ந்து விடுவதில்லை. எப்பவோ ஒரு தருணத்திலேயே நிகழ்கிறது. எல்லாம் யோசிக்க அவள் தயாரானாள்.

காட்சிகள் பிரவாகித்தன.

எவ்வளவோ வரியத்துக்கு முந்தி தொண்டமானாறிலயிருந்து மருதன் கதிர்காமன் எண்டொரு செம்பட ஆள் கடலுக்கு மீன் பிடிக்கப் போச்சுதாம். அப்ப ஒரு சின்னப்பெடியன் வந்து

மருதர்... மருதர்... இஞ்சை வாரும் எண்டு கூப்பிட்டானாம். பெடியன் சும்மா விளையாடுறதாய் நினைச்சு, வீச்சிலை கவனமாயிருந்துதாம் அந்த ஆள். பிறகும் பெடியன் கூப்பிட, கரைக்கு வந்த ஆள் என்ன சங்கதியெண்டு விசாரிச்சுதாம். அதுக்கு அந்தப் பெடியன், செட்டியமாரெல்லாம் கோயிலைப் பூட்டியிட்டு அக்கரை போயிட்டாங்கள், நீ போய் கோயிலைத் திறந்து பூசை வை எண்டானாம். தனக்கு மந்திரம் தெரியாதெண்டும், பூசை வைக்கவும் தெரியாதேயெண்டும் அந்தாள் பின்னடிக்க, நீ மந்திரமொண்டும் சொல்ல வேண்டாம், வாயைக் கட்டிக்கொண்டு சும்மா பூவை எடுத்துப் போடு, அது எனக்குப் போதும் எண்டு சொல்லியிருக்குப் பெடியன். அப்பதான் பெடியன் ஆரெண்ட விசயம் அந்தாளுக்குத் தெரிஞ்சிருக்கு. அப்பிடித் தன்னை வெளிப்படுத்தின கந்தசாமியார், அந்தாளைக் கூட்டிக்கொண்டு கதிர்காமம் போய் தன்னை அங்க எப்பிடிப் பூசை வைக்கினமெண்டதைக் காட்டி அந்தமாதிரியே பூசை வைக்கச் சொன்னதோட, ஒரு வெள்ளி வேலும் நட்டுவைச்சுக் கும்பிடக் குடுத்தாராம்.

தொழிலையெல்லாம் விட்டுப்போட்டு வந்து மருதன் கதிர்காமனும் அவன்ர சொந்தக்காறர் கொஞ்சப் பேரும் வேளை தவறாமல் பூசை வைச்சுக்கொண்டு இருந்தினமாம். அப்பிடிப் பூசை செய்த ஆக்களில சபாபதியெண்டும் ஒரு ஆள் இருந்திது. அந்தச் சபாபதியின்ர அடியிலை வந்தவர்தானாம் இந்தச் சபாபதி. நான் என்னத்தைக் கண்டன், இவர் சொன்னதுதான் எல்லாம். பழைய தோம்புகளில இதெல்லாம் எழுதியிருக்குதாமே. உண்மையாய்த்தான் இருக்கும். மனிசன் பெருமைக்காய்ப் பொய் புரளி பேசுற ஆளில்லை. அதோடை, மனுசன் ஒரு நம்புற சாதி. அப்புராணி. நானெண்டால் அப்படியில்லை. தூண்டித்துருவி.... நோண்டி நுணுக்கெடுத்துப் போடுவன். எங்களுக்கு ஒழுங்காய்க் கலியாணமாகி, நானும் தொண்டைமனாத்தில இவரின்ர வீட்டில இருக்கவேண்டி வந்திருந்தா, இவரின்ர தாய் தேப்பனிட்டயோ அப்பு ஆச்சியிட்டயோ எல்லாம் கேட்டுத் தெரிஞ்சிருப்பன். எனக்குத்தான் அப்பிடியொரு குடுப்பினை இல்லாமல் போட்டுதே.

அன்னப்பிள்ளை பெருமூச்சு விட்டாள்.

அதுவொன்றும் இழப்பின் பாதிப்புடனானதாய் இல்லை. இன்னும் கூடுதலான வாழ்வின் விசாலங்களுள் பயணிக்க முடியாது போய்விட்டதன் வெறும் ஆற்றுகைகள்.

தனக்கு தான் உரைத்த கதையெனினும், அவளுள் நிகழ்ந்து கொண்டிருந்த ஒரு காட்சித் தரிசனத்தின் படித்தலாகவே அவளது தொழிற்பாடு விளங்கிற்று.

என்ர சொந்த ஊர் இடைக்காடு. அந்தக் காலத்தில நல்லூரைப்போலை இடைக்காடும் பேர்போன இடம்தானாம். அங்க படிச்ச ஆக்கள் கனக்க. பணக்காறரும் கொஞ்சப் பேர் இருந்திருக்கினம். பன்ரண்டு வயசில எனக்குக் கலியாணமாச்சு. ஊருக்குள்ளதான் மாப்பிள்ளை. ஆறுமுகமெண்டு பேர். யாவாரம்தான் பரம்பரைத் தொழில். அந்தக் காலத்தில உப்பு வாணிபம் செய்து நல்லாய்ச் சம்பாதிச்ச குடும்பம். நாலு பேர் மெச்சுற குடும்பமும்தான்.

பாட்டு எழுதுற, வாகடம் படிக்கிற, சாத்திரம் பாக்கிற ஆக்களெல்லாம் அப்ப எங்கட சாதியிலை கனபேர் இருந்திருக்கினம். நானே எழுத வாசிக்கப் படிச்சிருந்தன். ஆறுமுகத்துக்கு அதுவொண்டும் கரிசனமே இல்லை. ஆனா கணக்கு நல்லாய் வரும். மனிசனும் நல்ல மனிசன்தான். எண்டாலும் மனிசனாய்ப் பிறந்தா கொஞ்சமாச்சும் யோசினை, உணர்ச்சி, ஆசாபாசமெண்டு இருக்கவேணுமெல்லோ? தாலி கட்டி ஒரு வரியமாய் நான் பட்ட நரகவேதினையை எங்க போய்... ஆரிட்டையெண்டு சொல்லி ஆற. எல்லாத்துக்கும் முதல்ல, இது மற்றவைக்குச் சொல்லி ஆறுற விஷயமுமில்லையெல்லோ? தானாய் அடங்க வேணும். இல்லாட்டி தானே தனக்குள்ள எரிஞ்சு சாம்பலாய்ப் போகவேணும். அந்த ஒரு வருஷத்தில ஒரு ராத்திரிக்கூட என்ர மேலை அந்தாள் கையாலயும் தொட்டுப் பாக்கயில்லை. ஏனெண்டு எனக்கெப்பிடித் தெரியும். கலியாணம் முடிஞ்சு ஒரு கிழமையாய் எனக்கு ஆசைக் கதையள் சொல்லித்தர வந்தது ஒரு கிழவி. அது மூட்டின நெருப்பு என்னையே விழுங்கிக் கொண்டிருந்திது. அந்தாள் வரும், படுத்துக் குறட்டை விடும், காலமை எழும்பிப் போயிடும். ஏன் அந்தப் புறக்கணிப்பெண்டு எனக்கு விளங்கவேயில்லை. அது புறக்கணிப்புத்தானோவெண்டும் தெரியாம இருந்திது.

எங்களுக்குள்ள சுமுகம் நல்லாயில்லையெண்டு மாமிக்கு எப்பிடியோ தெரிஞ்சிருக்கு. அவதான் ஒருநாள் மோனிட்டைச் சொன்னா, நாளைக்கு செல்லச்சன்னதி கொடியேறுதெல்லே, நோய் நொடி தீர்க்க வல்ல தெய்வம், அன்னத்தையும் கூட்டிக் கொண்டு ஒருக்காப் போட்டுவாவன் எண்டு. மனிசனும் மறுக்காமல் ஓமெண்டு தலையாட்டிச்சுது. இனியாச்சும் நல்லகாலம் பிறக்கட்டுமெண்டு நானும் காலங்காத்தால எழும்பி தோய்ஞ்சிட்டு, வண்டில் எப்ப கட்டுவினமெண்டு பார்த்துக்கொண்டிருந்தன். பொட்டகத்துக்குள்ள வைச்சிருந்த கலியாணத்துக்குக் கட்டின நீலக் கூறையைத் தான் அண்டைக்கும் உடுத்திருந்தன். மடமட வெண்ட பட்டுச் சீலை துடையிலயும் வயித்திலயும் மாரிலயும் தோளிலயும் உரஞ்ச உரஞ்ச எனக்கு மேல் எரிஞ்சுது. என்ர

புருஷனிட்ட அந்தளவு சுகங்கூட எனக்குக் கிடைக்கேல்லையே எண்டது ஞாபகம்வர நடு வீட்டுக்குள்ள ஓடிப்போயிருந்து கொஞ்சநேரம் அழுதன். பேந்து கண்ணைத் துடைச்சுக் கொண்டு வெளியில வர, வண்டில் கட்டி ஆயித்தமாய் நிண்டுது.

அந்தாளும் பட்டு வேட்டி, சால்வை, கழுத்துச் சங்கிலி கைச்சங்கிலியளோடை சங்கையாய்த்தான் நிண்டு கொண்டி ருந்திது. கறுப்பு ஆள். தேகம் கொஞ்சம் மெல்லிசு எண்டாலும் தண்டுதரத்தில குறைவெண்டு சொல்ல ஏலாது. பிறகேன் இப்பிடி நடக்குதெண்டு எனக்கெண்டா ஒண்டும் விளங்கேல்ல. நல்ல ஆம்பிளையாய் இந்தாளை மாத்தித் தந்திட்டா அடுத்த வரியம் அம்மாளுக்கு மாவிளக்கு ஏத்துறதாய் நேர்த்தி வைக்க வேணுமெண்டு நினைச்சுக் கொண்டன்.

மத்தியானமளவில கோயிலுக்குப் போய்ச் சேர்ந்தம். பூசை துவங்க இன்னும் நேரமிருந்திது. என்னைக் கோயில் வாசல்ல ஒதுக்கமாயிருந்த கிழட்டுப் பூவரசுக்குக் கீழ வண்டியில இருக்கச் சொல்லியிட்டு, இந்தாள் அங்கன இஞ்சனயெண்டு மிலாந்திக்கொண்டு திரியுது. பக்கத்தில வந்து நிக்கவும் பஞ்சிப்படுற புருஷனாயிருக்கேயெண்டு எனக்கு ஒரே எரிச்சலாய்த்தான் வந்திது. எனக்குப் பக்கத்தில வாறதுக்கும் உந்தாளுக்கு ஒரு குடுப்பினை இருக்கவேணுமெல்லோ எண்டு கொஞ்சம் காரமாயும் நினைச்சுக் கொண்டன். அப்பதான் உச்சந்தலை அடிமாதிரி எனக்கு ஒரு விஷயம் ஞாபகத்துக்கு வந்திது.

எங்கட மாமா நிக்கிறார். அய்யா சின்ன வயசாய் நான் இருக்கேக்குள்ளயே செத்திட்டதால மாமாதான் இந்தக் கலியாணத்தை ஏற்பாடு செய்திருக்கிறார். பக்கத்தில அவருக்குத் தெரிஞ்ச ஆளாய் இருக்கவேணும், புலவர் மாதிரித் தெரியுது, அவர் மாமாவிட்டைக் கேக்கிறார்... நீலச் சீலையில பொம்பிள வானத்தில வந்த முழு அம்புலிமான்மாதிரி இருக்குது... மாப்பிள்ளையைப் பாத்தா வெள்ளியளும் இல்லாத அமாவாசை மாதிரியெல்லே இருக்குது... இப்பிடி ஒரு மரணப் பொருத்தமோ... எப்பிடித் துணிஞ்சு இந்தக் கலியாணத்தை ஏற்பாடு பண்ணினாய், தம்பு... எண்டு. தலைகுனிஞ்சிருக்கிற எனக்கு எல்லாம் தெளிவாய்க் கேக்குது. நான் லேசாய்ச் சிரிக்கிறன். ஆறுமுகம் வேர்க்கத் துவங்கி விறுவிறுத்து மணவறையில இருந்து கொண்டிருக்கு. மரணப் பொருத்தமெண்ட புலவரின்ர பேச்சு இந்தாளின்ர காதிலை ஒரு சாபமாய் விழுந்திருக்குமோ. இந்தளவு காலமும் இதை நான் நினைச்சதில்லையே. இதுக்காய் விலகிப் போய்க் கொண்டிருக்கிற மனிசனாயிருந்தா நான் செய்யிறதுக்கு ஒண்டுமில்லையெண்டு என்ர மனம் சலிச்சுப் போச்சு.

கோயில்ல சனமெண்டு சொல்ல ஏலாது. எண்டாலும் வழக்கமான வெள்ளிக்கிழமையளவிட அண்டைக்கு சனம் கனக்கத்தான். ஆத்தில குளிச்சிட்டு மதியப் பூஜைக்காய் சனம் வந்து கொண்டிருக்கு. அப்பேக்கைதான் இவரை நான் பார்த்தது. கரையாம் ஆம்பிளையளில அந்தளவு நிறமான ஆளை என்ர சீவியத்திலை நான் கண்டதில்லை. அப்பிடிச் சிவப்பு. கழுத்தில உருத்திராச்சங் கொட்டை. வாய் மூடி வெள்ளைத் துணியால கட்டியிருக்கு. கோயில் சாமிதான். கையில ஒரு பித்தளைத் தட்டோடை, படையலுக்குப் புக்கை எடுத்துக்கொண்டாயிருக்கும், போய்க்கொண்டிருக்கு. என்ன சதிரம், என்ன நெடுப்பம். அந்தாளும் அங்கால போறதுக்கு முந்தி நிண்டு என்னை ஒருக்காத் திரும்பிப் பாத்திட்டுத்தான் போச்சுது.

நான் விழுந்து போனன்.

பூசை முடிய கொஞ்ச நேரம் அங்கன நிண்ட மருத மரங்களுக்குக் கீழ இருந்திட்டு வெய்யில் தாழ நாங்கள் திரும்பினம்.

ஒரு கிழமை ஆகேல்ல. ஒரு ராவு. இந்தாள் யாவாரத்துக்கெண்டு வெளியில போயிருக்கு. போனா உப்பிடித்தான் ரண்டு மூண்டு நாளெண்டு வெளியிலயே நிக்கும். மாமி மச்சாள் ஆக்களெல்லாம் நேரத்தோட படுத்திட்டினம். நான் வீட்டு வேலையளயெல்லாம் முடிச்சிட்டு, சரிஞ் இனி நானும் படுக்கலாமெண்டிட்டு போய் வாசல்க் கதவு கொளுவியிருக்கோவெண்டு இழுத்துப் பார்த்திட்டுத் திரும்புறன், இந்தாள் விறுமர் மாதிரி நிண்டுகொண்டிருக்கு. நான் அஞ்சுங்கெட்டு அறிவுங்கெட்டுப் போனன். என்ன செய்யிறது, என்ன பேசுறதெண்டு ஒண்டுமாய்த் தெரியேல்லை. மனிசன் அசைஞ்ச அசுமாத்தம் இல்லை. தென்னமரம் மாதிரி அப்பிடியே ஆடாமல் அசையாமல் நிண்டு கொண்டிருக்கு. ஒருவேளை நிழலோ... பிரமையோ... எனக்குத்தான் அய்மிச்சமாய்ப் போச்சு. பாக்கவெண்டு கிட்டப்போனன். அந்தளவுதான். கையைப் புடிச்சு தறதறவெண்டு கிணத்தடிப் பக்கமாய் இழுத்துக்கொண்டு போட்டுது மனிசன். கிணத்தடியில மருதமரத்துக்கு அங்கால பாவட்டையொண்டு சடைச்சு நிக்குது. அதோடை போய் விழுந்திட்டுது. ஒரு வண்டிலையே வெளியில தெரியாமல் அந்தப் பாவட்டை மறைக்கும். பேந்து நெச்சுப் பாக்க தெரிஞ் சிது, நானும் அண்டைக்கு எதோ கள்ளத்திலபோலதான் அதில மசுகிக்கொண்டுதான் நிண்டிருக்கிறன் எண்டு . அந்தாளின்ர ஆம்பிளைத் தனத்தில பக்கத்தில நிண்ட கமுகம் வட்டு நடுங்கினமாதிரி இருந்துது எனக்கு. நிலம் என்ர முதுகுக் கீழ அதைச்சுசிது.

நான் கன்னி அழிஞ்சு போய்க் கிடக்கிறன். நடக்க ஏலுமாய் இருக்கிறனா எண்டே தெரியேல்ல. கொஞ்சம் பொறுத்து பாத்துப் போவமெண்டு ஒரு யோசினை வரவேயில்லை அந்தாளுக்கு. நாளைக்கு வாறன்... எண்டு ரண்டே சொல்லுத்தான் சொல்லிச்சுது. என்ர தலையை ஆதரவாய் ஒருக்காய்த் தடவிவிட்டுது. அப்பிடியே இருட்டோடை இருட்டாய்க் கரைஞ்சு போட்டுது.

தலைப் பக்கமாய் வெளிப்புத் தெரிய நான் மெல்லமாய் எழும்பி வீட்டை வந்தன். நல்லகாலமாய் ஒருத்தரும் இன்னும் எழும்பேல்ல. பேசாமல் திண்ணையில இருந்தன். சந்தோஷப்பட்டனா, துக்கப்பட்டனா, விரும்பினனா, வெறுத்தனா எண்டே எனக்குத் தெரியேல்லை. ஆனா மனத்தில பயமிருந்த அளவுக்கு ஒரு கலகமும் இருந்து கொண்டிருந்ததை அப்ப நான் தெரிஞ்சன். பிறகு ஒருமாதிரி எழும்பிப் போய்க் குளிச்சு, உடுப்பைத் தோச்சு முடிச்சன்.

அண்டு முழுக்க பொழுதைக் கழிக்கிறது எனக்குப் பெரிய பாடாய்ப் போச்சு. மாமி விடுத்து விடுத்துக் கேட்டுக்கொண்டிருந்தா, ஏன் ஒரு மாதிரி இருக்கிறனெண்டு. நான் கிணத்தடியில பாசி சறுக்கி விழுந்து போனதாய்ச் சொல்லி ஒரு மாதிரி மழுப்பியிட்டன்.

பின்னேரம் ஆக ஆக எனக்கு மனத்துக்குள்ள வண்டரிச்ச மாதிரி விறுவிறுக்கத் துவங்கியிட்டுது. அது மாரி காலமில்லையெண்டாலும் முன் மாரிபோல அந்த நாள்களில நல்லாய் மழை பெய்ஞ்சிருந்தது. விளக்கு வைக்கிற நேரத்தில வீடெல்லாம் ஒரே ஈசல். இருட்டிக் கொஞ்ச நேரத்துக்குள்ள சொல்லி வைச்ச மாதிரி என்ர மனிசனும் வந்திட்டுது. பின்னால மழை. இப்ப பெய்ஞ்சிருக்கிற மாதிரி நல்ல மழைதான். படுக்கப் போற நேரத்தில, ஆறுமுகம் நல்லாய் என்ர முகத்தைப் பார்த்துக் கொண்டிருந்திது கொஞ்சநேரமாய். பிறகு பேசாமல் படுத்திட்டுது. நானும் தள்ளி சுவரோட படுத்தன். எனக்கு நெஞ்சு பக்குப் பக்கெண்டு அடிக்குது. இசக்குப் பிசக்காய் நிலமை தெரியாமல் சன்னதிச் சாமி வந்திடுமோ? நேரமாகிக் கொண்டிருந்திது. கடவுள் புண்ணியத்தில நான் பயந்தமாதிரி ஒண்டும் நடக்கேல்ல. ஆனாவொண்டு, நேரம் போகப் போக எனக்குத்தான் மனம் இருக்க விடேல்லை. நாளைக்கு வாறமெண்டு சொல்லிப்போட்டுப் போன ஆள் ஏன் வரேல்லை, மழையால வராமல் விட்டுதோ, அதுக்கெல்லாம் கிறுங்கிற ஆள்மாதிரித் தெரியேல்லையே, யாவாரத்திலயிருந்து ஆறுமுகம் திரும்பி வந்திட்ட விஷயம் தெரிஞ்சுதான் வரேல்லையோ, எப்பிடி அது தெரிஞ்சிருக்க ஏலுமெண்டு குழம்பினபடி நான் படுத்துக்கிடந்தன்.

ஒண்டுக்குப் போற சாட்டிலை மெதுவாய் எழும்பி வெளியில வந்தன். முந்தின நாள் நிண்ட இடத்தில ஆடாமல் அசையாமல்... இருட்டுக்குள்ளை இருட்டாய் அந்தாள் நிண்டு கொண்டிருக்கு. முதல்நாள் ராத்திரிமாதிரி நான் கிட்டமுட்டப் போகேல்லை. அப்பிடியே அந்தாளைப்போலயே ஆடாமல் அசையாமல் நிண்டுகொண்டிருந்தன். திடீரெண்டு மெல்ல அசைவு தெரிய ஏங்கிப்போனன். கிட்ட வந்து என்னை இழுத்துக்கொண்டுதான் போகப்போகுதோ. அப்படியில்லை. அந்தாள்தான் மெல்ல மெல்லமாய்ப் பின்னாலை போய் அப்பிடியே இருட்டுக்குள்ளை மறைஞ்சிட்டுது. நான் சந்தேகம் வராமலிருக்க குறுக்கு வேலிப்பக்கமாய்ப் போய் சிரைச்சுக்கொண்டு கொஞ்சநேரம் நிண்டுட்டு பைய வந்து படுத்தன், ஒரு சின்ன நெஞ்சு நோவோட.

அடுத்த நாள் ராத்திரியும் அதே நிலமைதான். நான் எழும்பிப் பாக்கேல்லை.

ரண்டு நாள் கழிஞ்சு ஆறுமுகம் யாவார விஷயமாய் வெளியூர் வெளிக்கிட்டுது.

அண்டை ராவைக்கு மழை கிழை வந்திடக்குடாதெண்டு நான் கும்பிடாத தெய்வமில்லை. என்ரை கும்பிடுகைக்குப் பலன் கிடைச்சமாதிரி பகலெல்லாம் வெய்யில் சுள்ளெண்டு அடிச்சுது. ராத்திரியானவுடன அப்பிடியே படுத்திருந்தாப்போல அயர்ந்து போனன். நாய் உறுமி... எதுவும் அரைஞ்சு கிரைஞ்சு... வேலி மிதிபட்டு... ஒரு சத்தம் இல்லை. நடுச்சாமத்துக்கு மேல திடுக்கிட்டு முழிச்சு... சரி, நிலமை என்ன பார்ப்பமெண்டு வெளியில வர... அந்தாள் வேலியோடை நிண்டு கொண்டிருக்கு. இந்தமுறை நானாய்த்தான் கிட்டப் போனன்போலை. அந்நாளும் எதிராய் வந்திது. ஒரு கதையில்லை, கையைப் பிடிச்சுக்கொண்டு நடக்கத் துவங்கியிட்டுது. நான் அண்டையப்போல பாவட்டம் மறைப்புக்குத்தான் இழுத்துக்கொண்டு போகுதெண்டு நினைக்க, வெளிவாசல் இரும்புக் கதவைத் துறந்துகொண்டு நேராய் வெளியில நடக்கத்துவங்கியிட்டுது.

பின்னால நாயெல்லாம் குலைச்சு... ஆக்கள் எழும்பி ஊரில ஒரே அல்லோல கல்லோலம். கிறுங்காமல் ஒரே நடை. அந்த நடை வெளியள், பனங்காடுகள், நீர்ப்பரப்புக்கள் தாண்டி பத்துக் கட்டை கடந்து இந்தத் தொங்கலுக்கு வந்துதான் நிண்டிது.

அப்ப இது ஒரே காடு. ஒரு பக்கம் மூங்கில் பத்தை. அதோடை மாரிக்குளம். இந்தப் பக்கம் கிஞ்ஞா, கொய்யா, கரும்பை, சூரை, கொளுக்கி முள் பத்தை. எங்கை பாத்தாலும் ஆளுயரத்துக்கு மானஞ்சம்பு. சனமேயில்லாத இந்தத் தேசத்திலை வந்து நிக்குதே

இந்த மனிசனெண்டு நான் திகைப்பிலை. இடையில ஆரோ தெரிஞ்ச ஆக்களின்ர வீட்டை போய் எடுத்துவந்த சமையல்ச் சாமான்கள் தளவாடங்கள் அடங்கின மூட்டையை இறக்கி வைச்சிட்டு, ஒரு புன்னை மரத்துக்குக் கீழ என்னையும் இருக்கச் சொல்லி, தானும் குந்திச்சுது. கனநேரமாய்ப் பேசாமல் இருந்திட்டு பிறகு சொல்லிச்சுது. இதிலதான் வீடு கட்டப் போறன், இனிமேல் பூசைக்குப் போக ஏலாது, அதால சீவியப் பாட்டுக்கு கரை வீச்சுக்குப் போற எண்ணம், பிழைச்சிடலாம், யோசிக்காதை.

சொல்லாமலே எனக்கு எல்லாம் விளங்கித்தான் இருந்திது. கரை வீச்சுக்குப் போப்போறனெண்டதுதான் ஒரு மாதிரி இருந்திது. எண்டாலும்... நான் ஒண்டுஞ் சொல்லேல்லை. இந்த இடத்திலை வீடு கட்டினா பிரச்சினையொண்டும் வராதோ எண்டு மட்டும் கேட்டன்.

கேள்விப்பட்ட மட்டிலை இந்தப் பக்கத்தில இருக்கிற காணியெல்லாம் செட்டிய பகுதி ஆள் ஒண்டின்ரையாம், பாதிக் காணிக்கு மேல எதோ ஒரு கோயிலுக்கு எழுதி வைச்சதுபோல, அப்பிடி ஆரும் வந்தா பிறகு பார்ப்பம்... எண்டிட்டு, எங்கயோ போய்த் தண்ணி அள்ளிவந்து அந்தாள் விறுவிறெண்டு சமைக்கத் துவங்கியிட்டுது.

இந்தமாதிரி வெட்ட வெளியில, இப்பிடியொரு நிலைமையில எனக்குச் சமைக்கிற மனநிலை வரேல்லை. சும்மா பார்த்துக்கொண்டு இருந்தன். அலுப்புத்தானெண்டாலும், அண்டையில் ராத்திரி ஆகாயத்திலயில்லை, என்ரை கண்ணுக்குள்ளதான் வெள்ளியள் மினுங்கிச்சுது.

நல்லா விடிஞ்சாப் பிறகு புகையள் கூரைக்குள்ளால கிளம்புறதிலயும், ஆடு மாடு கத்துறதிலயும், துணி மணி தோய்க்கிற சத்தங்களிலயும்தான் சுத்திவர எங்கையெங்க வீடுகள் இருக்கொண்டு தெரிஞ்சுது. அங்கயொண்டு இஞ்சையொண்டாய் அய்தாய்த்தான் வீடுகள். இடைக்காட்டிலயெண்டால் வீடெல்லாம் வலு கிட்டக் கிட்ட. இஞ்ச அய்யோவெண்டு கத்தினாலும் மனிசர் மாஞ்சாதிக்குச் சத்தம் கேக்குமோ தெரியாது.

நான் கேக்காமலே எல்லாம் கேட்டமாதிரி நடந்து கொண்டிருந்திது. கனக்கப் பேசுற ஆளில்லை சபாபதி. கனக்கப் பேசாமலேதான் வாழ்ந்தம். ஒரு நாள் திடீரெண்டு எனக்கு ஒரே பயமாய்ப் போச்சு. ஆறுமுகத்தின்ர ஆக்கள் ஆரும் வந்து என்னை அடிச்சுக் கிடிச்சு தூக்கிக்கொண்டு போயிட்டா என்ன செய்யிறது? கல்வயல்ப் பக்கம் போட்டுவாறமெண்டு சொல்லியிட்டுப் போனவர் வந்தாப்பிறகு கேட்டன். அதுக்கு என்னைப் பாத்து

ஒரு சிரிப்புச் சிரிச்சிட்டு இந்தாள் கேட்டுது, அந்தளவு ஓர்மம் உங்கட ஆக்களுக்கு இருக்கோ.

கல்வயல்ல விளாத்தியள் கனக்கப்போல, ஒரு சண்டி நிறையக் கட்டி வந்த விளாம்பழங்களை அவர் அவிழ்த்துப் போடேக்கை நான் நெச்சன்.

பிறகொரு நாள் நான் சந்தோசப்படுற மாதிரி ஒரு நல்ல காரியம் செய்திது சபாபதி. எங்கயிருந்தோ தெரியாது, ஒரு கட்டுப் பூவரசங் கதியால் தலைச் சுமையில கொண்டுவந்து சேர்த்திது. பாவம்... என்னை நிக்கப்படுத்தி நிலவரத்தைக் கோலிவைக்க சபாபதி தன்னால ஆனதெல்லாம் செய்திது.

வேலியின் அச்சறுக்கை என்பது வாழ்முறையின் ஒரு விதி. அது இப்பகுதிக்கு இவ்வண்ணம் தான் தொடர்ந்தது.

காலம் விரைந்து நடந்தது மேலே.

இரண்டு பிள்ளைகள் அளவாய்ப் பிறந்திருந்தன. ஒன்று ஆண், மற்றது பெண். பெண் பிள்ளை சடங்கு முடித்துக்கொண்டு போய் இப்போது கூப்பிடு தொலைவில்தான் தனி வீட்டில் வசிக்கிறது. அதுக்கே மூத்தபிள்ளை சாமர்த்தியப்பட்டு இரண்டு மூன்று வருஷமாகிறது.

அவர்கள் வரும் போதிருந்ததைவிட அந்தப் பகுதி எவ்வளவோ மாறிப்போயிற்று. அவர்களது குறிச்சிக்கு சிலுவிலென்று பெயருமாகியிருந்தது. பக்கத்தில் தெற்குப் புறம் அம்பலவன்துறை, அப்பால் அல்லாரை, அல்லாரையோடு தொடுத்து கல்வயல், கற்குழியென்று இப்படி.

கல்வயலை நினைத்தால் உடனடியாகவே அன்னப்பிள்ளைக்கு மகன் தம்பிப்பிள்ளையின் ஞாபகம்தான் முட்டி மோதிக்கொண்டு வரும். மறக்கக்கூடிய சாவில்லைத்தான் அது.

மகனைச் சுற்றி அவள் நினைவுகள் படர்ந்தன.

கதையாடல் விரிந்தது.

தம்பிப்பிள்ளை உயிரோடை இருந்திருந்தா... இப்ப... நாப்பது நாப்பத்தஞ்சு வயசாவது ஆயிருக்கும். கலியாணமாகி, அவன்ர பிள்ளையளுக்கும் கலியாணமாகி, பேரப்பிள்ளையளும் பாத்திருப்பான். நாங்களும் பூட்டப்பிள்ளையள் பாத்திருப்பம். பத்தொன்பது இருவது வயசில இல்லாமல்ப் போனவன். எல்லாரும் ஒருநாளைக்குப் போறதுதான். ஆனா தம்பிப்பிள்ளை செத்த சாவை நினைச்சால்... நினைக்கிற நேரமெல்லாம் என்ரை

அடிவயிறு பத்தியெரியும். அப்பிடியொரு கொடூரமான சாவு அது.

சனிக்கிழமையளில கூடுற சந்தையொண்டு கற்குழிக்கு அங்கால இருக்காம், ஆச்சி, நாமுத்தோட போய் ஒருக்காப் பாத்துக்கொண்டு வந்துடுறனெண்டு சொல்லிப் போட்டு ஒரு சனிக்கிழமை காலமை வெளிக்கிட்டுப் போனான்.

உந்தப் பக்கமாய் தூரத்தில ஒரு காடு இருக்காம். நான் இஞ்ச வந்த புதிசில, நடுராவில ஊளைச் சத்தம்மாதிரிக் கேட்டு திடுக்கிட்டு எழும்பிக் குழறுவன். இவர் சொல்லுவார், உது நரியளின்ர கூப்பாடாய் இருக்குமெண்டு. நான் இண்டைத் தறுணம்வரைக்கும் நரியளைக் கண்ணாலயும் காணேல்லை. மரணாயள் ராவுகளில வந்து கோழியளைப் பிடிச்சுக் கொண்டு ஓடுறதுகள். நரியும், மரணாயும் எங்கட வீமன் நாய் மாதிரி இருக்குமோ? பிறகு காலப்போக்கில ஊளைச்சத்தம் இன்னும் கிட்டக் கிட்டக் கேக்கத் துவங்கிச்சிது. இவரும் சொல்லி யிருக்கிறார்தான உதெல்லாம் நரியளின்ர வேலையெண்டு நெச்சு, நானாவே அடங்கியிருக்கிறன். ஆனா உண்மை என்னெண்டா, அவருக்கே விஷயம் சரியாய்த் தெரியேல்லை. பின்னை பின்னைதான் எங்களுக்குத் தெரிய வந்திது, உந்தப் பக்கமாய் இருக்கிற வெளியில நிக்கிற சடைச்ச ஆலில பேயள் இருக்குதெண்ட விஷயம்.

முந்தி யாழ்ப்பாணத்தை டச்சுக்காறன் ஆண்ட காலத்தில, ஒரு டச்சுத் தளவதி கொஞ்சம் சேவகரோடை உந்தப் பக்கக் காட்டுக்கு வேட்டையாட வந்தானாம். அப்ப, தோட்டத்துக்குள்ள தண்ணி இறைச்சுக்கொண்டு நிண்ட ஒரு பொம்பிளையைப் பிடிச்சுக்கொண்டு போய் கெடுத்திட்டுப் போட்டானாம். கூடவந்த ஆக்கள் மிச்சத்துக்குக் கெடுத்தாங்களாம். அந்தப் பொம்பிளையும் தோட்டக் கிணத்துள்ளை விழுந்து செத்துப் போயிருக்கு. பொம்பிளை வன்னியாளாம். அண்ணன் தம்பி மாமன் மச்சானெண்டு கந்தன் கொள்ளை மாதிரி சொந்தம் அவளுக்கு. அடுத்தமுறை தளவதி வேட்டையாடிப்போட்டு நல்ல வெறியில வரேக்கை, செத்த பொம்பிளையன்ரை சொந்தக்காறரும் ஊராக்களுமாய்ச் சேர்ந்து தளவதியையும் கூடவந்த ஆக்களையும் சாக்கொல்லிப் போட்டாங்களாம். அவங்கட ஆவியள்தான் அப்பிடிப் பேயாய் அலையுதுகளெண்டு கதை.

சிலநேரத்தில பேயள் கூப்பாடு போடேக்க ஆகாசமெல்லாம் மஞ்சல் வெளிச்சமடிக்கும். நானே பாத்திருக்கிறன். அதுகளின்ர கூச்சல் கேட்டால் எங்கட தவமணிக்கு படுக்கையில சலம் போகும்.

இது எங்களுக்குப் பழக்கமாகி வந்ததோடை, காலப்போக்கில குறைஞ்சும் வந்திட்டுது. சடைச்ச ஆலடிமட்டும் பயம் வரப் பண்ணுற இடமாய்... பேயளின்ர குடிமனையாய் ஆகிப்போச்சு.

சந்தை பாக்கப்போன தம்பிப்பிள்ளை, கூடிக்கொண்டு போன நாமுத்து ஆக்கள் வரச் சுணங்குமெண்டு தெரிய, தான் தனியப் போறதாய்ச் சொல்லிக்கொண்டு வெளிக்கிட்டிருக்கிறான். தேங்காய் வித்திட்டுத் திரும்புற வண்டியொண்டில கேட்டு ஏறி வந்திருக்கு, பிள்ளை. அப்பிடியே நித்திரை ஆயிட்டுதுபோலை. எழும்பிப் பாத்திருக்கு, இறங்கிற இடம் கடந்திட்டுது. அதிலயே இறங்கி குறுக்குப் பாதையால நடக்கத் துவங்கியிருக்கு. பாழாய்ப் போன சடைச்ச ஆல் அங்கதான் நிக்குதெண்டு அந்த நேரத்தில பிள்ளைக்கு ஞாபகம் வரேல்லைப்போல. விதியும் இழுத்திருக்கும். இளமறி பயமறியாது என்பினம். அது குறுக்கு வழியில வந்த நேரமும் கட்டடக்கடு மத்தியானம். பேயள் விடாய் பிடிச்சிருக்கிற நேரம்.

என்ர பிள்ளை ஓடியிருக்கணை அடி விழுந்தோடனை. தம்பிப்பிள்ளைக்கு தேப்பனைப்போலதான் தேகம். அப்பிடி ஒரு முறுக்கு. திமிறிக் கொண்டுதான் திரிவான் எப்பவும். எப்பிடியான உடம்பெண்டாலும், பேயடிச்சா என்ன செய்யேலும். நாலு பேர் சுத்தி நிண்டு அடிச்சாலும் வெண்டுவரக்கூடின என்ர பிள்ளை அந்த அடியோடயும் ஓடியிருக்கிறானணை. கடைசியில வயலடிக்கும் வந்திட்டான். பேயள் பேந்தும் திரத்திவந்து அடிச்சிருக்கு. அதில குளமொண்டு இருக்கு. சுத்திவர பாறையள் பாளம்பாளமாய்க் கிடக்கும். அதில வந்துதான் கடைசியில விழுந்திருக்கிறான். கல்வயல்ப் பக்கமாய் வாழைக் கொல்லைக்குள்ள நிண்ட ஒரு ஆள் இதெல்லாம் கண்டிருக்கு. பிள்ளை ஓடிவந்த வழி முழுக்க ரத்தமாய் ஊத்தியிருந்துதாம். பிறகு பாத்தவை பறைஞ்சினம்.

இதுக்குப் பிறகும் இதுமாதிரி தொடர்ந்து நடக்கத்தான் நாலா பக்கத்துச் சனமும் சேர்ந்து சடைச்ச ஆலுக்குக் கிட்ட இருந்த திட்டியில சூலம் நட்டுவைச்சு கும்பிடத் துவங்கிச்சினம். அப்பகூட பூசை வைக்கச் சரியான ஆள் அம்பிடாமல் போக, கடைசியில இவர்தான் வெள்ளிக்கு வெள்ளி விளக்கு வைக்கிறதாய்ப் பொறுப்பெடுத்தது. இப்ப இருவது இருவத்தஞ்சு வரியம்... இவர்தான் விளக்கு வைச்சுக்கொண்டு வாறார். ஒரு வெள்ளி தவறினதாய் எனக்கு ஞாபகமில்லை. நானே சில நேரம் நினைச்சுப் பாத்து ஆச்சரியம் படுவன். இண்டைக்கு விளக்கு வைக்கப் போக மழை விடுமோ விடாதோவெண்டு எனக்குந்தான் யோசினையாய் இருந்திது. நல்ல வேளையாய் மழை விட்டிட்டுது.

மழை விட்டிருக்காட்டியும் இந்தாள் போய்த்தான் இருக்கும். மழை பயமில்லை. அந்த வெள்ளத்தைத்தான் யோசிக்கவேணும். பார்வையும் ஆளுக்கு ராவில குறைவு. எப்பிடி காலடி பாத்து வந்து சேரப்போகுதோ. என்ன மாதிரி இருந்த மனிசன், இப்ப சாமி மாதிரி ஆயிட்டுது, இனி அந்தச் சாமியே எல்லாத்தையும் பார்த்துக்கொள்ளட்டும்.

அன்னப்பிள்ளை எழுந்து மெல்ல வீட்டுக்கு நடந்தாள். விளக்கு வைத்துவிட்டு சாப்பாட்டுக்கு ஏதாவது செய்யவேண்டும் அவள்.

0-3

ஒரு சிறு கூடலுள்போல் இருந்த கோயிலில் முந்தாநாள் இரவுச் சூறையின் சின்ன அடையாளம் ஒன்றுகூட இல்லை.

கோவிலுக்குச் சென்ற சபாபதி அவசர அவசரமாக விளக்கு வைக்கிற காரியங்களைக் கவனிக்கத் துவங்கினார். சூலத்தலைகளில் எலுமிச்சம்பழங்கள் சொருகி, சூல மேடையில் செம்பரத்தம் பூக்களைப் பரவி, விளக்கை ஏற்றினார். பின்னர் பையில் கொண்டு வந்திருந்த வெண்சங்கை எடுத்து, நானாதிசையும் ஒலிப் பிரவாகம் ஆகும்படிக்கு முழங்கினார். குளிர் நீர்ப்பரப்பில் தூர தூர குறிச்சிகளுக்கும் விரிந்துசென்றது சங்கொலி. பின் மந்திரப் பிரம்பை கைகளிரண்டிலும் பற்றிக்கொண்டு சிறிதுநேரம் உறுமி உருவேறப்பார்த்தார். இப்போது அந்தளவு வீறில்லை. உரு அடங்க, மறுபடி சங்கெடுத்து ஒலித்து பூஜையை முடித்தார். லாந்தரைக் கொளுத்திக்கொண்டு புறப்பட ஆயத்தமானார்.

வேம்பு பூவரசு தென்னையென்று கூடலிட்டிருந்த இருட்திட்டிலிருந்து வெளியே வரத்தான் வானத்தில் இன்னும் மறைவதற்காய் வெளிச்சம் சிறிது மிச்சமிருப்பது தெரிந்தது சபாபதிக்கு. தூரத்தே நின்ற சடைத்த ஆலைப் பார்க்க பேய்கள் இரத்தம் கக்க அடித்துக் கொன்ற மகன் நினைவு ஒரு கணம் எழுந்தது. அவன் செத்து விழுந்த இடம் அப்போது நீரில் மூழ்கிக் கிடந்தது. தரைவை பரவையாய்த் தெரிந்தது. சபாபதி கடலோடும் அதன் விஸ்தாரங்களோடும் பழகுகிற குடும்பத்திலிருந்து வந்தவர். அவருக்கு இயல்பிலேயே விரிவு பிடிக்கும். அப்படி விரிந்த நீர்ப்பரப்பை அவர் சில மாரிகளிலேயே அங்கே கண்டிருக்கிறார். அந்த வருஷ மாரி நன்றாகத்தான் பெய்திருக்கிறது.

சூழலுள் நினைவழுந்தி நின்றவர் மீண்டுகொண்டு நீரில் இறங்கினார். முழங்காலுக்கு மேல் தண்ணீர் நின்றது. பாதை

வெளிர்ந்து ஓடியிருந்தது நீரின் கீழ். வரும் போதைவிட மங்கலாயெனினும் இன்னும் அடையாளமறாதிருந்தது. பொல்லை ஊன்றியபடி மெல்ல நடந்தார். பாதையில் சிறிது விலகி அடிவைக்கிற நேரத்தில், பாதத்தின் கீழ் நத்தையோடுகளும் ஊரிகளும் நறநறத்தன. ஒருவாறு அவர் மேட்டு நிலத்தில் வந்தேறினார். அந்நேரமளவில் இருட்டிவிட்டிருந்தது. இனி பூச்சி புழுக்களுக்கான பயம்தான். லாந்தரைச் சற்றே தூண்டிவிட்டுக்கொண்டு நடக்கத் துவங்கினார். லாந்தர்ச் சுடரை காற்று சீண்டி விளையாடியது. ஒருமுறை முளாசி எரிந்து அவிவதுபோல் அடங்கி மீண்டும் எரிந்தது. பொக்கடித்து நூர்ந்துவிடுமோ? லாந்தரை ஆடாமல் அவதானமாய்ப் பிடித்தபடி விரைவாய் நடந்தார்.

குடிமனை இல்லாத பகுதி அது. பாம்புகள் அங்கே அதிகம். அங்கே மூன்றிடங்களில் ஆளுயர புற்றுக்கள் இருந்தன. பல சமயங்களில் நிதானமாய் உள்ளே நுழைந்துகொண்டோ அல்லது வெளியே வந்துகொண்டோ இருக்கிற பல பாம்புகளை அவரே கண்டிருக்கிறார். நாக போக பூமி அது. பெருந்தொடை மொத்தத்தில் மூன்று நான்கு பாக நீளமுடைய அரவங்கள் முறுகிப் பிணைந்து சீறி எழுந்து முயங்குவதை பெரும்பாலும் ஒவ்வொரு போக காலத்திலும் அங்கே நிறையக் காணலாம். எல்லாம் நினைக்க கொஞ்சம் அச்சமாகத்தான் இருந்தது. செங்காரி அவர் வரும்போது கூடத்தான் அந்த வெள்ளத்திலும் ஓடிவந்து கொண்டிருந்தது. தரைவை இறக்கத்தில் அவர் இறங்கத்தான் நின்றது. ஒருவேளை அங்கேதான் எங்கேயாவது ஒதுங்கி நின்று எதையாவது மோப்பம் பிடித்துக்கொண்டும் நிற்கலாம். உஞ்சு... உஞ்சு... செங்காரி... என அழைத்தார் பார்க்க. ஒரு அசுமாத்தமும் இல்லாதுபோக, திரும்பிப் போயிருக்குமென்று எண்ணிக்கொண்டார். எதிரே இருக்கிற மூலையில் திரும்பிவிட்டால் அரைக் கட்டை தூரத்துக்கு நேர்ப்பாதை விரிந்துவிடும். நடைச்சிரமம் இருக்கும் தான். ஆனால் பயப்பட வேண்டியிராது. அவர் எட்டி நடந்தார்.

அப்போதுதான், பக்கத்து பற்றை சூழ்ந்த வெளியிலிருந்து அவர் அடங்கிய பேச்சுக்குரல்களைக் கேட்டது. சபாபதி திடுமென நின்றார். அந்தப் பாம்புப் புற்றுத் திட்டில்... அந்த நேரத்தில்... மனிதக் குரல்களா.

குழை இடுக்குகளினூடு அவர் பார்த்தார். இடைவிட்டு இரண்டு இடங்களில் எரியும் சிறுநெருப்புகள் முதலில் கண்ணிலேபட்டன. பிறகுதான் அவை அடுப்பு நெருப்புகளென்பது அவருக்கு

அனுமானமானது. ஒவ்வொரு அடுப்பையும் சுற்றி ஒன்றோ இரண்டோ பெண்கள், சில குழந்தைகள். அடங்கிய குரலில் கசமுசவெனப் பேசிக்கொண்டார்கள். சத்தம் பெரிதாய்க் கிளம்பும் போதெல்லாம் உஸ்... என்று யாரோ இரைந்து அடக்கினார்கள். அதிலிருந்து தம் இருப்பை மறைக்கும் நோக்கம் அறுதியாய் அவர்களது மனத்தில் இருந்தது தெரிந்தது. ஆனாலும் குடிசைகளுள் வெள்ளம் புகுந்தோ, குடிசைகள் பாறி விழுந்தோ இடம்பெயர்ந்து வந்தவர்களாய் இருக்கலாமென்பதே அவரது எண்ணமாயிருந்தது. அவர் புறப்பட்டார். திடீரென்று ஒரு யோசனை வந்து அவரது நடையைத் தடுத்தது. அந்த புற்றுத் திடலில் குழந்தை குஞ்சுகளோடு இருக்கிறவர்களை விஷப் பாம்புகள் குறித்து பத்திரமாய் இருக்கச் சொல்லி எச்சரிக்காமல் போவது மனவுறுத்தலாய் இருந்தது. அதனால் லாம்பைத் தூக்கிக் காட்டி, 'ஆரப்பா அங்கை, இஞ்சை வா' என்று கூப்பிட்டார்.

லாம்பு வெளிச்சத்தைக் கண்டுகொண்ட ஒரு மனிதன் வந்தான். அந்த வெளிர்ந்த, காவியாடை கட்டிய, உருத்திராட்ச மணி தொங்கவிட்ட, பூண் கைத்தடி ஊன்றிய உருவத்தைப் பார்த்ததும் கைகட்டிப் பணிவானான்.

'எங்கையப்பா இருக்கிறனீங்கள்' என்றார்.

'நாங்கள் மிருசுவில் பக்கமும்.'

மிருசுவில் அவர் கேள்விப்பட்ட இடம் தான். வெள்ளைக்காரச் சுவாமிமாரும் கன்னியாஸ்திரிகள் சிலரும் முகமாலை என்ற இடத்தில் வந்திருந்து வறிய குடும்பத்தாருக்கு உதவியும், அவர்களுக்கு புதிய நம்பிக்கைப்படி குருசுக் குறியிட்டு ஜெபம் பண்ணப் பழக்குவதாகவும் அறிந்து, கால்நடையாய்ச் சிலர் கட்டுச்சோறு சகிதம் போய்ப் பார்த்து வந்ததுபற்றி கல்வயலில் அவர் ஒருமுறை கேள்விப்பட்டிருந்தார். முகமாலைக்கு வெகு பக்கத்தில்தான் மிருசுவில்.

'அங்கயிருந்தோ... ம். சரி, இஞ்சை என்ன செய்யிறியள்.'

'சமைக்கிறம், சாமியார். புள்ளையள் பசியாய்க் கிடக்குதுகள்...'

'அதுக்கு ஏன் இஞ்சை வந்தியள். இடைப்பட ஒரு இடமும் கிடைக்கேல்லையே.'

அதற்கும் அவன் தாங்கள் சமைப்பதாகவும், பிள்ளைகள் பசியாய் இருப்பதாகவுமே சொல்லிக் கொண்டிருந்தான். அப்போது அதிலே நின்று அவனோடு பேசிக்கொண்டிருப்பது வீணென்று நினைத்த சபாபதி, 'சரி சரி, சமைச்சுச் சாப்பிடுங்கோ, பாம்புப்

புத்துகள் சுத்தி வர... விஷப் பாம்புகள்... புள்ளையளோட இருக்கிறியள், கவனம்' என்றுவிட்டு திரும்பினார்.

'ஓம், சாமியார், நாங்கள் கவனமாயிருக்கிறம், நாங்கள் கவனமாயிருக்கிறம்' என்று நன்றி காட்டுவதுபோல் குழைந்தான் அவன்.

அப்போது அவன் பின்னால் ஒரு குரல் எழுந்தது. 'அய்யங்கி, என்ன அங்கை.'

'அதெல்லாம் நான் சொல்லியிட்டன் நன்னி, நீ போ.'

நன்னியென்று குறிக்கப்பட்டவன் திரும்ப சில கணங்களைக் கூடுதலாய் எடுத்ததாய்த் தெரிந்தது. அப்போதுதான் அவனைச் சற்று அதிகமாய்க் கவனித்தார் சபாபதி. அவனது கண்கள் செந்நிறமாய் அந்த இருளிலும் மினுங்கிக்கொண்டிருந்தன. அவன் மனித வாகுகள் பலவற்றை உதிர்த்திருந்ததாய் அவருக்குப் பட்டது. அவன் உயரமாய், வைரப் பனைபோல நின்றிருந்ததெல்லாம், எவரின் ஈரற் குலையுள்ளும் குலைப்பனை ஏற்படுத்தும். நல்ல அறிகுறிகளாய் அவனது வரவை எண்ண முடியாதிருந்தது அவரால். அவ்வளவு தூரத்திலிருந்து அவர்கள் வந்திருப்பதைப் பார்த்தால், அதுவும் குறிப்பாக அந்தத் திட்டுக்கு, ஏற்கனவே அந்த இடத்தைப் பார்த்து தங்கள் குடியிருப்புக்கான நிலமாகத் தெரிந்திருந்தார்களோவென்று அவருக்கு அய்யமாக இருந்தது. இன்னொரு அய்யமும் இருந்தது. அவர்கள் மிருசுவிலில் இருந்தல்ல, அதற்குமப்பால் நெடுந்தொலைவிலிருந்து, கிராஞ்சியிலிருந்துகூட, வந்திருக்கலாமெனத் தோன்றியது. அப்படியானால் அவர்கள்பற்றி, குறிப்பாக நன்னி என்பவனைப்பற்றி, மணியகாரனிடம் அல்லது விதானையிடமாவது முறைப்பாடு கொடுத்து வைக்க வேண்டுமென்று சபாபதியின் மனத்தில் தீர்மானம் ஓடியது.

மேலே நடந்த வழியெங்கும் நன்னியின் பார்வையும் தோற்றமும் அவர் கண்ணில் நின்று கொண்டிருந்தன.

திடீரென அவர் மனத்துள் ஒரு பொறி.

அந்த அமானுஷ்ய, முரட்டுப் பிரதேசத்தை அழிக்க, அப்படியொரு கொரூரனைக் கொண்டிருக்கிற கூட்டத்தால்தான் முடியும். அந்தப் பாம்புப் புற்று அய்ம்பது வருஷங்களாகவே ஒரு தடையாய் வளர்ந்து கொண்டிருந்தது. அதை அழிப்பதற்காகவேனும் அவர்களது பிரசன்னத்தை அவர் காக்கவேண்டும்தான்.

மேலே பாதையில் அதிகமாய்த் தடுமாறாமல் வீடு வந்து சேர்ந்தார். அடுப்பில் கணகணப்புடன் இருந்த கஞ்சியை வார்த்து வந்து அன்னப்பிள்ளை கொடுத்தாள். கொஞ்சம் குடித்தார்.

திண்ணைக் கப்போடு சாய்ந்தமர்ந்தார். அன்னப்பிள்ளை பாயைப் போட்டுக்கொண்டு படுத்தாள். அவ்வப்போது திரும்பிப் பார்த்துக்கொண்டாள். சபாபதி அந்த ஸ்திதியில் வெகுநேரம் உட்கார்ந்திருந்தார். விடிகிறபோதும் தலையை நிமிர்த்தி ஒருமுறை பார்த்தாள். சபாபதி இன்னும்தான் அப்படியே. அந்த ஸ்திதி அவளில் அய்மிச்சத்தைக் கிளப்பியது. கிட்டப்போய்ப் பார்த்தாள். வாய்க் கடையில் கண்ணோரத்தில் மொய்த்தபடி சில எறும்புகள். கடவுளேயென ஏங்கித் தொட்டாள். மெய் சில்லிட்டிருந்தது. நீலம் பாரிந்திருந்தது. அய்யோவென்று அலறியபடி கால்களின் பக்கம் பார்வையைத் திருப்பினாள். முட்கள் கோடாய்க் கிழித்த காயங்களுக்கிடையில் தெளிவான இரண்டு ரத்தப் புள்ளிகள். அவளுக்கு விளங்கி விட்டது. 'அய்யோ... என்ர அய்யோ... தவமணீ...!' என்று தலையிலடித்து அலறிக்கொண்டு மகள் வீடுநோக்கி ஓடினாள் அன்னப்பிள்ளை.

பகுதி II

1850க்குப் பின்

இன்னொரு

அத்தியாயம் ஒன்று

1-1

பகலை அடக்கி, இருள் தன் அதிகாரத்தை விரித்து வந்த பொழுது அது. உருவ அசைவில் விலகி, முகம் தெரியாமலே போய்விட அந்த மம்மரில் முடியும். ஊரைக் கடந்து செல்ல அவள் தேர்ந்திருந்த பொழுது அதுதான். தூமை... சிணி... ஆதியாம் வசவுகளின் வலிகள் இன்னும் அவள் மனத்தில் இருக்கின்றன. அவைகளிலிருந்து ஒதுங்குவதே அவளால் செய்யக்கூடியது. ஊத்தைத் துணிக் கடகத்தை தலையில் வைத்து சதிரத்தின் அங்கங்கள் ஒவ்வொன்றும் அதிரக் குலுங்க நடந்துகொண்டிருந்தாள் செபமாலை.

பின்னால் சற்றுத் தொலைவில் தோள்மூட்டில் கொளுவிய பொட்டளியோடு அவளுடைய மூத்த மகன் அய்யாவு வந்து கொண்டிருந்தான். அடுத்த கிராமத்திலிருந்து அவளுக்கு முன்னால் புறப்பட்டு, இடையில் தாமோதரியின் கள்ளுக்கொட்டிலில் கள் குடித்து வந்ததில் அவளுக்குப் பின்னால் ஆகிப்போனான். அவன் தெருக்கானுள் கண்டு மட்டையில் பிடித்து இழுத்துவரும் இரண்டு காவோலைகள் அக் கல்ரோட்டில் சர்ர்... என ஒலியெழுப்பிக் கொண்டிருந்தன. அதுவும் ஒரு நல்ல சமிக்ஞைதானென முன்னே நடந்து கொண்டிருந்த செபமாலை எண்ணினாள்.

அவர்களின் குடியிருப்புப் பகுதி வந்தது. ஊர் ஒதுக்குப் புறத்தில் அது. ஊர் தீண்டாத ஒரு குளத்தோரத்தில் அந்தச் சமூகம்

நிலைபெற்றிருந்தது. இப்போது குளம் முன்னைய அளவு பெரிதாக இல்லை. தூர்ந்து தூர்ந்து பள்ளமாக மாறியிருந்தது. அதனால் துணி வெளுப்புக்களை தொலைவிலுள்ள ஒரு குளத்தில் வைத்துக்கொண்டிருந்தார்கள்.

வீடு வந்த செபமாலை திண்ணையிலிருந்த திரேசுவை அழைத்தாள். வந்து கடகச் சுமையை வெள்ளாவிக் கொட்டிலடியில் இறக்கி வைக்கக் கைகொடுத்தவள் புறுபுறுப்போடு விலகிப் போனாள். அதிலிருந்து, துரையனின் மனைவி பிலோமினாவோடு ஏதோ சண்டை நடந்திருக்கிறது என்பதை அவள் புரிந்து கொண்டாள். எதுவும் பேசாமல் முற்றத்தில் வந்து அமர்ந்தாள். அவ்வாறு சண்டை எப்பதான் நடக்கவில்லை, அன்றைக்கு நடந்திருக்கிறதென்று அலுப்புப்பட.

துரையன் செபமாலையின் இரண்டாவது மகன். இன்னும் இரண்டு பெண்பிள்ளைகளும், இரண்டு ஆண் பிள்ளைகளும் இருந்தனர். புருஷன் ராயப்பு செம்பாச் சல்லிக்கு உதவான். வெள்ளாவிக் கொட்டில் வேலைகளைக் கவனித்துக் கொண்டான். அதிலும் விறகு பொறுக்கி வந்து போடுவதைத் தவிர வேறெதுவும் அவன் பெரிதாய்ச் செய்வதில்லை. அதுக்கே கூலியைவிடவும் கூடுதலாக செபமாலையிடம் கள்ளுக்காய்க் கறந்துவிடுவான். அடிக்கடி சாராயமும் குடிப்பான். சாப்பாட்டுவேளை, தூங்குகிற வேளை தவிர ராயப்புவை வீட்டிலே காண்பது அபூர்வம். மரவரிச்சட்டம் அமுலில் இருந்தது. அதனால் கள்ளிறக்குதலில் மந்தம் நிலவியதாய்த்தான் கொள்ளமுடியும். கள்ளச் சாராயம் புழக்கத்தில் இருந்தது. பல பேர் அதைத்தான் குடித்தார்கள். அது ஆளைத் தூக்கி எறிந்துவிடும். முன்பு செபமாலை தேடிப் பிடித்து இழுத்து வருவாள். இப்போது அப்படியில்லை. தானடித்தே வாழ வேண்டியிருந்தது அவளுக்கு. நான்கு சின்னப் பிள்ளைகளும்தான் அவளது முதற் கரிசனம். அய்யாவுவாலும் அவளுக்குக் கஷ்டமில்லை. திரேசு அவனுக்கு அமைந்து வந்த மனுஷி.

துரையன் நன்றாகத்தான் இருந்தான். கல்யாணமான பிறகுதான் ஆச்சி, அப்பு, அண்ணை, தம்பி, தங்கச்சியென்ற பாசம் இல்லாமல்போனது. ஆள் பயித்தங்காய் மாதிரி. வாயோ வங்காள விரிகுடா. பிலோமினா அந்தளவு வாய் காட்டமாட்டாள். ஆனாலும் விட்டுக்கொடுத்து அனுசரிப்பதில்லை.

செபமாலையை ராயப்புவின் போக்கு படுத்தியதைவிட அண்ணன் தம்பிக்குள்ளே விழுந்த வெறுப்பும் சண்டையும் பெரிதாக வருத்தின. அடிபிடி அளவுக்கும் வந்து விடுவார்கள் சிலவேளைகளில். சாதுவான அய்யாவு வெறியென்றால்

துரையனின் அட்டகாசத்தை அப்படியே சகித்துக்கொண்டு இருந்துவிடமாட்டான். செபமாலைதான் இடையே பாய்ந்து இருவர் அடிகளையும் தான் தாங்கி அவர்களை அடக்குவது.

நிலா வெடித்துக் கிளம்பியது.

முற்றத்தில் நின்ற நிழல் மரவெள்ளியை தென்றல் சரசரக்க வைத்தது.

செபமாலை, 'தாவீது... தாவீது...' என்று கடைசிப் பையனைக் கத்தி அழைத்தாள். தாவீது வர, குண்டுமணி மாமி வீட்டில வாங்கி வைக்கச்சொன்ன கள் இருக்கு, சாக்குப் பையைக் கொண்டுபோய் எடுத்துவா என்றாள்.

இன்னும்தான் அய்யாவு வந்து சேரவில்லை. துரையன் வெளியே போயிருப்பான் போலிருந்தது. பிலோமினாவும், இரு பெண்பிள்ளைகளும் பக்கத்து வீட்டில் பேசிச் சிரிப்பது கேட்டது. அந்தப் பகுதியிலுள்ள பத்துப் பதினைந்து வீடுகளும் ஒன்றுக்குள் ஒன்றாய்ச் சொந்தமானவர்களினதுதான். மனிதர்கள் அடைகிற நேரம் அது. இனி எங்கிருந்தாலும் வந்துசேரத் துவங்குவார்கள்.

குண்டுமணி வீட்டில் எடுத்துவந்த கள்ளை வழக்கம்போல் குசினிக்குப் பின்னால் வைத்துவிட்டுப் போனான் தாவீது. எழுந்து போய் கூரையில் சொருகி வைத்திருந்த சிரட்டையை எடுத்து ஒரு போத்தல் கள்ளையும் தாழ்வாரத்தில் இருந்தபடியே முடித்தாள். மறுபடி முற்றத்தில் வந்து குந்தும்போதுதான் பிலோமினாவும் அவளின் பெண் பிள்ளைகளும் வந்தது. கை விளக்கைக் கொளுத்தி வைத்துக்கொண்டு பிலோமினா திண்ணையில் இருந்தாள்.

பாதையில் காறாப்பி துப்பிக் கேட்டது. துரையன்தான். அவன் சாரத்தை மடித்து சண்டி கட்டியிருந்த விதமே ஒரு யுத்தத்தைத் துவக்க வந்திருந்ததைக் காட்டியது. ஒரு அந்தலையில் லாந்தரும் திரேசுவும், மறு அந்தலையில் பிலோமினாவும் கைவிளக்கும். பிலோமினாவின் மௌனமும் பார்வையும் நீண்டமூச்சும் ஒரு புயலைக் கிளப்பத் தயாராக இருப்பதை செபமாலை தெரிந்தாள். யாரும் எதுவும் சொல்லிக்கொள்ளவில்லை. என்ன நடந்தது என்று கேட்டால் பிரச்சினையாகிவிடும். தானாய் மெல்ல வர அறிவதுதான் தக்கதென்பது அவளுக்குத் தெரியும். செபமாலை காத்திருந்தாள்.

விளக்கின் கொழுந்து தன் நுனியில் கரும்புகையைக் கக்கிக் கொண்டிருந்தது.

யாரின் மனத்தை அது பிரதிபலிக்கிறது.

நான்கு பிள்ளைகளும் நடுக் குந்தோடு சாய்ந்து வரிசையில் அமர்ந்திருந்தன. சண்டையில் அவர்களுக்குப் பக்கமில்லை. யார் யாரை அடித்தாலும் அய்யோ... அய்யோ... என்று அடித்துவைத்துக் குழறமட்டும் செய்வார்கள். செபமாலை பலவீனத்தின் பக்கம் சாய்ந்துதான் நிலைமையைச் சீர்செய்வாள். சண்டைகள் மனைவிகள் ஊடாக உருவாவது செபமாலைக்குக் கவலை.

ஆரம்பத்தில் வலு ஒட்டாய் இருந்தவர்கள் இந்த இரண்டு பேரும். ஏன் இடையில் கசப்பு வந்து விழுந்ததென்பதற்கு எதைச் சொல்ல. திரேசு அப்படி ஒரு வடிவும் சிவப்பும் என்பது பிலோமினாவின் மனத்தைக் கறுக்க வைத்திருக்கலாமென்று கருதமுடிந்தது. அவள் அங்கு வந்த காலத்திலிருந்தே யார் சரியான கறுப்பு, யார் கொஞ்சம் கறுப்பு, யார் வடிவு, யார் வடிவில்லை என்பவைபற்றியே சின்னப் பிள்ளைகளுடன்கூட பேசிக்கொண்டிருப்பாள். ஒரு மனிதரை அவள் அடையாள மிட்டதே சிவப்பு, வடிவு என்பவற்றின் அடியாகவே. பிலோமினா கொஞ்சம் பணம் காசு புழங்குகிற குடும்பத்திலிருந்து எடுக்கப்பட்ட பெண். அவளது பவிசும் தோரணையும் கொஞ்சம் மிகைதான். அது திரேசுவுக்குப் பிடிப்பதில்லை. வாய்ப் பேச்சாகத்தான் ஆரம்பச் சண்டைகள் இருந்தன. ஒருநாள் இரண்டு பேரும் தலைமயிரைப் பிடித்து இழுத்து மல்லும் கட்டினார்கள். குறுக்குக் கட்டு அவிழ்ந்துவிட, நெஞ்சிலிருந்து சேலை வழுகிவிடாமல் ஒரு கையால் அமர்த்திப் பிடித்துக்கொண்டு துவந்தம் செய்யவேண்டிய நிலை திரேசுவுக்கு. அவளின் அந்த இக்கட்டை நன்றாகப் பயன்படுத்தினாள் பிலோமினா. விடு... விடடி அவளின்ரை மயிரை... என்று அய்யாவுதான் பாய்ந்துவந்து கத்தி இருவரையும் விலக்கினது. சிறிது நேரத்தில் வெளியே போயிருந்த துரையன் வர, பிலோமினா மூட்டிவிட்டிருக்கிறாள். நீ எப்படியடா என்ரை மனிசியை வாடி... போடி...யெண்டு கதைக்கலாமென சன்னதமாடினான் துரையன். அய்யாவு எதுவும் பேசவில்லை. பிறகு சனிக்கிழமைகளில் கட்டாயமாயும், தவறினால் வேறு நாள்களில் என்றும், கிழமைக்கொரு சண்டை அங்கே நடந்துகொண்டிருந்தது. முந்தியெல்லாம், கனகாலமில்லை, ராயப்புவினதும் செபமாலையினதும் சண்டை நடந்தது. இப்ப பிள்ளைகள் சண்டை. சண்டைகளுக்கான காரணங்களை எவராலும்தான் நம்பமுடியாதிருக்கும். அத்தனை அற்பமானவை அவை. ஆனாலும் சண்டைகள் குடும்பங்களுள் நடக்கின்றன.

செபமாலை மௌனமாய் இன்னும் முற்றத்தில். துரையன்

தும்... தும்... என அதிர்வெழ திண்ணையில் உலாத்திக் கொண்டிருக்கிறான்.

மறுநாள் புதன்கிழமை வெள்ளைக்காரச் சுவாமி அங்கே வருவதாக இருந்தார். அது ஞாபகம் வர, அதையே சாக்காகக் கொண்டு தலையிடத் துணிந்தாள் செபமாலை.

'துரையா.'

'என்னாச்சி.'

'என்ன நீ இப்பிடி குறுக்கும் மறுக்குமாய் நடந்து கொண்டிருக்கிறாய். சண்டை துவங்கிறதுதானெண்டு நிச்சயமாயிட்டாய் போலை?' என்ற செபமாலை தொடர்ந்து சொன்னாள்: 'நாளைக்கு காலமை பூசை முடிய றொபேட் சுவாமியார் வாறமெண்டிருக்கிறார். வீண் கதைவழி இருக்கக்குடாது, கண்டியோ. சாப்பிட்டுட்டு பேசாமல்ப் போய்ப்படு.'

'படுக்கிறதோ. அவன் வரட்டும். அவனை நாலு கேள்வி கேள்க்காமல் விடமாட்டன்.'

'ஏன்ரா துரையா, அப்பிடி என்னடா செய்திட்டான் உனக்கு.'

'தெரியாதமாதிரிக் கேக்கிறாய்.'

'உண்ணாணை எனக்கொண்டும் தெரியாதடா.'

'றோஸியிட்டச் சொன்னானாம், இனி என்ர மனிசியோடை பிலோமி எதாவது கதைவழிப்படட்டும், அவளின்ர மயிரை அரிஞ்சுபோடுவனெண்டு. ஏலுமே இவனால. இல்லை... தெரியாமல்தான் கேக்கிறன், ஏலுமோ இவனால.'

அந்த நேரம் உள்ளே வந்து சேர்ந்தான் அய்யாவு. பொட்டளியைப் போட்டுவிட்டு வர, விஷயம் சூடு பிடித்தது. 'நான் பறைஞ் சதாய் ஆரடா சொன்னது உனக்கு' என்று மறுமொழிக்குப் பதில் கேள்வியாய்க் கிளப்பினான் அய்யாவு.

'ஆர் சொல்லியிருந்தா என்ன. நீ பறைஞ்சியா, பறை யேல்லையா... அதைச் சொல்லு, முதல்ல.'

'பறைஞ்சனெண்டால் பண்ணியிடுவியோ.'

'சொல்லன், பண்ணிக்காட்டுறன்.'

அவர்கள் சிலிர்ப்படைய, அதற்குள் கொஞ்சம் போட்டுக்கொண்டு வந்தால் தெம்பாய் விலக்கிவிடலாமென்று எண்ணிய செபமாலை அடுப்படிப் பின்புறம் போனாள்.

'அப்ப சொல்லேல்ல, இப்ப சொல்லுறன். றோஸிக்கு ஏன் சொல்ல

வேணும். உனக்கே சொல்லுவன்ரா.’ அய்யாவு போதையில் கத்தினான். தூஷண வார்த்தைகளைக் கொட்டினான்.

துரையன் கொதித்துப் பாய்ந்தான்.

பிள்ளைகள் அய்யோ... அய்யோ... என்று அலறியதில்தான் செபமாலை ஓடி வந்தது. திரேசு பாவம். அந்த நோஞ்சானால் வைரவருக்கு வளர்த்துவிட்ட தம்பனின் ஆட்டுக்கிடாய்மாதிரி திமிறிக்கொண்டு நின்ற அய்யாவுவை இழுத்தடக்க முடியாது. பிள்ளைகளோடு சேர்ந்து குழறமட்டுமே செய்தாள். செபமாலை வருவதற்குள் அய்யாவுவின் மூக்கிலிருந்தும் வாயிலிருந்தும் ரத்தம் கொட்ட ஆரம்பித்துவிட்டது. என்ன நடந்ததென்று யாருக்கும் தெரியவில்லை. ‘எங்கயடி கத்தி’ என்று அய்யாவு குசினிக் கொட்டிலை நோக்கிப் பாய்ந்து கொண்டிருந்தான். ‘எடடி உலக்கையை’ என்று துரையன் ஒருபக்கம் ஓடினான். முதலில் வந்தது கத்தியோடு அய்யாவுதான். விறகு வெட்டுற கூர்ங் கொடுவாக் கத்தி. ஓடிவந்து பின்புறமாய்க் கட்டிக் கொண்டாள் செபமாலை. ‘என்ரை அப்பு எல்லே... என்ரை ராசாவெல்லே... ஆச்சி சொல்லுறதைக் கேள் அப்பு... ஏதோ தெரியாமல் அவன்ரை முழங்கையோ என்னவோ பட்டுட்டுதுபோலை... நான் கேக்கிறன் அவனை... நீ பேசாமல் இரு ராசா’ என்று கள்ளின் வலிவோடு அவனை அங்காலே இழுத்துக்கொண்டு போனாள். அய்யாவு ரத்தம் சிந்துவதைக் கண்டதும் விறைச்ச மண்டைச்சிமாதிரி எல்லாவற்றையும் பார்த்துக்கொண்டு நின்றிருந்த பிலோமினா திகைத்துப் போனாள். அப்படியெல்லாம் சண்டை வந்துவிடக் கூடாது. அது பெரிய சண்டை. வாய்ச் சண்டைதான் உகப்பு. வேணுமென்றால் கொடுக்குப் பிடியில் இழுபறிப்படலாம். ஒரு அடி... இரண்டு அடிகள் சம்பவத்தின் உச்சம். பிலோமினா சென்று துரையனைத் தடுக்க, சண்டை மெல்ல ஓய்ந்து வந்தது. அய்யாவுவை உடம்பில்தான் அடக்க முடிந்தது. வாயில் உதிர்ந்துகொண்டிருந்தவற்றைத் தடுக்க முடியவில்லை. ‘நீ என்ரை மனிசியின்ர தலைமயிரைத்தான் அரிவாய். நான் உன்ரை பொண்டிலின்ரை என்னம்பொண்டு மயிரையே அரிவனடா’ என்றும், இன்னும் பல மாதிரியும்.

நேரமாக ஆக எல்லாம் ஓய்ந்தன. அவரவரும் போய்ச் சாப்பிட்டார்கள். சாப்பிட்டது யார், சாப்பிடாதது யாரென்று எதுவும் அக்கறை இருக்கவில்லை அன்று.

செபமாலை அய்யாவுவின் அருகே உட்கார்ந்து ஈரத்துணி யால் ஒத்தடம் கொடுத்துக் கொண்டிருந்தாள். முழங்கையோ முழங்காலோதான் பட்டிருக்க வேண்டும். சில் மூக்கு உடைந்தது

மட்டுமில்லை, உதடு கிழிந்து மேல் வாய் முன்பல்லும் விழுந்து விட்டிருந்தது. அய்யாவு ஆக்ரோசம் தணிந்து அழுகையாக உணர்ந்து கொண்டிருந்தான். வார்த்தை மெதுமைப்பட்டவன் அய்யாவு. அளந்து பேசுவான். பேசாத இடைவெளிகளில் மௌனமில்லை, புன்சிரிப்புத்தான். அப்படியானவன், தம்பியிடம் அடிபட்டிருக்கிறான். அதுவும் பல் கழரும்படி. கூவென்றெழுந்த கூச்சலில் அக்கம் பக்கம் வாசலில் கூடிவிட்டது. அக்கம்பக்கத்தில் அல்லாத சொந்தமும் விடிய அறிந்துவிடும். வெள்ளைக்காரச் சுவாமியார் வேறு மறுநாள் அங்கே வரவிருந்தார். அவன்மீது நல்ல பிரியம் அவருக்கு. இரண்டு தலைமுறைகளுக்கு முன்பே அவர்கள் மதம் மாறிவிட்டாலும் தேவாலயம் போவது குறைவாகவே இருந்தது. மதம் மாற்றுவது பெரிய விஷயமில்லை. விசுவாசிகளாக்குவதே பிரதானமென்று வெள்ளைக்கார ரொபேர்ட் சுவாமியார் எப்போதும் கூறுவார். அதனால் மிகவும் பின்தங்கிய, பின்தங்கிய சமூகத்தவர்களை அணுகி, அவர்களை தேவகிருபைக்கு ஏற்றவர்களாய் முன்னேறு வதற்கான அறிவுரைகளைப் போதித்து வந்தார். அவர்பற்றிய பிரஸ்தாபம் எங்கும் இருந்தது. அவரை ஜெபித்தற் பொருட்டு இல்லங்களுக்கு அழைக்கிற நிறைய வசதியானவர்கள் இருந்தார்கள். ஆனால் மேய்ப்பர்போல் வெள்ளாடுகளைத் தேடித் திரிந்து கொண்டிருந்தார் ரொபேர்ட் சுவாமியார். கல்வியும் சுகாதார நிலைமைகளும் மிகவும் மோசமானதாக அங்கே இருந்தன. அவற்றை முடிந்தளவு நிவர்த்திக்க சுவாமிக்குத் திட்டமிருந்தது. அதன் முதற் கட்டமான வருகைதான் மறுநாள் காலை நிகழவிருந்தது.

அய்யாவு வேதனையோடு நினைத்துக் கொண்டான், மறுநாள் அந்தக் கோலத்தில் சுவாமியை எப்படி எதிர்கொள்வதென்று.

திரேசு மெல்ல அவனை எழுப்பி குசினிக்குள் கூட்டிச் சென்றாள்.

அப்போது ராயப்பு வந்தான். இயல்பின் நிலைபிறழ்வை உடனேயே உணர முடிந்தது அவனால். பேசாமல் திண்ணையில் குந்தினான்.

வீட்டுக்குள் துரையனும் பிலோமினாவும் போய்ப் படுத்து விட்டார்களென்பது வாசல்தட்டி சாத்தியிருந்ததில் தெரிந்தது.

குசினிக்குள் தெரிந்த வெளிச்சம் அய்யாவுவும் திரேசுவும் சாப்பிட்டுக்கொண்டிருப்பதைக் காட்டியது. பிள்ளைகள் நான்கும் முன்பக்கத் திண்ணையில் வரிசையாக.

சண்டை என்ன... யார் யாருக்குள்... என்றெல்லாம் ராயப்பு நினைத்துக் குழம்பவில்லை. அவர்களுக்குள்ளான பிரச்சினை

ஒன்றே ஒன்றாக இருக்கிறவரையில், யார் யார் சண்டை பிடித்தார்கள் என்பதை மற்றவர்கள் ஏன் அவனுக்குக் கூற வேண்டும்.

அந்த வீட்டில் கிளம்பும் எந்தப் பிரச்சினையின் மூலமும் ஒன்றாகவே இருந்தது. அதை ராயப்பு எப்போதோ உணர்ந்து கொண்டிருந்தான். ஒருநாள் செபமாலையிடம் சொல்லவும் செய்தான். செபமாலைதான், நாசமறுவான்... பிள்ளையளைப் பற்றிக்கூட நல்ல மாதிரி யோசிக்கத் தெரியாத சனியன் என்றெல்லாம் வைது அதைப் புறக்கணித்தாள்.

விசரி... என்று புறுபுறுத்து வெறியோடு சிரித்தான் ராயப்பு. உனக்கு இந்த விஷயம் வலு சின்னதாய்த் தெரியுதோ. விசரி, இதிலதானடி உலகம் நிண்டு சுத்திது.

அப்போதுதான் செபமாலையின் விளாசல் அவனது முகறையைப் பொத்தி விழுந்தது.

இன்றும் சிரிக்கத்தான் அவனுக்குத் தினவு எழுந்தது. ஆனாலும் அடக்கிக்கொண்டான். கொட்டில் ஒன்று போட்டுக் கொண்டு அய்யாவுவோ துரையனோ தனியாகப் போகும்வரை, வெவ்வேறு காரணங்களைச் சொல்லிக்கொண்டு அங்கே சண்டை நடந்துகொண்டுதான் இருக்குமென்பதை ராயப்பு முழுமையாக நம்பினான். அந்தக் காணியிலேயே போதிய இடமில்லாவிட்டால் வேறு எங்கேயாவது போக வேண்டியதுதான் என்றும் இரக்கமில்லாமல் எண்ணினான்.

1-2

விடிந்தெழுந்து பார்த்தபோது அய்யாவு வீட்டில் நிற்கிற சிலமன் இல்லை. செபமாலை அவன் எங்கேயென்று விசாரித்ததற்கு கருக்கலில் எழும்பி வெளியே போய்விட்டு வருவதாய்ச் சொல்லிப் போனதாய் திரேசு சொன்னாள்.

‘வெளிய எங்கை.’

திரேசுவுக்கு அது தெரிந்திருக்கவில்லை.

சுவாமி வரப்போகிறாரென்று எல்லாரிடமும் பதட்டத்துடன் வேலை வாங்கினாள் செபமாலை. இந்த வீட்டின் வாசல் புறம், அடுத்த வீட்டின் கொல்லையாய் இருந்தது. அடுத்த வீட்டுக்கும் அதுதான் நிலைமை. சின்னப் பிள்ளைகளின் அரயண்டங்களை அப்புறப்படுத்தி, முற்றங்கள் பெருக்கி... எல்லாம் முடிந்தது.

பத்து மணியளவில் ரொபேர்ட் சுவாமியார் வந்தார். திண்ணையில் விரித்துவிட்ட பாயில் அமர்ந்தார். பிள்ளைகளுக்கு ஒரே புளுகம். ராயப்பு அப்போதுதான் வெளிக்குப்போய் விட்டு அடிக்கழுவி வந்தான். துரையனுக்கும் பிலோமினாவுக்கும்கூட சந்தோசம்தான். அய்யாவுபற்றிக் கேட்டு விடுவாரோவென்று துரையனுக்குத்தான் கொஞ்சம் உள்ளார்ந்த பயமிருந்தது.

பக்கத்து வீடுகளில் சுவாமி வந்திருப்பதைச் சொல்லி ஆட்களை அழைத்து வந்தாள் தேவபாக்கியம். இருபது பேர் வரையில், குழந்தைகள் தவிர்த்து சேர்ந்தனர்.

சுவாமி ஜெபம் முடித்தார்.

எல்லா வீடுகளிலும் தேவ கிருபை நிறைய கர்த்தர் பெயரால் சுவாமி ஆசீர்வாதம் பண்ணினார். கொஞ்சம் கொஞ்சமாய் கூட்டம் கலைந்தது. வசதிப்படி இன்னும் இரண்டொரு வீடுகளுக்குப் போக சுவாமிக்குத் திட்டம். முக்கியமாக அந்தப் பகுதியின் பின்புறத்திலுள்ள தூர்ந்த குளத்தை அவருக்குப் பார்க்க இருந்தது. புறப்படு முன்னர்தான் சுவாமி அய்யாவு பற்றிக் கேட்டார்.

திரேசு தன் பதிலைச் சொன்னாள்.

'ம்' என்றுவிட்டு அவர்களது முகங்களைக் கூர்ந்து பார்த்தார் சுவாமி. பிறகு பின்னேரம்போல் வந்து தன்னை கோவிலில் பார்க்க அய்யாவுவிடம் சொல்லும்படி கூறிவிட்டு நடந்தார். கூடச் சென்றபடியே, 'துரையனுக்குப் புத்திமதி சொல்லவேணும். தமையனோடை அவனுக்குத்தான் சண்டை. எல்லாம் மனுஷிமாரால' என்றாள் செபமாலை. அவளுக்கு சுவாமியிடம் பொய் சொல்லும் துணிவில்லை.

'எனக்கு அப்பவே தெரிஞ்சுது' என்றார் அவர். 'எதுக்கும் முதல்ல அய்யாவுவை அனுப்பிவை, விசாரிக்கலாம்.'

சரியென்று திரும்பினாள் செபமாலை. அன்று மாலையே சுவாமியைப் போய்ப் பார்த்துவரச்சொல்லி வற்புறுத்தி அய்யாவுவை அனுப்பிவைத்தாள்.

தேவாலயத்தின் பின் அறையில் சுவாமி அமர்ந்திருந்தார். அய்யாவுவைக் கண்டு, 'வா, அய்யாவு' என்றார்.

அவன் முகத்திலிருந்த அடையாளங்கள் கண்டு முதல்நாள் நடந்த சண்டையின் பாரதூரத் தனத்தைத் தெரிந்தார் சுவாமி. பிள்ளைகளுள் நடக்கும் சண்டை பெரும்பாலும் வெளிக்காரணங்களால் இல்லையென்பது அவருக்குத் தெரியும். உள்குமையும் காரணங்கள் எவையென்பதும் அவருக்குத்

தெரியும்தான். சுவாமி கேட்டார்: 'அது சரி, பிலோமினா ஏன் திரேசுவோட இந்த மாதிரிச் சச்சரவு பண்ணுகிறாள்.'

'அது ஏனோ எனக்குத் தெரியாது, சுவாமி.'

'திரேசுவுக்கு பிலோமினாமேல் பொறாமையோ.'

'அது என்னவோ எனக்குத் தெரியாது, சுவாமி.'

'துரையன் உன் உடன்பிறந்த சகோதரன்தானே. பின்னே ஏன் உன்கூடச் சண்டை போடுகிறான். பொம்பிளையின் தூண்டுதலால் அப்பிடிச் செய்கிறானோ.'

'அது என்னவோ எனக்குத் தெரியாது, சுவாமி.'

'தன் அலுவல்களை வீட்டிலே அவன் ஒழுங்காகப் பார்க்கிறானா. பிழைப்புக்கு ஏதாவது செய்கிறானா.'

'செய்கிறான், சுவாமி. தோய்ச்சு கஞ்சி போட்ட துணியள இஸ்திரி போட்டு வைக்கிறதெல்லாம் அவன்தான்.'

'ம். சரி, இப்ப என்ன செய்ய உத்தேசித்திருக்கிறாய்.'

'இவ்வளவும் பட்ட பிறகு இனியும் அங்கை இருக்க என்னால ஏலாது.'

'உன் சகோதரனோடு கூடிவாழ உன்னாலே முடியாது என்கிறாயா, அய்யாவு. உன் சகோதரனோடே சமாதானமாக வாழ முடியாத நீ, வெளியே போய் பர மனுஷர்களோடு எப்படி ஒற்றுமையாக வாழ்வாய், சொல்லு.'

'சொந்த மனிசர் இளக்காரமாய் நினைப்பினம். பிறத்தியார் அந்தமாதிரி நினைக்க மாட்டினம், சுவாமி.'

'உன் சகோதரனை மன்னித்து வாழ உன்னால் முடியாதென்று நீ சொல்வதென்ன, அய்யாவு. தன் சகோதரனை நியாயமில்லாமல் கோபித்துக் கொள்பவன் நியாயத் தீர்ப்புக்கு ஏதுவாயிருப்பான், தன் சகோதரனை வீணனென்று சொல்கிறவன் ஆலோசனைச் சங்கத்தீர்ப்புக்கு ஏதுவாயிருப்பான், மூடனேயென்று சொல்கிறவன் எரிநரகத்துக்கு ஏதுவாயிருப்பான் என்று விவிலியம் சொல்கிறது, அய்யாவு. துரையனுக்கான தண்டனை தேவனால் கவனிக்கப்படும். நீ அவனில் அன்பில்லாமல் இருக்காதே.'

'என்ர சகோதரத்தில அன்பு இருக்கிறபடியாத்தான், சுவாமி, பிரிஞ்சு போக வேணுமெண்டு நான் நினைக்கிறன்.'

'அதெப்படி.'

யுத்தத்தின் முதலாம் அதிகாரம்

‘அங்கயிருந்தால் இன்னுமின்னும் சண்டைதான் வரும். பிரிஞ்சு போயிட்டா அன்பிருக்கும். பிரிவு பெரிசில்லை, அன்புதான் பெரிசு.’

‘விளங்கேல்லையே, அய்யாவு.’

‘வெறுப்பையே இல்லாமல்ப் பண்ணியிட ஏலாது, சுவாமி. துரையனில இருக்கிற வெறுப்பு நான் எப்பிடித்தான் பாடுபட்டாலும் கிட்ட இருக்கிறமட்டும் திரும்பத் திரும்ப வந்து கொண்டுதான் இருக்கும். அங்க ஒரு இடைஞ்சல் இருக்கு, சுவாமி. அது இல்லாமப்போனா மற்றதெல்லாம் மெல்லமெல்லச் சரிவந்திடும்.’

கர்த்தரே! என்று வியந்து ஸ்தோத்திரித்தார் சுவாமி. அந்த இடைஞ் சலை அய்யாவு உணர்ந்துகொண்டிருக்கிறான், ஹ! ‘சரி, அந்த இடைஞ்சலைப் போக்க நீ என்ன செய்ய உத்தேசித்திருக்கிறாய், அய்யாவு.’

‘நான் பிரிஞ்சு தனியப் போயிடலாமெண்டு நெக்கிறன், சுவாமி.’

‘ம். சரி, எங்கே போவாய்.’

‘எனக்கு அது தெரியேல்லை, சுவாமி. தூரமாய் ஒரு இடத்துக்கு... தொழில் செய்து பிழைப்பு நடத்தக் கூடின இடமாய்...’

‘ம்.’ சிறிது நேரம் யோசித்தபடி நின்ற சுவாமி உள்ளே போய் தனது காசுப்பெட்டியைத் திறந்து அதிலிருந்து இருபது ரூபாவுக்கும் சற்று அதிகமான நாணயங்களை எடுத்து வந்து அவனிடம் கொடுத்தார். ‘ரண்டு பவுணுக்கு மேலே இருக்கு. கர்த்தர் ஆசீர்வாதத்தால் எங்கே போனாலும் நல்லாய் இருப்பாய், போ.’

மறுநாள் பகல் முழுதும் அந்த விகாரமான முகத்தோடு போகிற போகிற இடங்களில் யேசித்தபடியிருந்த அய்யாவு, அன்றிரவு தன் முடிவை தன் மனைவியிடம் சொன்னான். அவள் சம்மதம்போல் மவுனமாயிருக்க, முற்றத்தில் பாய் விரித்துப் படுத்து வானமும் முகில்களும் வெள்ளிகளும் பார்த்துக் கிடந்த தாயிடம் சென்று தெரிவித்தான்.

‘எங்க போவாய், எப்பிடிப் பிழைப்பாய்’ என்று அழுதாள் அவள்.

‘தொழில் செய்து பிழைச்சுக் கொள்ளுவன், ஆச்சி.’

அதற்குமேல் யாரும் பேசவுமில்லை, அழவுமில்லை. அதுதான் அந்த வீட்டின் பிரச்சினை தீர ஒரேவழியென்று அவள் அடங்கியிருக்கக் கூடும்.

மறுநாள் அதிகாலை முதல் வெளிச்சக் கீறு காண அய்யா வுவும் திரேசுவும் வீட்டை விட்டு வெளியேறினர். ஒரு பையில்

இரண்டு தட்டுகள், இரண்டு பேணிகள், சில துணிகள் அய்யாவு எடுத்திருந்தான். திரேசுவிடம் ஒரு சுருட்டிய ஓலைப்பாய்.

மற்றவர்கள் எழும்பியபோது திரேசு அய்யாவு என்ற இரண்டு பேர் அங்கே இருந்ததற்கான தடயங்கள் காணாது போயிருந்தன. பக்கத் திண்ணையில் கயிற்றுக் கொடி காற்றில் கிடந்து வெறுமையாய் ஆடியது.

1-3

வழி நெடுக அய்யாவு சிந்தனை வயப்பட்டவனாகவே வந்து கொண்டிருந்தான். அது அவன் அறியாத் திசை. அவனுக்கான நிழல் எங்கே இருக்கப் போகிறது. ஒரு விடுபட்ட பறவைபோல், வண்ணத்துப் பூச்சிபோல் விரிவானத்தின் கீழ் வெயிலின் ஏறுமுகத்தில் திரேசு தன் பின்னே வந்து கொண்டிருக்கிறாள் என்பதுகூட அவனது கவனத்திலாகவில்லை. குடிமை செய்யக்கூடிய ஓர் ஊர்... அங்கே சொந்தமாய் ஒரு குழி நிலம்... அவையே அவனுள் கனவுகளாயிருந்தன. திரேசு அருகிலிருக்க, பலவாய வாழ்வின் இனிமைகளையும் அனுபவிக்க அவனுக்கு நிறையத் தவிப்புகளும் இருந்திருந்தன. ஆனால் அப்போது நிலைகொள்ள ஓரிடம் என்பதே அவனது சகலமுமாய் இருந்தது.

நடை சிரமமாகப் போகிறதென்று அவனுக்குத் தெரிந்தது. வெய்யிலோ உச்சிவானை நோக்கி விறுவிறுவென ஏறிக்கொண்டிருந்தது. நல்லூரில் பசியாறித் தங்காமல் நடையைத் தொடர முடியாது. அங்கே முஸ்லீம்களுக்கும் சைவர்களுக்கும் ஏதோ பிரச்சினையென்று நல்லூரரை நெருங்க நெருங்க தெரிந்தது. அவன் கிறித்துவன். அதனால் அவளிடம் அங்கே தங்கிப் போகலாம் என்றான்.

வெய்யில் தாழ மறுபடி நடையைக்கட்டி தோப்புச் சந்தி தாண்டி, உப்பங் கழிகள் தாண்டி, வெள்ளம் மேவிப் பாய்ந்து சீரழிந்து கிடந்த பாதையை இருட்டுக்குள் சிரமமாய்க் கடந்து வர வழிப்போக்கர் தங்கிப் போகிற இடமொன்று எதிர்ப்பட்டது. ஒரு பென்னாம் பெரிய புளிய மரத்தைச் சுற்றி அந்த இடம். ஒரு சிறிய மரச்சுமைதாங்கி அங்கே இருந்தது. ஏற்கனவே அங்கு ஓரிருவர் தங்கியிருப்பதாய்ப்பட்டது. பிச்சைக்காரரோ துறவியரோ தொழில் தேடிப் புலம் கடப்போரோ. இரவு அங்கே தங்கலாமென்று அய்யாவு சொன்னது கேட்டு திரேசு அடைந்த ஆசுவாசம் அவனை என்னவோ செய்தது. தனது விதியின்

இழுத்தலைப்பில்தானே அவள் சிரமப்படுகிறாளெனத் தெரிய மனம் பிசைந்தது. சிறு தெய்வம் பிரதிஷ்டை செய்யப்பட்ட கோவிலொன்று சற்றுத் தள்ளி இருந்தது. எதிரே அடர்ந்த பனைமரக் காடு. மடி கனமாயிருந்ததில் சிறிது பயமிருந்தது. திரேசுவிடம் பாயை வாங்கி புளியமரத்தோடு உதறி விரித்தான் அய்யாவு. பிறகு அவளை அமரச்சொல்லிவிட்டு தானும் அமர்ந்தான்.

சுற்று வட்டாரத்தில் குடியிருப்புகள் இருப்பதற்கான அறிகுறியற்றிருந்ததில் அய்யாவுவுக்கு வருத்தம்தான்.

பரந்த வெளியை ஒட்டி யாழ்ப்பாணத்தையும் கண்டியையும் இணைத்துக் கொண்டு கிடந்தது நெடும்பாதை. அதன் வழியேதான் நல்லூரிலிருந்து அவர்களும் வந்திருந்தார்கள். வண்டி ஏதாவது அகப்படலாமென்று ஒரு விருப்ப எதிர்பார்ப்பு இருந்தது. அவர்கள் அந்த இடத்தைச் சேரும்வரை எந்த ஜல்... ஜல்ஞ் லும் ஒலிக்கவில்லை. அது அரச காரியங்களுக்கான போக்குவரத்து மார்க்கம். அங்கிருந்து கண்டிக்கு தபால் கொண்டு போவது வருவதெல்லாம் அந்த மார்க்கத்தில்தான். இது தவிர, தரைவை மார்க்கமொன்றும் இருந்தது. கடுங்கோடையில் நீர் வற்றி சேறு பொருக்கு விழும் காலத்தில் மட்டும் புழங்குவதற்குரியது அது. அது கோடை துவங்கின காலம்.

அவளை மடியிற் சரித்து, கண்மூடி மரத்தோடு சாய்ந்தான் அய்யாவு. புதிய உலகத்தின் வாசல் திறவா அது. இரண்டு மனங்களிலும் சொல்லொணா குதூகலங்கள்.

ஒரு போது அவள் எழும்பி அவனை உசுப்பினாள்.

‘என்ன.’

‘அங்க, என்ன அது.’

அவள் பனங்கூடலுள் விரலை நீட்டினாள்.

ஒரு ஒளிப்புள்ளி கண்டித் திசையில் இரைந்து நகர்ந்த படியிருந்தது. கூ.... வெனக்கூவி ஒலியும் எழுப்பியது. ஒளிப்புள்ளி மறைந்த பின்னும் சக்குப்புக்கு... சக்குப்புக்கு... என்ற தாள கதியிலான சப்தம் கேட்டுக் கொண்டேயிருந்தது.

அவன், ‘ஓ... அதுவோ, அதுதான் கோச்சி’ என்றான். ‘சாமான் கோச்சி. கொழும்புக்குப் போகுது.’

‘கொழும்புக்கோ. அது இஞ்சையெல்லோ இருக்கு’ என்று எதிர்த்திசையைக் காட்டினாள் திரேசு.

அவன் சிரித்தான். 'இல்லை. இஞ்சையிருக்கிறது கொழும்புத்துறை. கொழும்பு அங்கைதான் இருக்கு.'

அவளுக்கு எல்லாம் புதினங்களாய் இருந்தன.

இருந்தாற்போல் அவனுக்கு செபமாலை ஞாபகம் வந்தாள். தூக்கக் கிறக்கத்தில் கிடந்த கண்களில் அந்தப் பிரிதலில் இறுதிக் கணங்களில் அவன் கண்டது என்ன. அன்பின் வலிய கண்ணீரையே அல்லவா. அவள், அவன் எவ்வளவு வயதடைந்த போதிலும், பெற்றவள். அந்தப் பாசம் அடங்கியிருக்கலாம். விட்டுவிடாது.

அவன் தக்கவொரு இடம், குடிசை, தொழில் நிலைமைகள் அமைந்த பின் தூரத்தைக் கூடப் பார்க்காமல் ஒரு நாளைக்கு அவளிடம் ஓடுவான்.

1-4

மறுநாள் பொழுது விடிகிற அளவில் எழுந்து வெறுவாயோடு நடையைத் துவக்கினர் அய்யாவுவும் திரேசுவும்.

கடந்து செல்லும் வழி சிறுசிறு குடியிருப்புப் பகுதிகளாய் இருப்பதைக் கண்டான் அய்யாவு. அவை பெரும்பாலும் தாழ்ந்த சமூகத்தவர்களதாய் இருப்பதாகவும் தெரிந்தது. ஒரு பொதுக் கிணற்றில் அதில் தண்ணீரள்ளிக் கொண்டிருப்போரிடம் நீரேந்திக் குடித்துவிட்டு நடையைத் தொடர்ந்து கொண்டிருக்கையில் ஏதோ தனக்காய் எழுதப்பட்ட பூமி நெருங்கிக் கொண்டிருப்பதுபோன்ற பரபரப்பு அவனிடத்தில் ஏற்பட்டிருந்தது. ஒரு இடத்தில் பாதையிலே ஒரு தேங்காய் இருக்கக் கண்டு கல்லிலே குத்தி உரித்து இருவரும் இளநீர் குடித்தனர். பின் தேய்காயை உடைத்து தேங்காய்ப் பாதிகளைக் காந்தித் தின்றபடி உற்சாகமாய் நடந்தனர்.

நீர்ச் சுரப்புள்ள நிலங்களைக் கடந்து, வாய்க்கால்களைத் தாண்டி, சமதளங்களில் நடந்து, பறுகுப் பற்றைகளுள் பனை வடலிகளுள் புகுந்து வெளிவந்தபோது, ஒரு மூங்கிற் காடு எதிர்ப்பட்டது. அதனோடு ஒரு குளம். அருகே ஒரு மக்கிப் பாதை. அதன் குறுக்காய் ஒரு மணல் வழிந்த பாதை. அதில் வண்டிச் சில்லுகளின் தடங்கள். அதன் சந்திப்பில் ஒரு இலுப்பங்கன்று வா... வா... என்பதுபோல் வளைந்தாடிக் கொண்டிருந்தது. மக்கி கொட்டி கல் பரவிய தெருவில் அவன் ஏறிநின்று பார்த்தான். கிழக்குத் தொங்கலில் மண் சுவர் வைத்த குடிசைகள் தெரிந்தன. சுவர்களின் செம்மை மனிதர்கள் அழகாக வாழத் துவங்கியுள்ளதைக் காட்டியது. அது

ஒரு நிலைபேறடையும் குறிச்சி. அவன் சரியான பூமியையே வந்தடைந்திருக்கிறான்.

அவன் ஒழுங்கையில் இறங்கி நடந்தான் விரைவாய். 'இஞ்சேர்... இஞ்சேர்...' என்று திரேசு கூப்பிடுவதையும் கவனிக்காமல் ஓடினான். மேற்கில் திரும்ப, அங்கே ஒரு சிறுகுளம். சுற்றி வர வடலிகளும் இளம் பனைகளும். அவன் அசதியெல்லாம் மறந்து சிரித்தான். திரும்ப ஓடி இலுப்பம் கன்றுச் சந்திக்கு வந்து, திரேசுவை கையில் பிடித்து அழைத்துச் சென்று குளத்தடியைக் காட்டினான். அருகிலிருந்த வடலிக் கூடலுள் நுழைந்து, 'இதைப் பாத்தியா... இதுதான்... இதுதான் இனிமேல் எங்கடை வளவு' என்று கூத்தாடினான்.

அந்த வடலிக் கூடல் ஜில்லென்றிருந்தது. அதனுள் அமர்ந்து ஒருவர் கைகளை ஒருவர் பிடித்து, பிணைந்து, கட்டித் தழுவி, பசி மறந்து சந்தோஷங்கொண்டாடினர்.

அங்கே திரேசுவை இருக்கச் சொல்லிவிட்டு குடிசைகள் இருந்த தரைவைத் தொங்கலுக்கு நடந்தான்.

புகை கிளம்பும் கூரைகள், அழும் சிரிக்கும் கத்திக் கூச்சலிடும் குழந்தைகள், காகக் கரைவுகள், கடிபடும் நாய்கள்... மேலே நடந்து வெளியை அடைந்தான். வெளியின் கால் பங்கு வயலாகவிருந்தது. வரப்புகள் அடையாளம் சொல்லிக் கொண்டிருந்தன. ஒரு இடத்தில் மரக்கூடலொன்று தெரிந்தது. கோயில்போல் ஒரு கூரை வீடும் உள்ளே காணக் கிடந்தது.

அய்யாவு திரும்பினான். வழியில் யாரோ சீவல் தொழிலாளி ஒருவன் வருவது தெரிய நின்றான்.

சீவலாளியே கேட்டான்:, 'ஆரது. இஞ்சன கண்டமாதிரித் தெரியேல்லை.'

'அது.... நான்.... அய்யாவு. ஆனைக்கோட்டை சொந்த இடம்."

'அங்கை, எந்தப்பக்கம்.'

'துரும்ப பக்கம். நானும் மனுசியும் வந்திருக்கிறம். குடிமை செய்யிற யோசனை.'

'நல்லாய்ச் செய்யுங்கோ. நாங்களே கொஞ்சக் காலமாய்த் தேடிக் கொண்டிருக்கிறம். குருந்தடி, மதகடி, வாய்க்கால், முசிறி, பனையடி... நிறைய குறிச்சியள். தொழிலுக்கு வாசியான இடம்தான்.'

'இதுக்கு என்னவும் பேர்.'

'வட்டாரம். வட்டாரம் கிராமம்.'

'அங்க ஒரு சின்னக் குளமிருக்கு. அதுக்குப் பக்கத்தில ஒரு கொட்டில் போட்டுக் கொண்டு...'

'செய்யுங்கோ.'

'இடம்...'

'ஒண்டும் பிரச்சினை வராது. வந்தா பிறகு பாப்பம், என்ன.' அவன் விறுவிறுவென நடந்துபோய் மறைந்தான்.

திரும்பும் போது அய்யாவுவின் மனத்தில் ஒரு சின்னத் துக்கம். கள் எங்கே எடுக்கலாமென அவனிடம் கேட்டிருக்கலாம்.

பகுதி III

1900க்குப் பின்

அத்தியாயம் இரண்டு

0-1

அது ஒரு சனிக்கிழமையின் இரவாக இருந்தது. நிறைந்த அமாவாசையும். வாடைக்கு முன்னறிவுப்புச் செய்து கொண்டிருந்த கஞ்சல் புளுதிக் காற்று பகல்போலவே இரவிலும் சுழித்து எழுந்து கொண்டிருந்தாலும், பகலின் ஆக்ரோஷம் பெருமளவு தணிந்திருந்தது. வாய்க்கால் கிராமம் அமைதியாக உறங்கிக் கொண்டிருந்தது.

கிராமத்தின் அக் குறும்பகுதி ஏறக்குறைய முழுதுமாய் உயர்ஜாதியார் குடியிருக்கிற இடமாயிருந்தது. பெரும்பாலானவர்களுக்கு தோட்டம், கால்நடை வளர்ப்புகளே தொழிலாக இருந்தன. காணி பூமி உள்ளவர்களாய் இருந்தவகையில் நடுத்தர செல்வந்தர்களாக அனைவரும் இருந்தார்கள். ஆனாலும் எது காரணத்தாலோ ஒரு மந்தத் தனம் வாய்க்கால் மக்களை மூடியிருந்தது. அதற்குள் அவர்கள் தாமும் தம் பாடுமாயும், தம் சமய ஆசாரங்களோடும் அடங்கிக் கிடந்தார்கள். சூழ இருக்கும் சமூகங்களிடையேயெல்லாம் சனி இரவுகள் குடியும் வெறியும் பாட்டும் கூத்துப் பயில்வுகளும் மசுவாதுகளும் அடிபாடுகளுமாய் அல்லோல கல்லோலப்படுகிற வேளைகளில், தன் தூக்கத்தைச் சிறிது இழப்பதோடு பெரும்பாலும் வாய்க்கால் அசைவற்று இருந்துவிடும்.

அன்றைய சனி இரவிலும் அதுதான் நடந்தது.

பொழுது இருளுள் இறுகி நகர்ந்து நடுச்சாமத்தைக் கடந்தது.

திடீரென்று ஒரே சந்தடி... நாய்களின் த்வனி... கூச்சல்... குழப்பம்... கலவரத்தின் அடையாளங்கள் வாய்க்காலில்.

இந்தப் பக்கம் பனையடிவரை, மறுபுறமாய் முசிறி வரையும் குறிச்சிகள் துடித்து விழித்தன. மக்கள் முற்றங்களில் வந்து நின்று காற்றில் கூக்குரலின் திசைவழி கிரகித்து நின்றார்கள்.

வாய்க்கால் பக்கமிருந்துதான் கூச்சல் எழுந்துகொண்டிருந்தது.

தலைமாட்டில் கிடந்த துவரங் கொட்டனை எடுத்துக்கொண்டு விறுவிறுவென நடந்தான் சின்னட்டி சத்தப் புள்ளியை நோக்கி. பாதித் தூரத்துக்கு மேலே ஓட்டமும் நடையுமாய்ப் போன பிறகுதான் வீடு எதுவோ தீப்பிடித்து விட்டதென்பது சின்னட்டிக்குத் தெரியவந்தது. மேலும் கலவரத்தின் மய்ய இடத்தை நெருங்கத்தான் பொன்னம்பலம் சட்டம்பிரியாரின் வீட்டு வைக்கோற் போர் எரிந்துகொண்டிருப்பதைக் காண முடிந்தது.

காற்றுச் சுழிப்பில் வைக்கோலின் எரிந்த தீத்துகள்கள் அவிந்து சாம்பராய் வெளியெங்கும் பறந்து கொண்டிருந்தன.

வைக்கோற் சூடு தீப்பிடித்தால் பெருந்தீ விளைந்திடாது. வெம்மை கனன்று கனன்று உள்ளுள்ளாயே எரிந்து கொண்டிருக்கும். அதன் சாம்பலும் குவியலாய்த் தேங்கிவிடுவதில்லை. காற்றில் பறந்து கரைந்து விடும். அதை அணைக்க முயல்வது வீண். முடியாவிட்டாலும் பெரிய நஷ்டமில்லை. கதிர்ச்சூடு தீப்பிடித்தால் எரிந்து அடங்கிக் கனன்று கொண்டிருக்கும். பின்னர் அதன் சாம்பல் சிதிலங்களும் பறக்கவே செய்யும். வைக்கோற் சூட்டிலிருந்து எழுந்து பறக்கும் தீத்துகள், காய்ந்து கலகலத்துக் கிடக்கும் வீடுகளின் கூரைகளிலோ வேலிகளிலோ விழுந்து எரியவைத்து விடாமல் பார்த்துக் கொள்வதே அம்மாதிரிச் சமயங்களில் செய்யக் கூடிய காரியம். தமதை கிடுகு வேலிக் கலாச்சாரமாய் அடையாளப்படுத்திக் கொண்டிருந்த ஒரு சமூகத்தவரின் குறிச்சி அது. ஒரு வேலி தீப்பிடித்துப் பரந்தால் நூறு வேலிகள் எரிந்து சாம்பராகும். அங்கே மலேஷியா பென்சன்காரர் கதிரைவேற்பிள்ளையினதுதான் அடுக்கு ஓடு போட்டு மதில்சுவர் கட்டியது. மற்றவையெல்லாம் ஓலைக் கூரைகளும் கீற்று வேலிகளும். வேலிகளும் அந்தஸ்து காட்டும். கீற்று வேலி, அலம்பல் வேலி, பனை மட்டை வேலி, பனையோலை வேலி என்ற இறங்கு நிலையில் அவை.

தீத்துகள் பரவிப் பறக்காமல் புழுதி வாரி எறிந்து ஒருவாறு தீ அடங்கப் பண்ணியானது. தண்ணீர் விசிறி அக்கம் பக்கத்து, குறிப்பாக காற்றுத் திசையிலிருந்த, கூரைகளும் நனைத்து முடிந்தது. சில சில சிரிப்புகள் எழுகிற அளவுக்கு சூழ்நிலை இளகி

வந்திருந்தது. மெல்ல மெல்ல திரண்ட சனங்கள் கலைந்து வீடு செல்லத் துவங்கினர். சின்னட்டி இன்னும் பொன்னம்பலத்தின் அக்கம் பக்கத்துச் சிலரோடு நிற்கிறான். எல்லோரும் வீடு எரியாது தப்பிய புண்ணியத்தைப் பேசியபடி. தீ இந்த நேரத்திலை எப்படிப் புடிக்கும் வைக்கல்ச் சூட்டில்லை, என்ற பெருங் கேள்வியோடு நின்று கொண்டிருந்தான் சின்னட்டி.

'என்ன சின்னட்டி, அதுதான் எல்லாம் ஒரு மாதிரி முடிஞ்சுதே. போய்ப் படு... போ' என்று சட்டம்பியார் பொன்னம்பலம் சொன்ன பிறகுதான் அவன் மெல்ல வீடு திரும்பியது.

விடிவிடியென விடிகிற அளவில் அடுத்த பதற்றத்தைக் கொண்டுவிட்டது வாய்க்கால் பகுதி. பொன்னம்பலத்தின் வீட்டுக்கு இரண்டாவதான வல்லிபுரம் வீட்டில் நகைப்பெட்டி களவு போன விஷயம் விடியலின் கனதியோடு சேர்ந்து நானாதிசைகளுக்கும் பரவியது. அதன் பின்னால் வந்தது, முருகமூர்த்தியின் வீட்டிலும் பணம் திருட்டுப் போனதாய்.

வட்டாரம் கிராமம் திகைத்துப் போனது. அப்போது சின்னட்டியின் கேள்விக்குப் பதில் கிடைத்தது. ஒரு வீட்டு வைக்கோற் போருக்குத் தீவைத்துவிட்டு இரண்டு வீடுகளில் திருடு நடத்தப்பட்டிருக்கிறது. அந்த மாயக் கள்ளன் யாராய் இருக்கக் கூடுமென்று சின்னட்டியிடத்தில் ஓர் அனுமானம் எழுந்தது. ஆனால் அவனாக யாரிடமும் சொல்ல விரும்பவில்லை.

நன்கு விடிந்ததும் தெரிந்தவர்களும் அயலும் கூடியது. அயற் கிராமச் சனம் வந்து விசாரித்து விலகிப் போய்க்கொண்டிருந்தது. வாய்க்கால் பகுதி ஒழுங்கையில் ஒரே சனப் போக்குவரத்து.

ராமலிங்கம் வந்த பின்னர் விஷயம் சூடுபிடிக்க ஆரம்பித்தது. கோழிக் களவுகள், ஆடுமாட்டுத் திருட்டுகள் நடந்தபோதெல்லாம் அடக்கி அடக்கி வைத்த தீமை, எப்படி வெளிப்பாடடைந்திருக்கிறதென்று எல்லோரையும் காய்ந்து கொண்டார் அவர். பிறகு எதையோ நினைத்துக்கொண்டு வீட்டைச்சுற்றி, கிணற்றடிப் பக்கமெல்லாம் ஓடியோடி எதையோ தேடினார். அப்போது வல்லிபுரத்தின் மனைவி வந்து, 'உங்களை உள்ளை கூப்பிடுறார்' என்றாள். ராமலிங்கம் போக, 'என்ன தேடுறியள்' என்று கேட்டார் வல்லிபுரம். 'நகையள் எதாவது விழுந்திருக்குமெண்டோ...'

'இல்லையில்லை... காலடித்தடம் எதாவது...'

'இருக்கு. மூண்டு இடத்தில.'

'அய்யய்யோ... ஆரும் மிதிச்சுக் கிதிச்சு...'

‘ஒண்டும் நடக்காது. காலங்காத்தால மனோண்மணி எல்லாத் தையும் தேடிப்புடிச்சு சருவச் சட்டியால மூடி வைச்சிருக்கிறா.’

‘நல்ல வேலை செய்தியள். காலடி பாக்க சரியான ஆள் வேலன் பொண்டில்தான்...’

‘ஆள் விட்டிருக்கு கையோட கூட்டிக்கொண்டு வரச்சொல்லி.’

சில வருஷங்களாக ஒரு பஞ்சம் அந்தப் பெருந்தீவு முழுக்க விழுந்திருந்ததுதான். வடபுலத்தில் கஞ்சித் தொட்டியே வைத்திருந்தார்கள். பஞ்சகாலம் ஓர் முடிவுநோக்கி நகர்ந்து அந்தப் போக வேளாண்மையும் நன்றாக வந்திருக்கிற தருணத்தில் அப்பிடியாயிற்றே என்பதுதான் எல்லாரது விசனமாகவும் இருந்தது.

கல்யாணத்துக்கென்று பெண்ணுக்குச் செய்த நகைகள் களவு போனது வல்லிபுரத்தை உடையச் செய்து விட்டது. ஆட்களில்லாவிட்டால் கழுத்தில் கயிறு போட்டுவிடுவார்போல் பிடிமானமிழந்து தவித்துப் போயிருந்தார்.

முருகமூர்த்தி வீட்டிலும் அதேயளவு கவனங்களை மேற்கொண் டார் ராமலிங்கம். ஆனாலும் பெரிய தொகை யொன்றும் அங்கே களவு போயிருக்கவில்லை. முந்திய சந்தையில் தேங்காய் விற்று வந்த பணம் மட்டுமே திருட்டுப் போயிருந்தது.

வேலன் பெண்சாதி வந்தாள்.

கூட்டிக் கொண்டு போய் தடங்களைக் காட்டினார்கள். முதலாவது காலடியைப் பார்த்தவுடனேயே வேலன் பெண்சாதி சொல்லிவிட்டாள், ‘இது எங்கட நன்னியின்ர பாதமெல்லோ’ என்று. பாத்திக்குள் இருந்த இரண்டாவது காலடியை அவளால் அடையாளம் காண முடியவில்லை. மூன்றாவது தடத்தை மனோன்மணியினதேயென்று நிராகரித்தாள்.

அவள் சொன்னதில் யாரும் அய்யம் கொள்ளவில்லை.

சின்னட்டிமூலம்தான் திடகாத்திரமான நாலைந்து பேரைத் திரட்டினார் ராமலிங்கம். ஆக்கள் நல்ல எறிகாரர். பொல்லை வீசியே ஓடுகிற முயலை விழுத்தக் கூடியவர்கள். வாய்க்கால் பக்கத்திலிருந்தும் நாலைந்து பேர் சேர்ந்தனர். ராமலிங்கம், வல்லிபுரம் உட்பட பதினைந்து பேரளவான கூட்டமொன்று நன்னியைத் தேடிப் புறப்பட்டது. முருகமூர்த்தியும் கூடிச் சென்றார். களவெடுத்த நகைகள் பிடிபட்டால் அதற்குள் அவரது துணியில் சுற்றி வைத்த பணமும் இருக்கலாம்.

நன்னி வந்து போகிற வீடுகளில் அவர்கள் சோதனை போட்டார்கள். பலபேரை நன்னியின் ஊசாட்டம்பற்றி விசாரித்தார்கள். ஆலடி வைரவர் கோவில் திட்டிலே பகலில் படுத்திருப்பானென்று அறிந்து போய்ப் பார்த்தார்கள். நன்னி எங்கும் இல்லை.

இறுதியாக புத்தூரிலே ஒரு வீட்டுக்கு நன்னி வந்து போகிறவனென்று அங்கே போனார்கள். நாற்பது வயதளவான ஒரு மனுசிதான் என்னவென்று வந்து கேட்டாள். அவளது கழுத்தில் ஒருமெல்லிய பவுண் சங்கிலி கிடந்து மினுமினுத்தது. அதில் கொழுவியிருந்த பதக்கத்தைக் கண்டுவிட்டு தன் வீட்டு நகையென்று ராமலிங்கத்தின் காதோடு சொன்னார் வல்லிபுரம். மறுகணம் குடிசையை பாதி பிரித்து விட்டார்கள் தேடுதலில். அவள் கத்தினாள். ராமலிங்கம் அவளிடம் நகையைக் கழற்றச் சொன்னார். கழற்றிக் கொடுத்தாள். யார் தந்தது என்பதற்கு புத்திசாலியான அந்தப் பெண் நன்னி என்றாள்.

'நன்னி இப்ப எங்க.'

'ஏனும்.'

'சொல்லு.'

'தெரியாதும்.'

'மிச்ச நகையெல்லாம் எங்க.'

'எனக்குத் தெரியாதும்.'

ராமலிங்கம் பக்கத்தில் நின்ற ஆளிடம் பத்து நல்ல கொய்யாக் கம்புகள் முறித்துவரச் சொன்னார்.

அவள் அப்போதுதான் அருண்டாள்.

மூன்று நான்கு கொய்யாக் கம்புகளை அப்படியே ஒரு பிடியில் எடுத்தார் ராமலிங்கம். யாரும், அவளும்தான், எதிர்பார்க்கு முன்னமே அவள் அய்யோ என்று குழறக் குழற மேலெல்லாம் குறி எழுதி விட்டார்.

'அய்யோ... காட்டுறன்... தாட்ட இடம் காட்டுறன்...'

ராமலிங்கம் அடிப்பதை நிறுத்தினார்.

கூந்தல் கலைந்து, குறுக்குக் கட்டு அவிழ்ந்து அலங்கோலமாய்க் கிடந்தவள் எழுந்து மெல்ல நடந்து போய் நகைகள் தாழ்த்து வைத்த இடத்தைக் காட்டினாள்.

நகைப் பெட்டி கண்டெடுக்கப்பட்டது. முருகமூர்த்தியின் பணமும் அதில் இருந்தது. ஆனால் பாதிப்பணம் குறைவாக.

போகிறபோது நன்னிபற்றி விதானை வீட்டிலே முறைப்பாடு கொடுத்துவிட்டுப் போனார்கள்.

நன்னியைப் பிடிப்பதற்கான வலை விரிவுபெற்றது.

ஒரு வாரத்தின் பின், எல்லாம் நடந்தது அறிந்த நன்னி, ஆச்சிப்பிள்ளை வீடு வந்தான். அவனைக் கண்டதும் அவள் கண்ணெல்லாம் குளமாய்ப் போனது. சடாரென்று குறுக்குக் கட்டை அவிழ்த்துவிட்டு, 'கண்டியோ இதுகளை' என்று காட்டினாள். அவளது மார்பிலும் முதுகிலும் தாறுமாறான கரும்வரிகள்.

நன்னி அங்கேயே பேசாமல் குந்தினான்.

'இனிமேயெண்டான்ன படுக்க வாறதெண்டா உழைச்சுக் கொண்டா' என்று கத்தினாள் அவள். பிறகு, 'ஏய் கிழடு... உன்னைக் கெதியில பொலிசு பிடிச்சுக்கொண்டு போயிடும்' என்றாள்.

நன்னி மௌனத்தில் இருந்தான்.

அது அவன் சுபாவம்

சிலவேளை கவசம்.

அவளுக்கு, பின்னாலே அவனில் இரக்கம் வந்தது. கிட்ட வந்து பக்கத்தில் குந்திச் சொன்னாள்: 'கிழண்டிப் போனாலும் தண்டுதரமாய்த்தான இருக்கிறாய். கிராஞ்சிப் பக்கத்தில பாத்து எதாவது வேலை செய்யன்.'

'என்ன வேலை செய்யிறது.'

'தெரிஞ்ச ஏதாவது வேலையை.'

'எனக்கு ஒரு வேலையும் தெரியாது.'

'அப்ப, கூலிக்குப் போ.'

'பழக்கமில்லை.'

'பழக்கமில்லையோ. ஆ... வேசைமோனே... பிறந்த நாளிலை யிருந்து நீ ஒரு வேலைகூடச் செய்யேல்லையோ.'

'இல்லை.'

வன்னி ராஜ்யங்கள் அழிந்துபட்ட பின் கொள்ளை கொலை வழிப்பறி ஏமாற்றுக்கள் என்று ஓர் இருண்ட காலத்துள் மக்கள் வீழ்ந்தனர். இவை எல்லாவற்றினுள்ளும் மிக்க அடையாளமாகக் கொள்ளப்பட்டன அதன் ஏமாற்றும்,

எப்படியும் வாழ்ந்துவிடலாமென்று அது பெருக்கிய அதன் வழிச் சாமர்த்தியமும். வன்னியான் விழுந்த பாட்டுக்குக் குறிவைப்பான் என்று சொல்லப்பட ஆரம்பித்த காலம் அதுதான்.

நன்னி அந்தக் காலத்துள்ளிருந்து முகிழ்த்தவன்.

களவு அவனது தொழில்.

பகுதி IV

1950க்குப் பின்

அத்தியாயம் மூன்று

0-1

அது ஒரு பங்குனி மாதமாயிருந்தது. மரக் கூடல்களைத் துளைத்து சூரியன் நேரடியாய்த் தாக்க முடியாதது அந்த இடம். இருந்தும் பங்குனி ஆளைச் சுருட்டி எடுத்துவிடும். அன்றைய இரவிலும் அதன் வியாபகத்தில் பெரும் கடூரம் இருந்து கொண்டிருந்தது. ஒரு இலை கொடிகூட அசைய மறுத்துக் கிடந்ததில் இருந்தது எங்கும் ஒரே புழுக்கம்.

சீதேவிக்கு ஒரு அசுர உலுப்பலில்போல் நித்திரை கலைந்து விட்டிருந்தது. பக்கத்திலிருந்தது கிழவியின் மகள் தங்கம்மாவின் வீடு. அங்கேதான் இரவு நெடுநேரம்வரை முற்றத்து மணலில் இருந்து பேசிவிட்டு வந்திருந்தாள். மகன் மருமகள் பேரப்பிள்ளைகளென்று அவள் வீட்டிலேயே ஆட்கள் இருந்தார்கள். இருந்தாலும் சாப்பாடு படுக்கை தவிர பெரும்பொழுதும் அவள் கழிப்பது மகள் வீட்டிலேதான். சீதேவிக்கு புருஷன் சின்ன வயதிலேயே இறந்துபோனதில் குழந்தைகள் ஆண் ஒன்று, பெண் ஒன்றாக இரண்டு மட்டும். அது அவளுக்கு சின்னவயதிலேயே பெரிய வருத்தம். வீடு நிறைய, மடி நிறைய குழந்தைகள் பெற வேண்டுமென்ற பெரு ஆதங்கத்தில் அவள் இருந்தவள். பின்னால் அந்த ஆசையை நினைத்து தறித்த பனங்குற்றிபோல் ஸ்தம்பித்து நின்றிருக்கிறாள். பத்துப் பிள்ளைகள் பெற்ற அளவில் அந்த மனுஷன் செத்திருந்தால் அவள் கதி என்னவாகியிருக்கும். அதற்கும் அவளிடம் பதிலிருந்தது. முதற்பிள்ளை ஆணானபடியால் பத்துப் பிள்ளைகள் பெறுகிற அளவில் அவனுக்குப் பத்து வயது தாண்டியிருக்கும். பாலன் பஞ்சம் பத்து வருஷம்தானே.

அதை நினைத்த போதெல்லாம் சீதேவிக்கு விழுந்து விழுந்து சிரிப்பு வரும். சீதேவியாச்சி என்ன பத்துப்பிள்ளை பெறவிருந்த ஆசையை நினைத்துவிட்டாவென்று அக்கணமே அக்கம்பக்கத்துக்குத் தெரிந்துவிடும்.

மகளின் வாழ்வு நல்ல மாதிரி அமையவில்லையோ என்று அக்காலங்களில் அவளுக்கு அடிக்கடி நினைப்புத் தோன்றிக் கொண்டிருந்தது. அந்தப் புள்ளிக்கு அவள் வந்துவிட்டால், தொடர்ந்து மகனின் வாழ்வும் பெரிய சிறப்பில்லையென்று மனச்சள்ளை அடைந்து விடுவாள்.

மகன் மருமகன் இரண்டு பேருக்குமே ‘பொட்டளி’ வியாபாராம். வீட்டிலிருந்து சேர்ந்துதான் புறப்படுவார்கள். திரும்புவதும் சற்று முன்பின்னாகத்தான் எந்நாளும் இருந்திருந்தது. அன்று பின்னேரம் தனியாகவே வீடு திரும்பியிருந்தார் மருமகன் பசுபதி. பொழுதுபடுகிற நேரத்தில் சைக்கிளை எடுத்துக்கொண்டு மறுபடி வெளியே போனதையும் வீட்டிலிருந்தபடியே கிழவி கண்டிருந்தாள். அவர் நீண்டநேரமாகியும் திரும்பாததில் அன்றைக்கு என்ன நிலையில் திரும்புவாரென்று அனுபவத்தில் அவளுக்குத் தெரிந்திருந்தது.

மகள் வீட்டுப் படலை முன்னால் பசுபதி சைக்கிளோடு விழுந்த சத்தம்தான் தன்னை நித்திரையிலிருந்து உசுப்பிவிட்டதென்பதை அனுமானிக்க சீதேவிக்கு வெகுநேரமாகவில்லை. கடவுளே, என்ன நடக்கப்போகுதோ? என்ற நினைப்போடேயே பதட்டமாய் எழுந்து குறுக்கு வேலிக் கடவைக்கு வந்தாள்.

பசுபதியின் மனைவி தங்கம்மாவும் அந்த நிலைமையை எதிர்பார்த்திருப்பாள்போல. திண்ணையில் சரிந்திருந்தவள் லாந்தரைத் தூண்டி எடுத்துக்கொண்டு படலைக்கு ஓடி வந்தாள். அதற்குள் பசுபதி எழுந்துகொண்டு சைக்கிளையும் நிறுத்திவிட்டிருந்தார். பிறகு தங்கம்மா படலையைத் திறந்து பிடிக்க சைக்கிளை உருட்டி வந்து உள்ளே நிறுத்தினார். சோறு போட்டு வரவோ? என்று அவள் கேட்டதும், பறவேசை... யென்று துவங்கி, அவளது குடும்பத்தினர் உறவினரெல்லாரையும் இழுத்திழுத்து திட்டிக்கொண்டிருந்தார். தர்மலிங்கத்தை அவர் திட்டிய வார்த்தைகள் மிகவும் ஆபாசமானவையாக இருந்தன. அப்போதுதான் பிரச்சினையின் உள்காரணமும் வெளியே வந்தது. அன்றைய வியாபாரத்தில் பசுபதியின் வாடிக்கையாளர் குடும்பங்கள் ஒன்றிரண்டு கைமாறிப் போயிருக்கின்றன. அதற்கு தர்மலிங்கத்தின் சூழ்ச்சியே காரணமென்பது பசுபதியின் எண்ணமாகவிருந்தது. மாலையில் வியாபாரத்திலிருந்து தர்மலிங்கமும் வெறியோடேயே வந்திருந்தார். இருந்தும்

அவரிடம் நிதானமிருந்தது. அதனால்தான் சுபாவத்துக்கு விரோதமாய் பசுபதியின் அந்தப் பேச்சுக்களையெல்லாம் கேட்டபடி தன் வீட்டில் வாய்திறக்காமல் படுத்திருந்தார். பசுபதியும் சிறிதுநேரத்தில் அடங்கினார்.

சீதேவி கடவையில் நின்று திரும்பிப் போனாள்.

எங்கோ சங்கூதிக் கேட்டது, கூ...கூய்... என்று சந்நதத்தின் உக்கிர தொனிகளும் எழுந்தன. அந்த நேரத்தில் சிறிதுநேரமாய் ஒழுங்கை முகரியில் ஒருநாய் ஊளையிட்டுக் கொண்டிருந்தது.

பசுபதி சாப்பிடவில்லை. அதனால் தங்கம்மாவும். பிள்ளைகள் தூக்கம் கலைந்து முறுகி, மறுபடி தூங்கத் துவங்கின. வெகுநேரத்தின் பின் பசுபதி உள்ளே சென்று தானே பாயை இழுத்துப் போட்டுக்கொண்டு படுத்தார். தங்கம்மாவும் பிள்ளைகளோடு சென்று படுத்துக்கொண்டாள்.

எல்லாம் பூரண அமைதியாகி விட்டிருந்த நிலையில் திடீரென சடார்... என்ற சத்தம் எழுந்தது. அவர் தங்கம்மாவைநோக்கி வீசிய வீச்சில் அவள் அலறிக்கொண்டு விலகிவிட நடுக்கப்பில் பட்ட யார்க்கோல் தெறித்துப் பறந்தது. மேலும் ஆத்திரம்கொண்ட பசுபதி தங்கம்மா இழுத்து வெறுங்கையினால் சளார்ஞ் சளாரென விளாசினார். தங்கம்மா அலறினாள். குழந்தைகள் திடுக்கிட்டு விழித்து தந்தை தாயாரை அடிப்பது கண்டு ஓடிப்போய் அவளைக் கட்டிக் கொண்டு கதறின.

இரவின் நிசப்தம் தெறித்து சீதேவி வீட்டில் சத்தம் எழுந்தது. ‘அய்யோ, என்ர பிள்ளையை குடிகாறன் அடிச்சுக் கொல்லுறான் போலை’யென்று குழறியபடி சீதேவி கடவைக்கு ஓடிவந்தாள்.

‘ஆரும் உள்ள வரட்டும்... இண்டைக்கு இருக்குது சமா’ என்றபடி வெளியே வந்த பசுபதி தலையைக் குத்திக்கொண்டு திண்ணையில் அமர்ந்தார். பின்னர் அப்படியே வெறுநிலத்தில் சரிந்தார்.

நேரமாக ஆக குழந்தைகளின் அழுகை நின்றது. ஆனால் தங்கம்மாவுக்கு? தான் எங்கேயாவது பாண் கிணற்றில் விழுந்து செத்துவிடப் போவதாகச் சொல்லி அழுது கொண்டிருந்தாள். திண்ணையில் கிடந்தவர், போஞ்போய் செத்துத்துலை என்று கொண்டிருந்தார்.

தேவராசனுக்கு மறுபடி தூக்கம் பிடிக்கவில்லை. தாயாரைப் பார்த்தபடியே குந்தோடு சாய்ந்திருந்தான். தாய் அழுவதை அவனால் பொறுக்க முடியாதிருந்தது. அப்படி அவள் அழுததை என்றும் அவன் பார்த்தவனில்லை. அவர்களுக்குள் சண்டைகள் நடந்திருக்கின்றன. ஆனால் தந்தை அந்த மாதிரி அடித்ததையோ,

தாய் அப்படி துடித்துக் கதறியதையோ அவன் அறியான். தான் எங்கேயாவது பாழுங் கிணற்றில் விழுந்து செத்துவிடப் போவதாகத் தாய் சொன்னதை எண்ண கண்ணைச் சுழற்றி வந்த தூக்கம் சட்சட்டென அவனுக்கு முறிந்து கொண்டிருந்தது.

சாமக் கோழி கூவியது. தங்கம்மா எழுந்தாள்.

ஒரு சங்கற்பத்தின் முகவிறுக்கம் அவளில் காணக் கிடந்தது. மெதுவாய் எழுந்தாள். குந்தோடு சாய்ந்திருந்த தேவராசனைக் கண்டு குழப்பத்தோடு சிறிதுநேரம் பார்த்துக்கொண்டு நின்றாள். அந்தளவில் மீள அந்த உறுதிப்பாடு தோன்றிவிட்டிருந்ததுபோல. திரும்பி மகள் பவளத்தின் பக்கமாய்ப் போனாள். சிரைந்திருந்த பாவாடையைக் குனிந்து இழுத்துவிட்டாள். பின் தேவராசனின் கையைப் பிடித்துக்கொண்டு வெளியே வந்தாள். திண்ணையில் அலங்கோலமாய்க் கிடந்திருந்தார் பசுபதி. அவரின் அசைவுகளை விழிப்பின் நிலையறிய நின்று கவனித்தாள். கீர்... கீர்... என்ற இரைச்சலோடு வெளிப்பட்ட சுவாசச் சீர் அவரின் தூக்க ஆழ்ச்சியைக் காட்ட, அரவமற்று முற்றத்தில் இறங்கினாள். அன்று வெள்ளி மட்டுமில்லை, நிறைந்த அமாவாசையும். கருந்திரை போர்த்தி வானம் பூமி யாவும். அந்தக் கரிய இருட்டுக்குள் நடு முற்றத்தில் நின்று தாய் அல்லது தமையன் அந்த அமைதியைச் சந்தேகித்து வேவு பார்ப்பதற்காய் இன்னும் கடவையில் நின்றிருக்கக்கூடுமோ என்பதை அறியப்போல் அத்திசையின் இருள் துளைத்தாள். காற்றும் சப்திக்க, சலனிக்க மறந்த கொடூர இரவு அது. சந்தேகமெழாது போக மெல்ல நடந்து போய் படலை நிலத்தில் அரையாவண்ணம் நெம்பித்திறந்தாள். ஒழுங்கையில் நடந்து புன்னைமரக் காணியுள் நுழைந்தாள்.

புன்னை மர வளவு சுமார் முப்பது பரப்புக்கு கூடல் போட்டுக் கிடந்தது. கீழே சருகுகள் சுள்ளிகள் மிதிபட்டாலும் மணலுள் அழுந்தி நொருங்குகை தவிர்ந்தன. வளவின் ஆகக் கூடிய தொங்கலுக்கு வந்தவள் தேவராசனைக் கைப்பிடியில் கொண்டிருந்தபடியே ஒரு வலிப்பில்போல் சில கணங்கள் ஒரு பெரிய வேம்பின் முன் நின்று உலுங்கினாள். பின் அவனை அணைத்தபடியே அருகேயிருந்த தாழ்ந்த புன்னைமரக் கிளை களுக்கு குனிந்துபோய் அடிமரத்தோடு அமர்ந்து கொண்டாள். பாழடைந்த கிணற்றில் விழுந்து சாகத்தான் போகிறாளோ என்று பதைத்துக் கொண்டிருந்தவனுக்கு அப்போதுதான் நிம்மதியாயிற்று. தாயின் மடியில் சரிந்து மெல்ல கண் அயர்ந்தான்.

வழிந்த மணற்படுக்கை இயல்பின்மையைக் காட்ட ஓர் அசௌகரியத்தில் படுத்திருந்தவன், மனிதக் குசுகுசுப்பு ஒரு மர்ம விசையாய் எழுப்ப கண் விழித்தான். வெளியே சூரிய வெளிச்சம்

குத்தென அடித்துக் கொண்டிருந்தது தெரிந்தது. கவிந்த கூடலின் கிளைகளை ஒதுக்கிப் பார்த்தபடி தந்தை பெத்தாச்சி மாமி இன்னும் கற்பி கஸ்தூரி என்றும் வேறு சிலரும். அவன் தாயின் மடியிலிருந்து எழுந்தான். தாய் ஏற்கனவே விழித்துவிட்டாள் போலிருந்தது. ஆனால் இன்னும் உறங்குவதுபோல கழுத்தைச் சாய்த்துக்கொண்டே இருந்தாள். ஏன். அவனுக்குள் அச்சம் விளையலாயிற்று. அவர்கள் குனிந்து உள்ளேவர அவன் எழும்பி விலகி நின்றான். தங்கம்மா என்றலறியபடி பாய்ந்து வந்த சீதேவி, அவளது தலையை உசுப்பி, கன்னத்தில் தட்டி பிரக்ஞைக்குக் கொண்டுவரப் பிரயத்தனப்பட்டு, முடியாதுபோக மேலும் அவலமெழுப்பி அலறினாள். பின்னால் நின்றிருந்த தர்மலிங்கம் அவளைப் பார்த்து விட்டு, 'எதுக்கும் முதல்ல தூக்கிக்கொண்டு வீட்டை போவம்' என்று அவளை அப்படியே குண்டுக் கட்டாய்த் தூக்கிக்கொண்டு வீட்டுக்கு நடந்தார்.

திண்ணையில் பாய்போட்டுப் படுக்க வைத்து முகத்தில் தண்ணீர் தெளித்தனர். சுளகை எடுத்து வந்து விசிறி களைப்புத் தெளிவிக்க முயன்றனர். தங்கம்மாவிடம் பிரக்ஞையடைதலின் சிறுகீறுகூடத் தோன்றவில்லை. கை வைத்தியம் எல்லாம் செய்து முடிந்தது. ஒரு மாற்றமுமில்லை.

மறுநாள் ஆயிற்று. ஊர்வைத்தியம் பார்த்தார்கள். மறுநாளும் ஆயிற்று. ஒரு கிழமை உருண்டோடியது. பசுபதி வியாபாரத்துக்குப் போகவில்லை. பிள்ளைகள் பள்ளிக்கூடம் செல்லவில்லை.

தங்கம்மாவுக்கு என்ன நோயென்று யாருக்குமே தெரிய வில்லை. ஊரிலுள்ள துரும்புப் பரியாருக்கும்தான். பிறப்புறுப்பு நோய்கள், சூதகக் கோளாறுகள், கருக்கலைப்பு, கர்ப்பாயசப் பிரச்சனைகளுக்குள்ள வைத்திய முறைகளில் அவர்களுக்கு வலு கெட்டித்தனம் இருந்தது. குலமுறையாய்ப் பேணப்பட்டு வந்த பரிகார முறைகளின் உச்சம் அண்ணாவிப் பரியாரி. மூலிகை மருந்துகளில் அவர் அற்புத பலன்களை விளைவித்துக் காட்டினார். அப்படியானவருக்கே நோய் பிடிபடாமல்போனது. எல்லோரையும் படுத்தியது அச்சம்.

0-2

வழக்கமாக தொம்மை பெண்சாதிதான் ஊத்தைத் துணியெடுக்க வருவாள். தொம்மை எப்போதாவது வரும். தொம்மையை ஒற்றை மாட்டுவண்டியில் வைத்து ஒரு சித்திரமாகத்தான் அந்த ஊர்

அறியும். அழுக்கு மூட்டைகளை ஏற்றிக்கொண்டு வந்தபடியோ, வெளுத்த துணிகளைக் கொடுக்கப் போனபடியோதான் தொம்மையைக் காணலாம்.

தொம்மைக்கு ஒலிவடிவத்துக்கேற்ப சளிச்ச உருவம். உச்சியிலிருந்து மெல்ல அடித்து அடித்து யாரோ நோகாமல் அகலவைத்ததுபோல இருக்கும். கட்டையாயும் குண்டாயும் ஆன வடிவம். எலும்பின் வடிவத்தை விட்டுக் கழன்று தோலோடு ஒட்டியபடி தசை பாரத்துடன் தொங்கும். தொம்மைக்கு ஒரு காலில் லேசான முடம் வேறு. தாண்டித் தாண்டி நடக்கையில் தசை போடும் சதிர் குழந்தைகளுக்கு அதிசயம். பெரியவர்களும் வியப்பதுண்டு இரக்கத்தோடு. அந்த வியப்பைக் கிளர்த்தும் சரீரத்தில் அச்சப்படுத்தும் அம்சமும் இருந்தது. தொம்மைக்கு மேலெல்லாம் ஆட்டுக்கல் பொழிவில் நிறைய கனதியான பள்ளங்கள். துரும்பன்துறையைச் சேர்ந்த பகுதியில் சுமார் பத்து வருஷங்களுக்கு முன்னால் அம்மை போட்டு பெரும் அவலம் நிகழ்ந்தது. அப்போது அந்நோயில் அதிகம் பாதிக்கப்பட்டது தொம்மைதான். தொம்மை செத்துவிட்டதென்று அடக்கம் பண்ண சவக்காலைவரை எடுத்துப் போய்விட்டார்களாம். யாரோ விரலசைவு கண்டதால்தான் தொம்மை புதைபடாமல் தவறியது. பின் யாரோ கவனமெடுத்துப் பார்த்துப் பிழைத்தது.

அய்ம்பத்து நான்காம் ஆண்டில் அடித்த பெரும் புயலில் யாழ்ப்பாணத்தில் அதிகம் பாதிக்கப்பட்ட பகுதி தென்மராட்சிதான். நெடுமரங்களில் பாதியை முறித்தும், வேரோடு சாய்த்தும் விட்டிருந்தது புயல். எங்கும் வெள்ளக்காடு. அது வடிந்து வரும் வேளையில் சட்டென அங்கே வெடித்துக் கிளம்பியது அம்மை. அந்தப் பகுதிக்குச் செல்வதும், அங்கிருந்து செல்வதும் முற்றாகத் தடுக்கப்பட்டு காவல் போடப்பட்டது. அம்மைத் தடுப்புக்கான பால் கட்டிய பிறகுதான் தடை அகற்றப்பட்டது. ஒரு சமூகம் எதிர்கொள்ளக் கூடிய அதிபயங்கரமான தொற்று நோயிலிருந்து தாம் மீண்டது தேவமாதாவின் கிருபையினால்தானென்று அப்போது உணர்ந்தார்கள் அவர்கள். உடனடியாக அவர்கள் செய்த பணி, வெறும் தடிகளாலும் மண்ணாலும் கிடுகாலும் அமைந்திருந்த தேவாலயத்தை, கற்களால் கட்டி ஓடும் அடுக்கி முக்கால்வாசி வேலைகளை முடித்ததுதான். தேவாலயம் மண்ணால் கட்டப்பட்டிருந்த காலத்திலே ஒரு வெள்ளைக்காரச் சுவாமி அங்கு வந்து போயிருக்கிறாராம். ஒரு நாள் பூஜைகூட வைத்தாராம். தொம்மை சொன்னதுதான். அந்தச் சமூகத்தில் அப்போது உயிரோடுள்ள ஆகக் கூடிய வயதாளி தொம்மைதான். தொம்மைக்கு தொண்ணூறு வயதுக்கு மேலே. இன்னும் அதிகம் என்பாள் தொம்மை பெண்சாதி. அந்த ஆயுள் விருத்தி

ஆரோக்கியமெல்லாம் சத்துணவுகள் சாப்பிட்டதால் இல்லை, கண்டதுகளையும் சாப்பிட்டதாலேயேயென்று தொம்மையே அப்பப்ப சொல்லும். தொம்மையைவிட அதிக வயதான இன்னொரு ஜீவன், வட்டாரம் கிராமத்தில் உண்டு. அவள் தான் கொசுகாத்தை.

தொம்மை வந்ததும் திண்ணைக்கு முன்னால் நிலத்தில் அமர்ந்தார் சப்பாணி கட்டி. எதிரே சுவரோரம் தங்கம்மா. சாய்ந்து அமரவைத்து கஞ்சி பருக்கிக் கொண்டிருந்தாள் சீதேவி.

தொம்மை சிறிதுநேரம் பார்த்துக் கொண்டிருந்துவிட்டு 'ம்ப்ச்' கொட்டினார் இரக்கத்தைக் காட்டி. சிறிது நேரம் கழிய பக்கத்தில் குற்றியொன்றில் குந்தியிருந்த பசுபதியை நோக்கித் திரும்பினார். 'மருந்தெல்லாம் என்ன மாதிரியும்.'

'உங்கட அப்பையாதான்.;

'அப்பையனோ. அவன் மடச்சாம்பிறாணி. ஏன், அண்ணாவியைக் கூட்டிவந்து காட்டியிருக்கலாமே.'

'அண்ணாவிதான் வந்து இவ்வளவு நாளும் வைத்தியம் பாத்தது. பிறகு தன்னால ஏலாதெண்டு சொல்லி விட்டிட்டுது.'

அண்ணாவியே ஏலாதென்று ஒரு நோயாளியைக் கைவிட்டால் அந்தாளுக்குப் பாடை கட்ட ஏற்பாடு பண்ணலா மென்று வட்டாரம் கிராமமே அறியும். தங்கம்மாவுக்கு நாள் குறித்தாயிற்றா. தொம்மை சிறிதுநேரம் மௌனத்தில் ஆழ்ந்திருந்து விட்டு, 'அதுசரி... எதுக்கும் ஒருக்கால் உங்கட சடையரைக் கூட்டிக்கொண்டு வந்து காட்டிப் பாருங்கோவன்...' என்றார்.

'விசர்க் கதையள் கதைச்சு என்னிட்டை வாங்கிக் காட்டாதை தொம்மை...' என்று சீறினாள் சீதேவி.

'இல்லையும்...'

'நீ ஒண்டும் பறைய வேண்டாம். நாங்கள் வாலாயம் பண்ணிக் கும்பிடுற தெய்வங்கள் வலியதுகள். எங்கட குடும்பத்தின்ர அயலிலகூட பேய் பிசாசு அண்டாது கண்டியோ.'

சீதேவி இவ்வாறு சொல்லியும் தொம்மை அடங்குகிறதாக இல்லை. பசுபதிக்கே ஓர் அவா எழுந்தது, தொம்மை சொல்கிற படிக்குச் செய்து பார்த்தால் என்னவென்று. சீதேவி மட்டுமில்லை, தர்மலிங்கம், நாகநாதி, அப்புத்துரை, அழகு யாருமேதான் அந்த ஏற்பாட்டை ஒப்புக்கொள்ள மாட்டார்கள். அவ்வகைச் சமூகங்கள் பேய் பிசாசு பில்லி சூனியங்களில் ஆழ்ந்த நம்பிக்கை கொண்டிருந்தவேளையில், அவர் சமூகத்தில் ஒரு பகுதிமட்டும்

அவ்வாறு மிண்டிக்கொண்டு நின்றது ஏனென்று பசுபதி என்றுமே அறிந்ததில்லை. அவர்களது ஆச்சாரம், புனிதமெல்லாம்கூட கொஞ்சம் துருத்திக்கொண்டுதான் தெரியும். பசுபதியும் அதனுள் இணங்கி அடங்கியவர்தான். ஆனால் இந்த விஷயத்தில் அவர் மனது கலகம் செய்யத் தயாராய் இருந்தது.

அந்தச் சமூகத்துக்கே மூன்று முகங்கள் இருந்தன. அவை மூன்று மனிதர்களில் அடையாளம் காணப்படலாம். ஒன்று சடையன். மற்றது சீதேவி. இவை இரண்டையும் மறுத்த மூன்றாவது முகமாய்ச் சித்தன் சிவம்.

சடையன் வயது கடந்த பிரகிருதி தொம்மைபோல், கொசுகாத்தைபோல். எனினும் இன்னும் தண்டுதரமாய். மாந்திரீக சமாச்சாரங்களில் தன் வாலாயத் தெய்வம் வயிரவரை ஏவல் கேட்க வைத்துக்கொண்டிருந்த பிரமச்சாரி. விந்து சக்தியையே ரஸமாக மாற்றிய ஒழுக்க சீலம். அங்கிருந்து சிறிது தூரத்தில் முசிறி வயல்வெளிப்பக்கமாய் வயிரவ கோயில். சடையனை வழி தெருவிலும் காண்பது அபூர்வம். இன்னும் வயிரவ கேயிலில் வெள்ளிக்கிழமைகளில் சங்கொலி கேட்கிறது. உருவேறி சந்நதத்தின் ஆவேசக் குரல்கள் எழுகின்றன. எங்கிருந்தோவெல்லாம் ஆட்கள் வருகிறார்கள் அங்கே. நூல் கட்ட, பேய் ஓட்ட, பில்லி சூன்யம் செய்யவென்று பலவும் செய்விக்கிறார்கள். சடையனுக்கு வெளியூர்களில்தான் கியாதி. குழந்தைகள் கண்டால் அழும். மெலிந்த உருவம். அளவான உருவம். வெளுத்த தலை சடைத்து விரிந்து கிடக்கும். சிலவேளை குடுமிக்குள்ளும் அடங்கியிருக்கும். நெஞ்சைத் தடவும் நீளத்தில் தாடி. வெற்றுடம்பு. இடுப்பில் நீர்க் காவி ஏறிய துண்டு. மழை வெய்யில் பனி எதிலும் இதற்கு மேலான எதுவும் பாவிப்பதில்லை.

பசுபதிக்காகப்போலவே தொம்மை பேசினார். ‘அது மெய்தானும். எண்டாலும் என்ர சொல்லையும் தட்டாமல் ஒருக்கால் சடையரைக் கூட்டியந்து காட்டுங்கோவன் பாப்பம். சடையரால சுகம் வந்தால் எங்களுக்கு வேண்டாமெண்டு இருக்கோ. கைதடி நாமுத்துவுக்கு ரத்த வாந்தி. ஆறு மாசத்துக்கு முந்தி, பாவம் பாத்து நான்தான் வண்டில்ல ஏத்திவந்து நூல் கட்டுவிச்சு விட்டன் சடையரிட்டை. இப்ப கண்டியளெண்டால் நம்பக்கூட மாட்டியள். என்னமாதிரி விறுமன் கணக்கில வண்டில் விட்டுக்கொண்டு போறாரெண்டு. வேதக்காறன்... நானே நம்புறன். நீங்களெண்டால்...’

சீதேவி தங்கம்மாவைப் படுக்க வைத்தாள். தலைமயிரை ஒதுக்கிவிட்டாள். தொம்மைக்கு முதுகு காட்டியபடி அமர்ந்து

தொம்மையின் அபிப்பிராயங்களையே முழுதுமாய்ப் புறக்கணித்துக் கொண்டிருந்தாள்.

தொம்மைக்கு லேசாய்க் கோபம் வந்தது. 'உப்பிடியெல்லாம் நடக்கப்படாதும். உமக்கு அதுகளின்ர அனுபவம் இல்லையெண்டுதான் தெரியுது. நானே நேரில அனுபவம் பட்டிருக்கிறன்.'

பசுபதி கவனமானார். வடிவு, நாகநாதி எல்லோரும் திரும்பி நோக்கினர். சீதேவியும் கவனம் தவிர்த்திருக்க முடியாது.

தொம்மையே ஒரு முறை நடுங்கியது போலிருந்தது.

அந்த அனுபவத்துக்கான நிகழ்வின் மீள் மனப் புலப்பாடு காரணமோ.

0-3

கிட்டத்தட்ட இருபத்தைந்து வருஷங்களுக்கு முன்பு கைதடியில் அந்தப் பாலம் இருக்கவில்லை. சும்மா ஒரு மதகுதான் அதிலே இருந்தது. மழைபெய்தால் கண்டி யாழ்ப்பாணம் பிரதான பாதையில் வெள்ளம் மேவிப் பாய்ந்து கொண்டிருக்கும். மலைப்பிரதேசமேதும் வட பகுதியில் இல்லை. சமதரை மழைநீரே வயல்கள், வாய்க்கால்கள், தரைவைகளுக்கூடாய் சமுத்திரம் நோக்கி அந்தளவு ஆவேசம்கொண்டு பாய்வது. சாமான் பயணி வண்டிகள் எதுவாயினும் வெள்ள வடிவுக்கு நாட்கணக்கில் காத்திருக்க வேண்டும்.

ஒரு பெரு மழையின் பின் பெருக்கு வெள்ளம் வடிந்து முடிந்த ஒரு நாள், வெளுத்த துணி கொடுத்துவிட்டு அழுக்குத் துணி எடுத்துவர கைதடிப் பகுதிக்கு தொம்மை போயிருந்தது. கூட யாரும் அன்று செல்லாததில் அன்று நொண்டி நொண்டி தொம்மை தனியாகத்தான் எல்லா வேலையும் பார்த்தது. பொழுது சாயத்துவங்க புறப்பட எண்ணியிருந்தும், வானம் சிவப்பு மஞ்சள் வர்ணங்கள் பூசத் துவங்கிய பின்தான் அது இயலுமாகிப்போனது தெம்மைக்கு.

அது சவாரி மாடில்லை. மந்த கதியில் நடக்கத்தான் பழகியது. ஒற்றைச் சலங்கை கழுத்தில் கிணுகிணுக்க நிதானமான நடையில் மாடு. வண்டியில் பொட்டளிகள் ஏற்றப்பட்டிருந்தன. பாரம் கொஞ்சம் பின்தூக்கலாய் இருந்ததால் தன் பாரத்தை முன்னே அரக்கி சமன் செய்து அமர்ந்திருந்தது தொம்மை.

வெளியெங்கும் இருள். ஆனாலும் வெளிக்கேயுரிய ஓர் ஊமை வெளிச்சம் அடித்துக் கொண்டிருந்தது. வீதிக்குத் தார் போட்டிருந்தாலும் இன்னும் அது பல இடங்களில் கல்ரோடு மாதிரித்தான். ஒன்றிரண்டு மோட்டார் வாகனங்கள், ஒன்றிரண்டு குதிரை வண்டிகள், சில தாவள வண்டிகள் போய்வர அது போதும்தான்.

காற்றின் இரைப்பும், தவளைகளின் கத்தலும், நீர்ச் சளசளப்பும் கலந்து குமைந்தெழத் துவங்கத்தான், ஏதேதோ நினைவுகளில் மனத்தை அலையவிட்டிருந்த தொம்மை சூழலுக்குத்திரும்பியது.

பிரக்ஞையடைவின் உடனடியாகவே திடுக்காட்டம் பிடித்துவிட்டது தொம்மைக்கு. அகண்ட பெருவெளியில், ஜல சப்த சலனங்களிடையே தான்மட்டும் தனித்துப் பயணம் செய்துகொண்டிருப்பது உணர்விலாகிய மறுகணத்தில் தொம்மைக்கு குளிர் மறைந்து வியர்ப்புத் துடங்கி விட்டது.

அந்தப் பொழுது மிக முக்கியமானது.

இன்னும் நேரமான பிறகுகூட பயமின்றிப் பயணம் செய்து விடலாம். அந்தவேளை மகா பயங்கரமானது. பகல் முழுக்க அடங்கிக் கிடக்கும் தவித்த ஆவி பேய்களெல்லாம் மும்முரங்கொண்டு அலைந்து கொண்டிருக்கும் அப்போது.

இரண்டு பக்கத் தரைவை நீரை ஊடறுத்து பாதை அதிலிருந்துதான் நெடுத்துச்செல்லும். பக்கங்களில் இளம் பூவரசுகள் வளப்பச் சாட்சியங்களாய் நின்றுகொண்டிருந்தன. இலைகளின் அசைவும் அதிசயம் புரிந்தது. நிசப்தமே பயமுறுத்தாது. நிசப்தம் சலனப்படும் இடம் எவரையும் பதைக்க வைக்கும்.

தொம்மை பாடத் துவங்கிற்று. தொனி வலுக்க வலுக்க பயம் அதிபரிப்பது போலத்தான் இருந்தது.

திடீரென்று அந்த அமானுஷ்யத்துள் கைக்குழந்தையோடு முன்னால் ஒரு பெண். நேரே பார்த்தபடி பயங்கர வேகத்தில் போய்க் கொண்டிருந்தவள் வண்டிச் சத்தத்தில் நின்று திரும்பினாள். முகம் அப்படியொரு பிரகாசமடிக்க கையை நீட்டி தானும் சிறிதுதூரம் வர வண்டியில் இடம்கேட்டுக் கெஞ்சும் பாவனை காட்டினாள். அவள் வாய் திறந்து கேட்டிருந்தால் செவியில் விழ முடியாத தூரம்தான் அது. தொம்மைக்கு இரக்கம் வந்தது. அதோடு, பெண்ணென்றாலும் ஒரு மனிதத் துணைதானேயென்ற மகிழ்ச்சியும். முன் தட்டில் ஏற்றிக் கொள்ளலாமென தொம்மை எண்ணிக்கொண்டு ஓரமாய் ஒதுங்கியது.

மாடு நாணயக்கயிறை இழுக்காமலே நின்றது. மட்டுமில்லை. மேலே செல்ல முரண்டு பிடித்ததோடு பின்னாலும் நகரத் திமிறியது. நாணயக் கயிற்றை முழுப்பலம் பிரயோகித்து இழுத்துப் பிடித்தும், அதுகாலவரையில் இல்லாதவாறு மாடு முரணி நின்றது. அந்தளவில் தொம்மைக்குச் சந்தேகம் வந்துவிட்டது. இளக நினைத்த மனம் கதிகலங்கியது. மெல்ல காலை கீழே செலுத்தி விரலிடுக்கில் மாட்டின் விதையைப் பிடித்துக் கொண்டு, அதை நெரித்த மறுகணம் ஓர் உக்கிரத்தோடு ஹாய்... ஹாய்... என்று கத்தினார். அது சவாரி மாடு கணக்கில் முன்னே பாய்ந்து வறுகத் துவங்கியது.

அதை முன்மறியாய் வண்டிக்கு எதிரே நின்றிருந்த பெண் எதிர்பார்த்திருக்க மாட்டாள். ஓரமாய்ப் பாய்ந்து விலகி நின்று சீறினாள், ஏய்... தொம்மை... நில்லு... நில்லு.

தப்பிவிட்டதான நினைப்பு இன்னும்தான் தொம்மைக்கு இல்லை.

சூதக, ஊத்தைச் சேலைகளுக்கு விழும் பேய்கள் மகா பயங்கரமானவையென்று அவர் கேள்விப்பட்டிருக்கிறார். ஒரு பேச்சுக் கொடுத்தால் போதும், அந்த மாய வசீகரத்தில் ரத்த வாந்தியெடுத்துச் சாவதைத் தவிர வேறு முடிவு நேராது எவர்க்கும். திரும்பிப் பார்க்கக்கூடச் செய்யக்கூடாது. இது தொம்மையின் தந்தை பேதுரு தொம்மைக்குரைத்தது. இதுவே மகன் தாவீதுக்குத் தொம்மை உரைத்ததும். திடீரென பின்னாங்கடையில் பாரம் ஏறியதுபோல் ஒரு தூக்குகை. மாடு கழுத்திறுகி வேகம் அழிந்து திணறியது. தொம்மைக்குத் தெரிந்துவிட்டது, ஊத்தைப் பேய் வண்டியில் ஏறிவிட்டதென்று. இருந்த உக்கிரத்தில் அது அன்றைக்கு... அப்போதே... அதோ அந்த முகரி வருவதற்குள் தொம்மையை முறிக்காமல் விடாது. தொம்மைக்கு இதயம் அதிவேகமாய் அடித்தது. மூச்சு முட்டியது. அவயவங்கள் மரத்து வருவதாய் ஓர் உணர்வு. அந்த வேளையில் கேள்விஞானம் உதவிக்கு வந்தது. மறுகணமே வெறிபிடித்ததுபோல் திரும்பிப் பாராமலே தூ... தூ... வென துப்பியது தொம்மை. ஏய்... ஏய்... என்று பின்னே உறுமியது பெண்குரல். பயத்தில் தொம்மைக்கு துப்பல்கூட வரவில்லை. பாய்ந்து இருக்கைத் தட்டில் ஏறிநின்ற தொம்மை இடுப்புத்துண்டை உரிந்து கீழே விட்டுவிட்டு, கட்டியிருந்த கோவணத்தை அவிழ்த்து பின்னால் வீசியது. பின்னாங்கடைப் பாரம் பட்டெென விடுபட்டது. தொம்மை வெகுநேரம், அந்தவெளி கடந்து குடிசனப்பகுதி வரும்வரை அதே கோலத்திலேயே நாணயக் கயிற்றைப் பிடித்தபடி தட்டில் நின்று கொண்டிருந்தது.

0-4

தொம்மை சொன்னதைக் கேட்டு எல்லோரும் ஒரே ஸ்தம்பிப்பில். மெல்லத் தெளிய அவர்கள் பார்வை சீதேவியில் ஏறியது. அவளும் அந்தளவில் தொம்மையைப் பார்த்துத் திரும்பி யிருந்தாள். ஒவ்வொரு பார்வையிலும் ஓர் ஆவல், எதிர்பார்ப்பு.

வெகுநேரம் மௌனமாயிருந்த சீதேவி சொன்னாள்: 'ம்... அதையும் ஒருக்காச் செய்து பாத்திடுவம். தொம்மை வருத்தப்படுகிது. பின்னேரம் வந்து பார்க்கச் சொல்லி சடையனிட்டைச் சொல்லி வையுங்கோ.'

பசுபதியின் மனம் நிறைவாகிற்று.

தொம்மையும் துணியெடுத்துக்கொண்டு புறப்பட்டார்.

அன்று மாலை சடையன் வந்தான். நின்ற நிலையிலேயே தங்கம்மாவை கால் முதல் தலைவரை பார்த்தான். பின் தங்கம்மாவை இருத்திப் பிடிக்கச்சொல்லிவிட்டு முன்னால் அமர்ந்தான். சூடம் கொளுத்தினான். புதிர் மொழி, ஒலி உச்சாடனங்களுடன் தங்கம்மாவின் உச்சியில் திருநீறு போட்டான். நெற்றியில் பூசிவிட்டான். மந்திரப் பிரம்பையெடுத்து தலையிலிருந்து மருமப் பிடிப்பொன்றை இரு கைகளினூடும் இறக்கி கால் வழியே நிலத்தில் பாய்ச்சி விடுவதுபோல உருவிவிட்டான். ஒவ்வொருதரமும் மும்மூன்று முறை பிரம்பினால் நிலத்தில் அடித்தான். முடிய, தங்கம்மாவின் திறந்த விழிகள் சலனித்தன. தலையை நிமிர்த்தினாள், சடையனை, எதிரே நின்றவர்களை மலங்க மலங்கப் பார்த்தாள். பின் முழுசி கண்ணை உருட்டிவிட்டு பழையபடி கழுத்தைத் தொய்தாள். கண்கள் மறுபடி சலனமிழந்தன. இறங்கு... இறங்கு... இறங்கு... பிரம்பினால் உருவி அடித்து, சப்த உச்சாடனங்கள் செய்து... படாதபாடுபட்டான் சடையன். தங்கம்மாவைப் பிடித்த பேய் மறுபடி அசையவில்லை.

சடையன் சோர்வோடு விலகிச் சொன்னான்: 'நல்ல வெள்ளைச் சாவல் ஒண்டு வேண்டி வையுங்கோ. மூண்டு நீத்துப் பூசணிக்காயும் வேணும். வெள்ளிக்கிழமை பின்னேரம் வருவன்.'

சடையன் நடக்கத் துவங்க பசுபதி பின்னால் ஓடிக்கேட்டார்: 'சடையப்பா... எப்படி இருக்கு...'

'கடூரமாய்த்தான் நிக்குது. எண்டாலும் வெள்ளிக்கிழமை இறக்காமல் விடமாட்டன்.'

அது ஒரு சவால்போல இருந்தது.

பார்த்திருந்தவர் எல்லோரிடமும் நம்பிக்கை.

தங்கம்மா தலையை நிமிர்த்தியது, மிரண்டு பார்த்தது எல்லாம் பின் எதனாலாம்.

அடுத்த நாள் ஊரிலே தேடாத இடமில்லை, சண்டைக் கோழி மாதிரி ஒரு வெள்ளைச் சேவல் வாங்கி வந்தார் பசுபதி. மூன்று நீத்துக் காய்களும்.

சேவல் திமிர்ந்து நின்றது கட்டிலும்.

வீட்டுச் சேவல்களாலேயே கிட்டமுட்ட அதை அணுக முடியவில்லை.

தங்கம்மா இறுகிய உடம்புக்காரி. பளீரென்று ஒரு வெண்மை. பார்த்தால் மனிதனே பாய்ந்து கடித்து ரத்தம் குடிக்கப் பிரியப்படும் வெறிமூட்டும் அழகி.

ஆனாலும் அந்தச் சேவலின் கொண்டை விருத்தி, அதன் ரத்தம் தெறிப்பதுபோன்ற நிறம், கழுத்துயர்த்தி அது பார்க்கும் கம்பீரம், அது நடக்கையில் எழும்பும் நிலவதிர்வு யாவும், எந்த அழகியைப் பிடித்த பேயையும் வேணும்... வேணும்...என்று இறங்கி ஓடிவந்து முறிக்க வைத்துவிடுமென பசுபதி நம்பினார். சேவலைப் பார்த்தவரெல்லார் மீதும்கூட அந்த நம்பிக்கை ஏறியது. தங்கம்மாவைவிட்டு பேயை வெளியே வரச்செய்து சேவலைப் பார்க்கவைக்கிற விந்தையைச் செய்ய சடையனால் முடியும்.

தகப்பனைப் பார்க்க தேவராசனுக்கு பாவமாக இருந்தது. அவர் வீடு அது. அவரது மனைவி பிள்ளைகள். ஆனால் எல்லாம் இழந்ததுபோல் அந்த வீட்டில் அவர் அந்நியமாக்கப்பட்டிருந்தார். தாயாருக்குப் பட்டதைவிடவும் அவருக்குத்தான் அவன் பட்ட பரிதாபம் அதிகம் போலிருந்தது.

இரவு தபால் புகையிரதம் போய் வெகுநேரமில்லை. தங்கம்மா அவஸ்தை கொள்வது போலிருந்தது. பக்கத்தே படுத்திருந்த சீதேவி, ‘என்னாச்சி... என்னாச்சி செய்யுது... ஆச்சிக்கு என்னணை’ என்று எழுந்து நெஞ்சைத் தடவி, தலையை வருடிப் பரிவு காட்டினாள். தலையை நிமிர்த்தி தங்கம்மா ஓக் என்று வாந்தி எடுத்தாள் ஒருமுறை. ரத்த மயமாய்ச் சிதறிற்று. அடுத்தகணம்... எல்லாம் முடிந்தது.

சீதேவி ஒப்பாரி வைத்தாள். பிள்ளைகள் கதறின. பசுபதி தலைதலையாய் அடித்து அழுதார்.

ஊர் கூடியது மறுநாள்.

மாலை இருளாவதற்கு முன்னாலேயே சுடலை கொண்டுபோய் உடலைச் சுட்டுவிட்டு வந்தது.

0-5

அன்றைக்கு எட்டாம் செலவு. நெருங்கிய உறவினரெல்லாம் சுடலை போய்க் காடாத்து முடித்து வந்தனர்.

பின்னாலேதான் சீதேவி வாய் திறந்தாள். வாய் திறந்ததென்ன, தொண்டை கிழியக் கத்தினாள். பசுபதியால்தான் தன் மகள் செத்துப் போனாளென்றும், உயிரோடிருந்த காலத்தில்கூட நரக வேதனையையே அவரோடு அனுபவித்தாளென்றும் பொல்லாப்புச் சொன்னாள். அவர்கூட தின்னக்குடிக்க இயலாமல் பாயோடு கிடந்து அழுந்தித்தான் சாவாரென்றும் திட்டினாள். பசுபதிக்கு முன்னால் நின்று பேசவே பயப்படுகிற சீதேவி, பாவி... கொலைகாரா... குடிகாரா... என்றெல்லாம் திட்டினாள். எல்லாம் கேட்டபடி எதிர்வார்த்தை பேசாமல் பிள்ளைகளைக் கட்டியபடி தலைகுனிந்திருந்தார் பசுபதி.

கடப்பு அடைத்துக் கட்டியாயிற்று. சின்னதுகள்மட்டும் அச்சறுக்கைகளை மீறி படலையூடாக அவ்வப்போது வந்து போயின. பெரியவர்கள் தொடர்பு முற்றாய் அறுந்து போயிற்று. நாட்போக்கில் சிறியவர்கள் தொடர்பும்.

பசுபதி வேலைக்குப் போய்வர முயன்றார். செயங்கொள்ளவில்லை.

ஒன்று... இரண்டு... மூன்று.... மாதங்கள் கடந்து கொண்டிருந்தன.

ஒதுக்கப்பட்டும், தாமாய் ஒதுங்கியும் அவர்கள் அநாதைகளாகவே இன்னும்.

ஒருநாள் முதுகாலைப் பொழுதில் பெரிய வடக்கன் மாட்டு வண்டியொன்று தங்கள் வீட்டு வாசலில் வந்து நிற்பதுகண்டு வியந்து கொண்டிருந்தான் தேவராசன்.

பசுபதியும் வண்டிக்காரனுமாய் சாமான்களைத் தூக்கி ஏற்றினார்கள். கிணற்று வாளி, துலாக் கயிறுகூட போய் அவிழ்த்தெடுத்தார் பசுபதி. அவர் நொந்து நொந்தே வெறுப்பின் எல்லைக்கு வந்திருந்தாரென்பது தெரிந்தது. இறுதியாக சைக்கிளைத் தூக்கி மேலே போட்டார்கள். பிள்ளைகளும் ஏறிக்கொள்ள வண்டி நகர்ந்தது. குனிந்த தலையோடு நடக்கத் துவங்கினார் பசுபதி. பின்னால் அங்குமிங்குமாய் ஓடி முகர்ந்தபடி சென்றது அவர்களது நாய்.

ஆனைமேல் அம்பாரியிலிருந்து போவதுபோல் என்ன ஒரு சுகம். தேவராசன் மனம் புளுகத்தில்.

அவர்களது ஊர்வலத்தைப் பார்த்து எத்தனை எத்தனை பேர் வீட்டு வாசல்களில். ரத்தினேஷ்... குணம்... இன்னும் பின்னால் ஓடி வருகிறார்கள். வண்டியில் ஏற முயற்சித்து மணலில் விழுகிறார்கள். ரகுநாதன் பொத்தான் இல்லாத கழிசானுடன் மல்லாடியபடி, நீர்ச் சிரங்குக்கால்களுடன் நொண்டி நின்று சிரிக்கிறான். முகம் முழுக்கவாய் அப்படி ஒரு சிரிப்பு. ஏன் சிரித்தானோ.

ஒருபோது தர்மலிங்கம் மாமாவின் மகள் யோகத்தின் நினைவு வந்தது. இந்திரனைவிடவும் அவனுக்கு அவளைப் பிடிக்கும். பெத்தா நினைப்பும் வந்தது. அவர்கள் புறப்பட்டபோது இவர்களில் யாரும் வெளியே தலைகாட்டக்கூட இல்லை. ஏதாவது ஓரிடத்தில் பொட்டுக்குள்ளால் பார்த்துக்கொண்டு இருந்திருக்கலாமோ.

யாருக்குத் தெரியும்.

பகுதி V

1960க்குப் பின் (முற்கூறு)

அத்தியாயம் நான்கு

0-1

குருவியொன்று கிரீச்சிட்டு மேலே பறந்ததோடு இவனுக்குத் தூக்கம் கலைந்தது. செவியில் சர்... சர்... என முற்றம் பெருக்கும் சத்தம் கேட்டது. குளிர்காலக் காலையின் அம்முதலை உதறிக்கொண்டு எழுந்து உட்கார்ந்தான். குசினிக் கொட்டிலில் அடுப்பில் கிடந்த கேற்றில் இரைந்து ஆவி தள்ளியது தெரிந்தது.

முற்றத்துக் கயிற்றுக் கொடியில் முதல்நாள் மாலை தோய்த்துக் காயப் போட்டிருந்த வேட்டியையும், டியுரோ சேர்ட்டையும் தேடின இவன் கண்கள். இரவு படுக்கப் போகும்போது எடுத்து உள்ளே வைக்க வேண்டுமென்றிருந்தது மறந்துபோனது. எட்டி அறைக்குள்ளே பார்த்தான். வேட்டி கொடியில் மடித்துப் போடப்பட்டிருந்தது. சேர்ட் கண்ணாடி கொளுவிய ஆணியில் தொங்கிக் கொண்டிருந்தது. தந்தைதான் எடுத்துப் போட்டிருக்க வேண்டும்.

வழக்கமான காலைகளில்போல் அவரது முகம் தெளிந்ததாய் இவனுக்குக் காணப்படவில்லை. அதன் காரணத்தை ஓரளவு இவனால் அனுமானிக்க முடிந்தது. நள்ளிரவு தாண்டிய ஒரு சமயத்தில் இரவின் நிசப்தத்தைக் கிழித்து தரைவை நீர்ப்பரப்பிலும் ஈரப்புலத்திலும் படர்ந்துவந்த வெடிச்சத்தத்தை அப்போது எண்ணிக்கொண்டான். சங்கானை, அச்சுவேலி, சுன்னாகம், பருத்தித்துறை, கரவெட்டியென்று வடமாகாணத்தின் பல்வேறு இடங்களில் பெருகிவரும் சாதிக்கலவரங்களினால் ஒரு வெடிச்சத்தம் எப்போதும் பெரிய பரபரப்பை ஏற்படுத்தியது. அத்துடன் மந்துவில் பக்கமாயும் எழுந்திருக்கிறது. வெடிச்சதத்தம்

கேட்டு விழித்த இவன்கூட திரும்ப நித்திரை கொள்ள முடியாமல் கிடந்து வெகுநேரம் அதுபற்றி யோசித்துக் கொண்டிருந்தான்.

உண்மையில் அது துவக்கு வெடிச்சத்தமாக இருந்து, சாதிக்கலவரம் காரணமாகவே எழுந்தும் இருப்பின், அன்றைய பொழுதுக்கு மட்டுமில்லை, தொடர்ந்து பல நாள்களுக்கு ஊர் மிக்க கலவரப்பட்டிருக்கப் போகிறதென்பதை இவன் புரிந்தான். எங்கோ நடப்பவையாய் இருந்துகொண்டிருந்த கலவரங்கள் அந்தச் சமூகத்தின் பக்கத்தில் வந்துவிட்டனவென்பதை சூசகம் பண்ணியது அது.

அது இவனது நிம்மதியைக் குலைத்தது. சில நாட்களில் இவன் தான் வேலைபார்க்கிற தோட்டப்பகுதிப் பள்ளிக்கூடத்துக்குப் போய்விடுவான். மறுபடி மூன்று மாதங்களின் பின் வரும் முதலாந் தவணை விடுதலைக்குத்தான் திரும்பியும் வரப்போகிறான். ஆனாலும்தான் அப்படித்தவிர வேறுமாதிரி உணர முடியா திருந்தது. ஒருதரின் இருத்தற் பிரதேசத் தொடர்புகள், உணர்வுகள் அத்தனை வலிதானவை. ஒதுங்க நினைத்த பிரச்சினைகள் நாளை இவனது படலை திறக்காதென்பதற்கு உத்தரவாதமில்லை.

குசினி முன் வாழை மரத்தடியில் தண்ணிவாளி வைத்த சத்தம் கேட்டது. தகப்பன் குளித்துவிட்டு வந்துவிட்டார். இவன் அவசரமாய் எழுந்து பாயைச் சுருட்டி உள்ளே வைத்துவிட்டு, துவாயை எடுத்துக்கொண்டு கிணற்றடிக்கு நடந்தான்.

பனிகாலம் அந்த ஆண்டு மார்கழியிலேயே வந்து விட்டிருந்தது. கிணற்று நீர் கதகதப்பாய் இருந்தது. இவன் குளித்துவிட்டு வர வேட்டி சட்டையும், தோளிலே சால்வையுமாய் பசுபதி வேலைக்குச் செல்ல தயாராக நின்றுகொண்டிருந்தார். நெற்றியிலே கடலையளவு சந்தனம். நடுவே மிளகளவு குங்குமம். நெற்றி மேட்டில் ஈரத்தில் நனைந்து வெளீரென்று காய்ந்திருந்த திருநீற்றுக்கோடு. அவருக்கு யாழ்ப்பாணம் புடவைக்கடையொன்றிலே வேலை. அந்த நேரத்துக்குப் புறப்பட்டுச் சென்றாரானால் மீண்டும் வீட்டுக்குத் திரும்ப இரவு பத்து மணியாகும். சுமார் பதின்மூன்று பதின்நான்கு வருஷங்களுக்கு முன்னால் வட்டாரத்திலிருந்து குடிபெயர்ந்து இந்த ஊர் வந்த பின்னர் பொட்டளி வியாபாரத்தை அவர் திரும்பவும் தொடவில்லை.

மூலதனத்தை அடுத்து துணி வியாபாரத்துக்குத் தேவையான முகமன், முகமலர்ச்சி, சொல்லாடற் சாதுர்யங்கள் அவரிடமும் இருந்தன. ஒரு காலத்தில்தான். இப்போது இல்லை. தங்கம்மா செத்ததோடு அவை அவரிடத்தில் அழிந்துபோயின. ஒருவேளை பொட்டளி வியாபாரத்தை விட்டதற்கு அதை அவர் உணர்ந்ததே

காரணமாகவும் இருக்கலாம். தங்கம்மாவின் இறப்புக்கூட இல்லை, அவளை இழந்த விதம்தான் அவரை அவ்வாறு உடைத்து விட்டிருந்தது.

இரண்டு பிள்ளைகளை வளர்த்தெடுக்க வேண்டிய பொறுப்பில் தன் சோகத்தை வென்று அவர் நடமாடினார். வாழ்வின் தொலைதூரக் குரல்களை நோக்கிய பயணம் தொடங்கியது. பெண்ணுக்குத் திருமணம் முடித்து, மகனை க.பொ.த சாதாரணம் பாஸ் செய்ய வைத்ததோடு மலைநாட்டில் தேயிலைத் தோட்டமொன்றில் பள்ளியில் ஆசிரியனாகவும் சேர்த்துவிட்டார். இனி நிறைவெய்த பெரிய ஆசைகள் இல்லை. சின்னச் சின்ன மனக்குறைகள்தான் உண்டு. அந்தக் காலப்பகுதியில் கிளர்ந்துகொண்டிருந்த சாதிப் போராட்டங்களை அவர் முற்றாக விரும்பவில்லை. அவருக்கு குறிப்பிட்ட ஓர் அரசியல் கட்சி சார்பான பார்வையுண்டு. காலப்போக்கில் எல்லா சாதய ஏற்றத்தாழ்வுகளும் மறைந்துவிடுமென்று அவர் உளமார நம்பினார். அந்தத் தளத்தில் அவசியமேற்படுகிறபோது அவர் வாதித்தார்.

பத்து வருஷத்துக்கு முந்தி எங்கட சாதியாக்கள் தோளிலை சால்வை போட்டுக்கொண்டு போகேலாது, அதுக்காகவே ஒருநாள் என்னைச் சைக்கிளாலை இழுத்து விழுத்தி சம்பலடி அடிச்சாங்கள், இப்ப பார், என்ன சோக்காய் சால்வை போட்டுக்கொண்டு திரியுறனெண்டு என்று தன்னுடைய வாதத்தை அவர் வைப்பார்.

இவன் ஒப்புக் கொள்ளமாட்டான். தமிழரசுக்கட்சியினரின் பாத யாத்திரைகளதும், சாதிப்பிரிவினைகளை சட்டத்தின்மூலம் எதிர்கொண்டிருந்த அகில இலங்கை சிறுபான்மைத் தமிழர் மகாசபை செய்த முயற்சிகளதும் விளைவே தமது அந்த வெற்றிகளென்று சாதிப்பான். ஆனால் இரண்டு பேரினதும் எண்ணங்களுக்கு மாறாகவே நிலைமை துரித வளர்ச்சியடைந்து கொண்டிருந்தது. சாதிப் போராட்டத்தில் துவக்குகள் பாவிக்கப்படத் துவங்கிவிட்டிருந்தன. கொலைகள் சில விழுந்தாயிற்று. எங்கெங்கோவாய் நடந்துகொண்டிருந்த சாதிப் போராட்டம் ஊர் எல்லையில் வந்து நின்று உறும ஆரம்பித்திருக்கிறது. இரவு கேட்ட வெடிச்சத்தம் அதன் அடையாளம்தான். இனி சரசாலை, மந்துவில், கொடிகாமம், கைதடி, அரியாலை ஆகிய பகுதிகளில் கொலைக் களங்கள் தவிர்க்க முடியாதபடி அமையும். வட்டாரம் கிராமம் அதன் மூடுண்ட புவியமைப்புக் காரணமாய் ஒதுங்கியிருந்தாலும், அதன் பாதிப்பு இப்பவோ பின்னரோ தவிர்க்கப்பட முடியாதது.

இவன் ஒதுங்கி வந்துவிட்டிருந்தாலென்ன, பாதிக்கவே படுவான்.

பஸ்சுக்குச் செல்லத் தயாராக முற்றத்தில் இறங்கினார் பசுபதி.

'ராசன்.'

'அய்யா.'

'நடுச்சாமம் அளவில வெடிச்சத்தமொண்டு கேட்டுது. மந்துவில் பக்கத்திலபோல. துவக்கு வெடிச் சத்தமாயிருக்க வேணும்.'

'நானும் கேட்டன், அய்யா.'

'ம். இதெல்லாம் எங்கை போய் முடியப் போகுதோ, கடவுளுக்குத்தான் வெளிச்சம். இண்டைக்கு நாளைக்கு அந்தப் பக்கம் போயிடாத.'

'சரி, அய்யா. நான் ரவீந்திரனைப் பாக்க கோயில் குடியிருப்புக்குத்தான் ஒருக்காப் போகவேணும்.'

'ம். மாம்பழம் ஏதாவது செய்துகொண்டு வருவாள். சாப்பிட்டிட்டுப் போ.'

அவர் புறப்பட்டார்.

அவரது விருப்பங்களில் மகா நியாயமுண்டு. அவர் அவனைக் கண் போலத்தான் காத்து வருகிறார்.

0-2

பஸ் நிலையத்தில் இறங்கும்போதுதான் தெரிந்தது அன்று வாரத்தின் இரண்டாம் சந்தை நாளென்று. சரியான சனங்கள். சங்கானை, பருத்தித்துறை, தனங்கிளப்பு பஸ்கள் பிதுங்கிக் கொண்டிருந்தன. கடையில் சிகரெட் வாங்கிப் புகைத்தபடி மந்துவில், குருந்தடி ஆக்கள் யாரேனும் தென்படுகிறார்களா எனத் துளாவினான். உருத்திரன் சைக்கிளில் வர, மறித்து விசாரித்தான்.

சம்பவம் உறுதியானதோடு, அவ்வாறு சுடப்பட்டதும் வேலையாவின் அண்ணன் இரத்தினமென்று அறிய இவன் திகைத்துப் போனான்.

வேலையாவை நேரிலும். தமையனைப் பார்வையிலும் பழக்கம் இவனுக்கு இருவரும் முதிரையும் கருங்காலியும்போல அவர்கள் சமூகத்தின் பலங்கள். துன்பங்களின் சில கண்ணிகளிலிருந்தேனும் தம் சாதியினரின் விடுபடுதல்களை இயக்கியவர்கள். உயர்

சாதியினிரின் பலப் பிரயோகக் கொடுமைகளிலிருந்து விடுபட தாழ்த்தப்பட்டோருக்கு மல்யுத்தப் பயிற்சி அவசியமென்ற கவனிப்புக் குறைந்த அறிவிப்புகள் வடமராட்சியிலுள்ள சில தாழ்த்தப்பட்ட பகுதி மல்யுத்த வாத்தியார்களிடமிருந்து சில வருஷங்களுக்கு முன்பு கிளர்ந்தன. அந்த வாய்ப்பைப் பயன்படுத்தி மல்யுத்தம் பயின்றுகொண்ட இரத்தினம், உயர்சாதியாரின் பல வியூகங்களைத் தனியாளாய் நின்று தடுத்தவன். ஆளும் தண்டுதரமான ஆம்பிளை. கொஞ்சம் முரட்டுத்தனம் இருந்தது. இரத்தினத்தின் வீழ்ச்சியில் ஏதோ ஒரு பலஹீனத்தை தானே தன்னுள் உணர்வது போலிருந்தது இவனுக்கு. பிரேத அடக்கம்பற்றிய விசாரிப்போடு உருத்திரனை அனுப்பிவிட்டு ரவீந்திரன் வீட்டுக்கு நடந்தான்.

ரவீந்திரன் குளித்து முடிந்து வரும்வரை வீட்டு விறாந்தையில் காத்திருந்தான் இவன். மனம், கண்கள்போல் எதிலெதிலோ தாவிக் கொண்டிருந்தது. சமூகத்தின் வன்முறையென்பது எப்படி வளர்ந்ததென்று ஒருபொழுது இவன் சிந்தித்துப் பார்த்தான். ஆயுதங்களின் வளர்ச்சி வரலாறாய் அது விரிந்தது. ஆயுதங்கள் ஒரு சமூகத்தின் பண்பாட்டுக் கூறாய் ஆவதையும் தன் யோசிப்பில் இவன் கண்டான்.

ஒரு பொறி... ஒரு மெல்லிய பொறி... இவனது நினைவுத் திரட்சியிலிருந்து மேலெழுகின்றது.

வேட்டைக்கென்று சனி ஞாயிறு ஆதிய பள்ளி விடுமுறை நாட்களில் பெடியள் கூட்டமொன்று கிளம்புகிறது. சிலவேளை வண்ணான்துறைவரை வந்து தரைவை நீரில் கொக்குச் கூட முயல்கிறது. அம்பலவன்துறைப் பக்கம் போய் ஈச்சங் காடுகளில் கிளி, மைனா, புலுணி, அணில் கூட முயல்கிறது. சிலவேளை ஏதாவது குறியின் இரையுடன், பலவேளைகளில் வெறுங்கையுடன் திரும்புகிறது. சின்னத் தேவராசன் தன் கண்களால் கண்டான் இவையெல்லாம். சனிக்கிழமைகளில் வேட்டைக்குக் கிளம்புவார்கள் பெரியவர்கள். கிராமத்திலே அதற்கென்றே நாய்களை வளர்த்து வேலாத்தை, பண்டாரி போன்றவர்கள் பயிற்சி கொடுத்து வைத்திருந்தார்கள். வேட்டை நாய்கள் அநேகமாக புதருக்குள் பதுங்கியிருக்கும் முயல்களைக் கிளப்பிவிட மட்டுமே பயன்படும். கிளப்பிவிட்டால் சொல்லி எறிந்து விழுத்துவதற்கு ஆட்கள் இருக்கிறார்கள். உடும்புகளைப் பொறுத்தவரை இம்முறை தலைகீழானதாய் இருக்கும். வளைக்குள் பதுங்கியிருக்கும் உடும்பை கிளப்பிவிடுவது மட்டுமே ஆட்களின் வேலை. மீதியை வேட்டை நாய்கள் பார்த்துக் கொள்ளும். அன்று பற்றைப் புறங்களில் ஒரே அமளிதுமளிதான். இதன்

தொடர்ச்சியாக சிறுவர்களின் வேட்டையைக் காணலாம். சிறுவர்களின் துவக்கு, கிராமியத் தொழில்நுட்பம். மரத்துண்டும் இரும்புக் குழாயும் எடுத்து அற்புதமாய் இணக்கிய துவக்கில் சீன வெடியை வெடிக்க வைப்பதின்மூலம் கல்லுக் குறுணிகளையோ, சைக்கிளில் அசையும் பொருத்துக்களில் தேய்மானத்தைத் தடுக்கவும், சுழல்வை இலகுவாக்கவும் பயன்படும் உருக்குக் குண்டுகளையோ பாயவைத்து இந்தப் பாதிப்பு அடையப்பட்டது. இவ்வகைக் கட்டுத் துப்பாக்கிகள் எவரின் மூளை. எதன் தேவை. சிங்கனின் வலது கண் கட்டுத் துவக்கின் இரும்புக் குழாய் வெடித்துச் சிதறியதிலிருந்து அந்தமுறை அடங்கியது. ஆனாலும் வேறொரு வடிவில் அது வெளியாகியிருக்கிறது. அதைத்தான் இரத்தினத்தின் கொலை தெரிவிக்கிறது.

குளித்து முடிந்து ரவீந்திரன் வந்தான். அவனோடு நிறையப் பேச நினைத்தே வந்திருந்தாலும், இவனுக்கு அந்த மனநிலை அற்றுப் போயிருந்தது. பேராதனைக்கு எப்போது திரும்புகிறானென விசாரித்தான். சேர்ந்தே பேகலாமென்றான். வாசிக்க ஏதாவது புத்தகம் கேட்டான். பின் இரத்தினத்தின் செத்த வீட்டுக்குப் போகவிருப்பதைச் சொல்லிக்கொண்டு சிறிது நேரத்திலேயே புறப்பட்டுவிட்டான்.

பஸ்ஸில் கொடிகாமம் போய், அங்கிருந்து வரணி செல்லும் தட்டிவானில் ஏறி சந்தியில் இறங்கி கும்பாவெளிநோக்கி நடந்தான்.

செத்த வீட்டுக்கு வந்திருந்தோரின் தொகை மலைப்பாகிப் போனது இவனுக்கு. அல்வாய், கரவெட்டி, கைதடி, நுணாவில், நிச்சாமம் என்று வெளியூர்களிலிருந்தும் நிறையப் பேர்கள் வந்திருந்தனர். தட்டி வான்கள், சைக்கிள்கள் ஒருபுறம் நிறைந்து. அந்தப் பெருங்கூட்டம் பெரிய ஒரு சோகம் விழுந்திருப்பதின் அடையாளத்தை தன் அமைதியில் தெரிவித்துக் கொண்டிருந்தது.

இவனுக்குத் தெரிந்த சிலர் அங்கே இருந்தார்கள். குருத்தடி யிலிருந்து நிறையப் பேர் வந்திருந்தனர். சிலரோடு இவன் பேசினான். ரகுநாதன், குதியன் பாலு, கிருஷ்ணன், மணியம் போன்றோர் பிரேதமெடுக்கிற நேரமாகத்தான் வந்தார்கள். அவர்கள் வந்து சிறிதுநேரத்தில் குதியன் பாலுவின் சத்தம் பெரிதாகக் கேட்டது. என்னவென்று விசாரித்ததில் இரத்தினத்தின் மய்யத்தை செங்கொடி கொண்டு போர்த்தியிருப்பதில்தான் ஏதோ பிரச்சினையென்று யாரோ சொன்னார்கள். சிறிதுநேரத்தில் அது அடங்கிப்போனது.

நான்கு மணியளவில் பிரேத ஊர்வலம் மயானத்துக்குப் புறப்பட்டது. சீன வெடிகளில் செவிடுபட்டன காதுகள். அது

ஒரு கிளர்ச்சியை மனத்துள் உருவாக்கிக் கொண்டிருந்தது. ரத்தினத்தின் புகழ் நீடுழி வாழ்க! என சிலர் கத்தினார்கள். மனத்தில் மெல்ல சில பயக் கீறல்கள் இவனுக்கு. ஊர்வலம் உயர்சாதிச் சமூகத்தவர் பகுதிகளைத் துளைத்தது. வீடுகளில், வீட்டுப் படலைகளில், சந்திகளில் நின்றவர்கள் பார்த்த பார்வையில் துவேஷம், கோபம் கனன்று கொண்டிருந்ததை அவன் கண்டான். ஊர்வலத்தில் போதையிலிருந்த சிலர் அவர்களுக்கு எதிரான கோஷம் எழுப்பியது இவனில் மேலும் அச்சத்தை விளைத்தது. மரண விசாரணையின்போது ஊர்வலத்துக்கு பொலிஸ் காவல் கேட்டிருக்கலாமே என எண்ணினான். ஊர்வலம் ஒருவாறு அசம்பாவிதங்கள் ஏதுமின்றி மயானத்தை அடைந்தது.

இவன் வீடு வந்தபோது எட்டுமணி. குளித்து உடை மாற்றிவர எதிர்வீட்டு மாம்பழம் தேத்தண்ணீர் போட்டுவந்து கொடுத்தாள். நெடுக வந்து கொண்டிருக்கிறவள். நெருங்கவும் விலகவும் செய்யாமல் ஒரு எல்லையில் பழகினாள்.

தேநீர் குடித்து, தகப்பன் வருகிற வேளையில்லாததால் திண்ணையிலிருந்தபடியே சிகரெட் குடித்தான்.

கனகி அப்போதுதான் சந்தை வியாபாரம் முடித்துப் போய்க் கொண்டிருந்தாள். உரமான நடையில் பூமியூடாய் ஓடிய அதிர்வில் இவன் அதைத் தெரிந்தான். கட்டை குட்டையான ஒரு கரிய உருவம். வாழ்நாளெல்லாம் சந்தை வியாபாரத்திலேயே ஜீவனம். கனகியின் இளமை ஒழுங்கானதில்லையென்று கேள்வி. பூநகரியான் ஒருவன் சடங்கு முடித்து சிறிதுகாலம் வாழ்ந்து வந்தானாம். ஒரு பிள்ளையோடு அவளை அடங்காப்பிடாரியென்று சொல்லிக்கொண்டு பூநகரிக்கே திரும்பி ஓடிவிட்டானாம். பிறகு றாலாமி பெரேரா அவளைச் சந்தையிலே கண்டு மோகித்து சந்தித்து வந்தானாம். றாலாமி ட்ரான்ஸ்பரில் காலி போய்விட, கனகி பிரயத்தனப்பட்டு சந்தைக்குள் மணிக்கடை வைத்திருந்த ஒரு சோனகனைப் பிடித்திருக்கிறாள். அவன் இரவு தங்க வந்த இடத்தில், ஊர்ப்பெடியள் கொஞ்சப் பேர் சேர்ந்து வீடு நுழைந்து மணிக்கடைக்காரனையும் கனகியையும் போட்டு வெளுத்து வாங்கியிருக்கிறாங்கள். அவனுக்குப் பிறந்தது தானாம் இரண்டாவது பெட்டை மாலினி. கனகியும் அதோடு திருந்திவிட்டாளென்று கேள்வி. நகர்ப்புறத்தின் ஓரத்திலானதால் இதெல்லாம் கனகாலம் வசையாக நீளவில்லை. பசுபதியின் நண்பிதான் கனகி. அப்பப்ப சாமி வீடு அல்லது கனகி வீடு போயிருந்து கதைத்துவிட்டு வருவார். கனகி வீடே அவருக்குப் பிரியம்.

சிகரெட் கட்டையை வேலிக்கப்பால் எறிந்து விட்டு வந்து லாந்தரை எடுத்து வைத்துக் கொண்டு வாசிக்க ஆரம்பித்தான்.

தேவகாந்தன்

வழக்கமான நேரத்துக்கு பசுபதி வந்தார்.

'நேற்று ராத்திரி மந்துவில் ரத்தினத்தைத்தான் சுட்டிருக் கிறாங்கள், அய்யா' என்றான் இவன்.

'ம். பின்னேரப் பேப்பரிலை படத்தோடை போட்டிருந்திது.'

'செத்த வீட்டுக்குப் போன்னான்.'

அவர் நிமிர்ந்து பாராமலே கேட்டார். இடையில் ஓடிய கணப்பொழுது வெளியை இவன் உணராமலில்லை. 'நீ ரவீந்திரனைப் பாக்க கோயில் குடியிருப்புக்குப் போறதாய்த்தான் காலமை சொன்னனீ. அங்க போகேல்லையோ.'

'அங்க போயிட்டுத்தான் போனனான். பஸ் ஸ்ராண்டுக்கதான் கேள்விப்பட்டன், செத்தது வேலையாவின்ர தமையனெண்டு. அதாலை...'

'அதாலயென்ன, பறவாயில்லை. கலம்பகம் ஏதாவது வந்திடுமோ எண்டதுக்காய்த்தான் அப்பிடிச் சொன்னான். கட்டாயமெண்டால் போகத்தானே வேணும். எம்.பி கூடப்போனாராமே. நீ கண்டு பேசினியோ.'

'நான் காணேல்லை, அய்யா.'

'மய்யம் சுடலைக்குப் போகேக்க ஏதோ சின்னச் சலசலப்பு இருந்துதாமே.'

'ம், சுடலையிலயிருந்து திரும்பி வாற அளவுக்கும் எனக்கும் கெடிக்கலக்கமாய்த்தான் இருந்துது.'

சாப்பிட்டுவிட்டு இருவரும் படுத்தனர்.

அன்றிரவு தூக்கத்தில் இவனுக்குக் கனவு வந்தது. துவக்கு ஏந்திய ஆக்கள் ஆராரோ வந்து கண்டபடி சுடுகிறார்கள். அந்த அதிர்வில் இவனுக்கு அடிக்கடி விழிப்பு வருகிறது. அதிகாலையில்தான் சீரான தூக்கம் பிடித்தது. அப்போதும் ஒரு கனவு வரவே செய்தது. அந்தக் கனவில் யோகம் வந்தாள். ஒரு வளர்ந்த கறுத்த வெறும் மேனியில் தன் முகம் பொருத்திக் கொண்டு. அதற்குமேல் மாமி வந்தாள் யோகத்தின் முகமழித்து.

0-3

மெதுமெதுவாய் வளர்த்த தாபங்களை புதிய ஊர் வந்த பிறகமைந்த தனிமைக்குள் தணிக்க இவன் கற்றுக்கொண்டான்.

அந்த வயதில் மைதுனங்கள் மிக இயல்பானவையாகவே இவனுக்குத் தோன்றின. ஆனால் என்றைக்கு தன் யுவத்தின் அத்தனை வீறுகளையும் அவை தின்று தீர்த்துவிட்ட ஒல்லியுடம்பு கவனமாகியதோ அந்தக்கணத்தில் இவன் விழிப்படைந்தான். ஆனாலும் முற்றிலும் விடுபட முடியாதபடி நரம்பெழுச்சிகள் இவனை வசக்கி வைத்திருந்தன.

மலைநாட்டில் ஆசிரியனாக நியமனம்பெற்ற நாளிலிருந்து வெகுவான பிரயத்தனங்களின் மேல் மேலும் தன்னை அடக்க இவன் முயன்றான். மாலையில் மாலைப்பாதையில் நீண்டதூரம் நடப்பது, இரவில் வெகுநேரம் நல்ல நாவல்களை வாசிப்பது, மிதமாக இரவுணவு கொள்வதென்று பல உபாயங்களையும் கையாண்டான். இவன் நாட்குறிப்பு எழுத ஆரம்பித்ததும் அப்போதுதான். இதனால் தீ தன் வேகமடங்கிற்று. ஆனாலும் ஏதாவது ஒருநாளில் அது முளாசி எரியாமல் இவன் சுயநிலையை மறுபடி அடைந்ததில்லை.

பலவேளைகளில் தேவராஜனே அதன் மூலத்தை யோசித்திருக்கிறான். ஆண்டுகள் பலவற்றை விழுங்கியிருப்பினும் அந்தக் காலமொன்றும் மறக்கப்பட்டிருக்கவில்லை. திரை விலக விக்ரகம் வெளிப்பதுபோல் எல்லாம் தெரிந்தது.

வட்டாரம் கிராமத்தில் இவனது சமூகத்தின் இருப்பு வித்தியாசமானது. அது தன்னைச் செட்டையுரித்து புனிதப்படத் தயாராவதுபோன்று ஒரு பதத்திலேயே இருந்து கொண்டிருக்கும். அற விழுமியங்களில் அது எந்த உயர்சமூகத்தின் தீவிரத்துக்கும் குறைந்ததாய் இருக்கவில்லை. விரத அனுஷ்டானங்களிலும் அது மேலானதாகவே இருந்தது. ஒரு வெள்ளி, ஒரு அமாவாசை, ஒரு பூரணை விரதம் அதன் அனுஷ்டானத்தில் தவறியிருக்கவில்லை.

ஆனால் பசுபதியும் தர்மலிங்கமும் வெறி போடுகிற நாள்களில் அது பிற சமூகங்கள்போலவே ஆகிவிடும். சண்டை தொடங்கியதும் குழந்தைகள் பெண்களின் கூக்குரல் எழும்.

இருவரும் சண்டை பிடிக்கத் துவங்கிவிட்டால் கோடையிடி மாதிரித்தான். கண்டது கடியதுகளையும் போட்டு உடைத்து அட்டகாசம் பண்ணுவார்கள். கூரைகள் வேலிகள் படலைகளெல்லாம் எகிறும். சச்சரவு தொடங்க பெத்தாச்சி படுகிற பரதவிப்புத்தான் இவனுக்குத் தவிப்பாக ஆகியிருக்கிறது. யாருக்கென்று அவள் பேசுவாள். தர்மலிங்கம் மகன். பசுபதியோ மருமகன். அதனால் இடையில் நின்று தலையிலடித்து அய்யோ ராசாக்களே... சண்டை போடாதயுங்கோ அப்பு... நான் பெத்ததுகளெல்லே... என்று கெஞ்சுவாள்.

ஊர் கூடிப் பரிசுகெடுவதன் முன் பசுபதியைத் தங்கம்மாவும், தர்மலிங்கத்தை வடிவும் இழுத்து விலக்கிக்கொண்டு போகப் படாதபாடு படுவார்கள். மெல்லிய உடம்புடைய பசுபதியை, அவரது உயரம் மொத்தத்துக்கு ஏறக்குறையச் சமமான தங்கம்மாவால் சுலபத்தில் சமாளித்துவிட முடியும். மலைபோன்ற தர்மலிங்கத்தை நகர்த்திப் போவதில் வடிவுதான் கிடந்து சீரழிவு படுவாள். அவள் அவரை இழுத்துப் போக முயற்சிப்பது, அவரோடு மல்லுக்கட்டுவதுபோலவே இருக்கும். அந்த மல்லில் அவளது குறுக்குக்கட்டு அவிழ்ந்து விடும். நான்கு பிள்ளைகளைப் பெற்றவளுக்கு தாய்மை அவயவங்களை மறைக்க அப்படியென்ன அவதி ஏற்பட்டுவிடப்போகிறது. அதுவும் அந்த இரவு நேரத்தில். சின்னத் தேவராசன் அவற்றையெல்லாம் அல்லது அவற்றை மட்டுமே கவனித்து வந்திருக்கிறான். சண்டையைவிட சண்டை விலக்கம் இவனுக்குப் பிடித்ததே அதனாலாயிருக்கவும் கூடும்.

இவனுக்கு எந்தக் கோடையானாலும் போர்வை வேண்டும். அநேகமாக தாயாரின் சேலையோ, தகப்பனின் கிழிந்த வேட்டியோ சாரமோதான் போர்வையாக வாய்க்கும். தலைமுதல் கால்வரை இழுத்துப் போர்த்தி ஆமைபோல் சகல பொறிகளும உள்ளடங்கிக்கொண்டு போர்வையின் தனிமைக்குள்ளும், வீட்டின் இருட்டுக்குள்ளுமாய் தன் வயதுக்கு மீறிய ஆசைகளை மனத்தில் விரித்துக்கொண்டான். அது அழுகலின் அடையாளமாகி இவனையே அழிக்குமென்பதை காலம்கழித்தே இவன் உணர்ந்தான்.

ஆரம்பத்தில் பெண்களின் முகமற்ற வெறும் உடம்புகளே மனத்தின் கனவுப் பரப்பில் தோன்றிக்கொண்டிருந்தன. பின் அவை உருக்கொண்டு ஆவேசமாய் நடனமாடின. அவற்றில் முலைகள் குலுங்க சன்னதமாடிய ஒருடம்பு இவனுக்கு மிகவும் பிடித்தமானதாய் இருந்தது. அது அழகாக இருந்தது. அதை இவன் உடனடியாகவே யாருடையதென அடையாளம் கண்டிருந்தான். அந்த வெறுமுடலின் நினைப்பு தினசரி இரவின் களிப்பாக இவனில் மாறியிருந்தது.

ஒருபோது அந்தக் கபந்தத்தில் இவன் ஒரு முகத்தைப் பொருத்திப்பார்க்க அவாவினான். அவ்வாறு பொருத்திப் பார்த்த மறுகணம் இவன் அதிர்ந்துபோனான். அதுஞ் அதுஞ்? பிறகொருநாள் இன்னொரு முகத்தைக் கொண்டுவந்து பொருத்தினான். அற்புதமாகவே அதுவும் அந்த உடம்புக்குப் பொருந்தியது. ஒற்றை உடம்பில் இரண்டு முகங்களை மாறிமாறிப் பொருத்தி இவன் தன்னிலையிழந்தான்.

யுத்தத்தின் முதலாம் அதிகாரம்

தன் அந்தரங்கத்துள்ளானதில் இவன் உறவின், வயதின் மனக்கிலேஷமெதுவும் பட்டுக்கொள்ளவில்லை.

அந்த இரவுணர்வுதான் புதிய பிரதேசத்தின் புதிய சூழ்நிலையின் தனிமைக்குள் இவனை தன் எழுச்சியடக்க வழி காண்பித்தது. இதுதான் இவனது நவீன ஓவியக் கனவுகளின் வரலாறு.

0-4

ஒரு மாலை இவன் வண்ணான்குளத்து மடத்துக்குப் போய் வர விரும்பினான். திட்டுத் திட்டாய் கற்பாறைகள் துருத்திக் கொண்டிருந்த பாதையில் கவனமாக அடிவைத்து நடக்க வேண்டியிருந்தது. மண்டபத்தில் அமர்ந்து சுற்றுப்புறத்தில் பார்வையை வீசினான்.

வயலிலே அருவி வெட்டு முடிந்ததும் ஈர மண் காயுமுன் இறைப்பு வசதியுள்ள வயல்களிலே தோட்டம் போட்டு விடுவார்கள். தோட்டங்களில் சிலர் இறைப்பு, களையெடுப்பு, கொத்துதல், சாறுதலென்று வேலை செய்து கொண்டிருந்தார்கள். யாரோ கட்டைகளடித்துக் கட்டி மேயவிட்டிருந்த மாடுகளை அவிழ்த்துச் சாய்த்துக்கொண்டு போவது தெரிந்தது. தூரத்தே, தாமரைக் குளத்தை ஒட்டிய பகுதியில் இன்னும் சிறுவர்கள் கிளிக்கோடு பாய்ந்து கொண்டிருந்தார்கள். அய்யர் வீட்டெதிரில் வயலுக்குள்ளிருந்த அடைப்புக் கிணற்றில் நீர் வார்ப்பித்துக் கொண்டு பெண்கள் சிலர் வரிசையில் போனதும் கண்டான். சூரியன் மெல்ல மறைந்து வந்தது. வானம் சிவப்படிக்க எழுந்து போய்விடுவதுதான் நுளம்புத் தொல்லையிலிருந்து தப்பிக்கிறதுக்கான ஒரே மார்க்கம். அன்றைக்கு சற்று வீச்சாகவே காற்று அடித்துக் கொண்டிருந்ததில் சிறிது நேரம் இருந்து போக இவன் எண்ணினான்.

நுளம்பை நினைக்க வேறொரு ஞாபகம் வந்து இவனைச் சிரிக்க வைத்தது.

'தட்டினால் வாறன்: தடவினால் போறன்' என்பது சின்ன வயதில் இவன் பலபேரைக் கேட்டு மடக்கிக் கொண்டிருந்த ஒரு நொடி. நுளம்பு என்பது இதன் பதிலாம். நுளம்பைக் கொல்வதற்கான ஓர் உபாயம்தான் இதில் சொல்லப்பட்டிருப்பது. நுளம்பு கடிக்கும்போது அதை அடிக்க நாம் கையை இறக்கும் விசையின் காற்றதிர்வில் தன் ஆபத்தை உணர்ந்துகொண்டு விறுக்கென

அது எழுந்து பறந்துவிடும். அதைக் கொல்லவேண்டுமானால் காற்றதிர்வு எழாத வகையில் கடித்துக் கொண்டிருக்குமிடத்தில் மெதுவாக தடவ வேண்டும். இந்த உண்மையை உள்ளடக்கிய நொடிக்கு, இரவில் இரத்தமெடுக்கப் புறப்படும் ஆண் நுளம்பு தன் மனைவியிடம் அவ்வாறு சொல்லிப்போவதான பதில் எப்படி வந்து பொருந்திற்றென்று இவன் இன்றுவரை விளங்கிக் கொண்டதில்லை. ஆனாலும் பெண் நுளம்பே தன் இன உற்பத்திக்கான அதிக சக்தி வேண்டி உக்கிரமான ரத்த வேட்டையில் ஈடுபடுவதென்பதை க.பொ.த வந்து தெரியும்வரை இந்த நொடியை இவன் சொல்லிக்கொண்டிருந்தான்.

இருட்டியிருந்தது. ஒரு சிகரெட் குடிச்சிட்டுப் போவம்.

'ராசன்?'

'ஓம். ஆரது.'

'அது நான்... ரகுநாதன்.'

ரகுநாதன் வந்தான். 'நீயாய் இருக்குமெண்டுதான் கூப்பிட்டுப்பாத்தன்.'

'பாத்துக் கனநாளாச்சு... குருந்தடி வந்தாலும் உன்னைப் பாக்கேலாது. பந்தடி மும்முரம்போலை...'

ரகுநாதன் லேசாய் சிரித்தான்.

இவன் சிகரெட் பற்றவைத்தான்.

வைரவ கோயிலடியில் இரண்டு பரப்புக் காணித்து துண்டொன்று இருந்தது ரகுநாதனின் குஞ்சாச்சிக்கு. மாலையில் பள்ளி முடிந்த பின் விளையாட்டாய் வேலைசெய்ய ராசனும் வருவான். இருவருக்கும் பெரும் பொழுதுகள் வயலுக்குள்ளும், தரைவை வெளியிலும்தான் கழிந்திருக்கின்றன. பள்ளியில் ஒன்றாகப் படித்தவர்களுடைய நட்பு. இவன் மாற்றலாகி சங்கத்தானைக்குப் போன பின்பும் அறுந்துவிடாமல் இவ்வண்ணம்தான் தொடர்ந்தது. இவன் க.பொ.த. சாதாரணம் பாஸ் பண்ணியபோது ரகுநாதன் ஏ.எல். படித்துக் கொண்டிருந்தான். பிறகு படிப்பைக் குழப்பிக்கொண்டு வாசகசாலை, சனசமூக நிலையம், பந்தடி, வாலிபர் சங்கம், கட்சியென்று திரிந்து கொண்டிருந்தான்.

குருந்தடியில் பலபேர் தேவராசனது நட்பு வட்டத்துள் இல்லை. ரகுநாதனோடுதான் இவனுக்கு நெருங்கிய ஒத்துப் போதல்கள் இருந்தன. சரிகளையும் பிழைகளையும் அவர்கள் பேசி அறிந்தார்கள். பிழைகளை விமர்சனம் செய்தார்கள். இவன் மலைநாடு வேலையாகிப் போனபின். இருவருக்குமிடையே

பெருந் தொடர்புகள் இல்லை. அதை உணர முடியாதவகையில் அவர்களில் வேறு ஈடுபாடுகள் ஆழ்ச்சி பெற்றிருந்தன.

தேவராசன் கேட்டான்: 'என்ன புதினம் அந்தப் பக்கத்தில.'

'புதினமென்ன. வாசிகசாலையில ரத்தினத்தின்ர படம் வைச்சாச்சு. அதுதான் இப்போதைக்குப் புதினம்.'

'எப்ப இது.'

'இண்டைக்குக் காலமைதான். இதாலை கட்சிக் கிளைக் குள்ளையும் பிரச்சினை வரும்போலை இருக்கு...'

'ஏன்.'

'அதெல்லாம் கொள்கை சம்பந்தமான விஷயம். இன்னொரு நாளைக்குப் பேசுவம்.'

'ஏன், உனக்குப் போற அவசரமோ.'

'இல்லை. நீ அவசரப்படுவியே எண்டுதான்.'

'இல்லை. நீ சொல்லு.'

பொக்கற்றுக்குள் எதையோ நுணாவித் தேடியபடி, 'கொம்யூனிஸ்ட் கட்சி ரண்டாய் உடைஞ்சதிலையிருந்து சொன்னாத்தான் எல்லாம் வடிவாய் விளங்கும்' என்ற ரகுநாதன் கொம்யூனிஸ்ட் அகிலத்துக்குள் குருச்சேவினால் ஏற்பட்ட முதல் பிரச்சினை தொடங்கி இலங்கையில் எட்டாவது தேசிய மாநாட்டுக்குப் பின் சீனச் சார்பு கொம்யூனிஸ்ட் கட்சிக்குள்ளேயே ஏற்பட்ட உட்கட்சிப் பூசல்வரை சொல்லிவர, தேவராசன் இடையிட்டான்: 'அதுசரி. இதுக்கும், ரத்தினத்தின்ர போட்டோவை வாசிகசாலையில வைக்கிறதுக்கும் என்ன சம்பந்தம்.'

'இருக்கு' என்று சொல்லி ரகுநாதன் புகையிலைக் காம்பு திருகி வாயில் அதக்கினான். பின் சொன்னான்: 'சாதிப் பிரச்சினையைப் பொறுத்தளவில ஒரு புரட்சிகரக் கட்சிக்கு ஒரு கருத்துநிலை இருக்கு. அதாவது... ஒரு நிலைப்பாடு இருக்கு.'

'சரி.'

'தனிமனிசரை அழிக்கிறது மூலம் சமூக விடுதலையை வெண்டெடுக்க ஏலாதெண்டு அது சொல்லுது. எந்தச் சமூகக் கொடுமையையும் மக்களின்ர போராட்டத்தாலதான் அழிக்க ஏலுமெண்டது அதுகின்ர வாதம். அப்பிடியிருக்கேக்க, தனிநபர் அழிப்பில நம்பிக்கையும், கட்சித்தொடர்பு, ஈடுபாடு எதுவும்

இல்லாமலிருந்த ரத்தினத்தின்ர கொலை, தன்ர சமூகத்தின்ர நலனில அக்கறையுள்ள சராசரிக்கும் கொஞ்சம் கூடின ஒரு தனி ஆளின்ர கொலையாய் மட்டுமே இருக்கேலும். கட்சி இவையள பெரிய தியாகிகளாய்க் கொண்டாடியிடாது. இந்த நிலையில ரத்தினத்தின்ர போட்டோவை கட்சிக் கிளை வைச்சிட சம்மதிச்சிடுமோ, நீயே யோசிச்சுப்பார்.'

'ஓகோ, இது அப்படியொரு பிரச்சினையோ. அதுசரி, கட்சிக் கொடியால ரத்தினத்தின்ர மய்யத்தைப் போத்திக்கொண்டு சுடலைக்குப் போகயிருந்த நேரத்தில பாலு குதிச்சதுக்கும் இதேதான் காரணமோ.'

'இதேதான். வாற புதன்கிழமை கொம்யூனிஸ்ட்டுகளும் சாதிப் போராட்டமும் எண்ட தலைப்பில ஒரு அரசியல் வகுப்பு இருக்கு. மாதகல் கந்தசாமி வருகுது. நீயும் வாவன். நல்லாயிருக்கும்.'

'நான் இந்தமாதிரி ஒரு வகுப்புக்கும் அங்க வந்ததில்லை...'

'நான் வருவன்தானே. கூட வா.'

'எத்தினை மணிக்கு.'

'ஏழு ஏழரை மணியளவில.'

'எங்க நடக்கும்.'

'அது ஆறரை ஏழு மணியளவிலதான் தெரியும். ரகசிய வகுப்புத்தானே, அதால... கடைசி நேரத்திலதான் சொல்லுவினம். பயப்படத் தேவையில்லை. பொம்பிளைப்பிள்ளையளே வருகுதுகள். உன்ர மச்சாள் யோகம், ராணி, கிளியெல்லாரும்... வருவினம்.'

'சரிவாறன்' என்று எழுந்தான் இவன்.

'இன்னுமொண்டு..'

'என்ன.'

'இண்டைக்குக் காலமை இந்திரனைக் கண்டன். சுண்ணாகத்தில ஆச்சியின்ரை செத்த வீட்டுக்குப் போட்டு வாறதாய்ச் சொன்னான்...'

'பெத்தாவாயிருக்குமோ.'

'ஓமோம்... பெத்தாச்சி எண்டுதான் சொன்னான்.'

ரகுநாதனை அனுப்பிவிட்டு வரும்போது ஒரு சோகத்தைச் சுமந்து வருவதுபோல் மனம் பாரமாய் இருப்பதை இவன் உணர்ந்தான்.

0-5

வீட்டில் வந்திருந்து யோசிக்கையில் மனமெல்லாம் கொதித்து நொது நொதுப்பாவதுபோல் இருந்தது இவனுக்கு. நீண்டகாலம் நினைக்காமல் இருந்துவிட்டான்தான். அது சாத்தியமாகியது எப்படியென்பது இன்னும் இவனுக்கு விளங்காமலே இருந்தது. சிரட்டை எரிகிடங்கு கறுத்தும், கரிந்த வீச்சத்துடனும் கிடப்பதுபோல் மனக்கிடங்கில் அவளது நினைவுப் பகுதி, காலப் புழுதியின் வாடை அடித்தது திறக்க.

தாயைப் பெற்றவள் அவள். எவ்வளவோ தலைமுறைகளில் தொடர்ந்துவந்த ஆச்சி, அந்தத் தலைமுறையில்தான் சில குடும்பங்களில் அம்மா ஆகியிருந்தது. அப்பு அய்யா ஆனது. ஆனாலும் பெத்தாச்சி பெத்தாச்சியாகவே இருந்தது. பெத்தாவைமட்டுமா, தாயைக்கூட இழப்பின் வலிகளுடன் இவன் நினைத்ததே இல்லையே. எவரை நினைக்கிற அளவுக்கும் ஒரு மன வெறுமையை இவனது அய்யா விட்டுவைக்கவில்லை. எல்லோரது அன்பையும் தான் கொட்டி, எல்லோருக்குமான அன்பையும் தானே சுவீகரித்துக் கொள்கிற இந்த அன்பு என்ன வகையான அன்பு. அவர்கள் சுற்றந் தழுவி வளரவில்லையென்பது எவ்வளவு பெரிய சோகம். சந்தை, தெருவிலே கண்டால்கூட ஒதுங்கிப் போகிறமாதிரித்தானே அந்த உறவுகளின் நிலை. மாமன் நாகநாதி சின்னப்பிள்ளையில் தாயைத் தின்னியான இவன் தலையில் குட்டியதுபோல் இப்போதும் குட்டத்தானே பார்க்கிறார். இன்னொரு மாமா தர்மலிங்கம் பசுபதியின் மகனாகையாலேயே காணவும் பிடிவாதமாய் மறுப்பவர். அப்புத்துரைச் சின்னையா அவன் பக்கமாய்த் திரும்புவதுமில்லை. வடிவு மாமி கண்டால் கண்களால் கதைப்பாள். சித்தன் சிவன் மட்டும்தான் எதையும் எவரையும் யோசிக்காமல் அவனோடு நின்று கதைப்பது. மாமா மாமி பெரியப்பா சித்தப்பாவென்று எந்த உறவு வட்டத்துள் ஒட்டி இவனும், தங்கை பவளமும் வளர்ந்தார்கள். எல்லாம் நினைக்க ஆத்திரமாக, வெறுப்பாக வந்தது தந்தைமீது. தங்கை மிகச் சின்ன வயதிலேயே கல்யாணமாகிக்கொண்டு தப்பியோடிவிட்டாள். கணவன் மாமன் மாமி மைத்துனர்கள் மச்சாள்களென்று அவளுக்கு ஒரு புதிய உறவுவட்டம் விழுந்துவிட்டது. இவனுக்கு...? சாமி, மாம்பழம், ராசர், கொஞ்சமாய்க் கனகி தவிர வேறு யார்.

ஆனால் நேரமாக ஆக இவனில் கோபம் தணிந்தது. ஒரு தந்தையிடத்தில் எவ்வளவு பாசப் பிணைப்பு இருந்திருக்கவேண்டும், சகலரையும் மறக்கும்படியாக தன் பிள்ளைகளை வளர்த்தெடுக்க. தானே தாயாய், பெத்தாவாய், மாமனாய், சிற்றப்பனாய்...

அந்தளவு அன்பைச் செலுத்தப் பயில்வது தவம். அதை அடைய தன்னின் பெரும்பங்கு வாழ்க்கையை அவர் நிராகரித்தவர். சின்ன வயதில் நிகழ்ந்ததுதான். இருந்தும் இவனுக்கு ஞாபகம். அம்மா காலமான பின் ஒருநாள் முழுகி மெதுமைப்பட்ட கூந்தல் காற்றில் பறக்க, நெற்றியில் திருநீறும் பொட்டுமாய், சந்தனம் மணக்கப் பூசி புதுச்சேலை கட்டிய ஒரு பெண்ணை ஒரு உறவுக்காரர் உனக்குத்தான்... உனக்காய்த் காத்திருந்தவள்... வாழ்ந்து கொள் என்று கூறி வீட்டில் கொண்டுவந்து விட்டுவிட்டு முரட்டுப் பிடிவாதத்தில் போய்விட்டார். மாலையில் வண்டி கட்டிப்போய் திரும்ப அவளை வீட்டில் விட்டுவந்தார் அவர். அவரை வணங்கலாம்.

அன்றிரவு சாப்பிட்டுப் படுக்கப் போகும்போது பெத்தா இறந்து விட்டதை இவன் சொன்னான்.

‘தெரியும்’

தெரியுமோவா. ஏன், அப்படியானால் சொல்லவில்லை. இவன் மனத்துள் குமைந்தான். ஆனால் எப்படிக் கேட்க.

பிறகு ஒருபொழுதில், ‘என்ன இருந்தாலும் பெத்தா பாவம்’ என்றான்.

‘ம்.’

நித்திரைவரச் சிரமப்பட்டது. இவனுக்கு வெளியுலகம் காட்டியவள் அவள். தாய் மடியை தங்கை பிறந்து ஆக்கிரமிக்க, பெத்தா மடியையே சுகமாக்கி வளர்ந்த ஒரு பருவம் இருந்தது. அவள் செல்லுமிடமெல்லாம் இவன் பின்னால் அலைவான். ஞாபகச் சிம்புகள் கிளர்ந்தன.

பெத்தா... பெத்தா... நாளைக்கு உன்னோடை நானும் சந்தைக்கு வரட்டுமே பெத்தா.

நாளைக்கோ... நாளைக்கு நான் சந்தைக்குப் போகேல்லையே அப்பு.

சின்னத் தேவராசன் வெதும்ப பெத்தாவுக்குப் பொறுக்காது. நான் சும்மா சொன்னன் ராசா, காலம்புற வெள்ளண எழும்பி வெளிக்கிட்டு நில்லும், பெத்தா கோகேக்குள்ளை வந்து கூட்டிக்கொண்டு போறன், என்ன.

கிழங்கு வண்டில் போற நேரத்துக்கு எழும்ப வேணுமோ.

ம்.

சரி, பெத்தா.

அங்கிருந்து மூன்று மைல் தூரத்தில் சந்தை. போகும் தூரமெல்லாம் கதைப்பான் சின்னத் தேவராசன். இல்லாவிட்டால் கேள்விகளாய்க் கேட்பான். பார், இந்த வயசிலை விடுப்புப் புடுங்கிற மாதிரியை என்று செல்லமாய்க் கடிந்துகொண்டு பெத்தா அலுக்காமல் பதில்சொல்லி வருவாள்.

பெரும்பாலும் நடந்துதான் போகவேண்டிவரும். சிலவேளை கடசார்க் கற்களில் கால் இடறி நகம் கிழிந்தோ, தோல் உரஞ்சியோ இவன் அவஸ்தைப்படுவான். பாவம், புள்ளை! என பெத்தா அன்பில் நனைப்பாள். வருகிறபோது, தேங்காய் அல்லது கிழங்கு விற்றுவிட்டுத் திரும்பும் ஏதாவது ஒரு வண்டியில் பேரனை ஏற வைத்துவிடுவாள். அதற்காக எப்படியெல்லாம் வண்டிக்காரனை கெஞ்சுவாள் பெத்தா. அதுகூட பரவாயில்லை. வண்டியில் ஏற்றிவிட்டு வண்டியின் வேகத்துக்கு தலைச்சுமையோடு ஓட்டமும் நடையுமாக வருவாள். வண்டில்காரன் ஏய்... இந்தா... என்று கம்பினால் தட்டினால் மாடுகள் மறுபடி ஓடத்துவங்கும். பெத்தாவும் ஓடுவாள். மூசி மூசிச் சிரமப்படுவாள். அதுதான் அப்போது இவன் மனத்தில் துருத்திக் கொண்டிருந்தது.

ஆனால் அதுமட்டுமா அவள் நினைவு.

அம்பலந்துறை வயலில் பெத்தாவுக்கு ஒரு துண்டு நிலம் இருந்தது. அறுவடை முடிய மிளகாய், வெண்டி, கத்தரி, பயற்றை, பாகலென்று பயிரிட்டு விடுவாள் பெத்தா. தானே கொத்தி, இறைத்து பராமரித்துக்கொள்கிற அளவுக்கான சின்னத் தோட்டம்தான்.

மாலையில் மணல் நிறைந்த வழியில் சினனத் தேவராசன் தாண்டித் தாண்டி வரும் வேகத்துக்குத் தகவாய் தானும் நடந்து வருவாள் அவள். அவளுக்கும் அந்த வேகம் வசதியாக இருந்திருக்கும்போல. தோட்டத்துக்கு வந்ததும் இவனை வரம்பிலே இருக்கச் சொல்லிவிட்டு அவள் தன் வேலைகளில் கவனமாவாள். சின்னத் தேவராசன் தூரத்து அல்லிக்குளம் வரைக்கும் வரம்புகளில் ஓடி விளையாடுவான். வாழைத் தோட்டங்களின் தொங்கு சருகுகள் புகுந்து மிதப்பான். மஞ்சட்பூப் பொலிந்த சணல்களுக்குள் மறைந்து மீள்வான். ஒரு சமயம் வானத்துச் சிகப்பு மஞ்சள் வர்ணங்களையும், பட்ட பனை மரத்தின் நுனித் துளைகளில் தலைநீட்டிக் குரலெடுக்கும் கிளி மைனாக் குஞ்சுகளையும் கவனித்துக்கொண்டு அவன் அண்ணாந்து அமர்ந்திருப்பான்.

பெத்தா வயலுக்குள் மாறாடி போடமாட்டாள். குறுக்குக் கட்டுத்தான். புல் செதுக்கிக் கொண்டிருக்கையில் பெத்தாவின்

குறுக்குக் கட்டு சிலவேளை அவிழ்ந்துவிடும். அவளது கிழமுலைகள் புல்லைச் செதுக்க இடிக்கும் ஒவ்வொரு உதைப்புக்கும் தொடையில் கிடந்து குலுங்கும். சின்னத் தேவராசனுக்கு அதுவும் லயிப்புத்தான். பெத்தா இவனைப்போல் யாரையும் அணைத்து வளர்த்ததில்லை.

ஆனால் பின்னாளில் எப்படி மாறிப் போனாள். அதுவும் தாயார் இறந்த கையோடு, அவளது அன்பும் ஆதரவும் எப்போது அதிகமாகத் தேவைப்பட்டனவோ, அப்போது மாறிப்போனாளே. பசுபதியின் மகனாக இருந்த காரணத்தாலேயே தன்னுடைய அரவணைப்பைப் பிடிவாதமாக மறுத்திருந்தாள். அந்த வயதில் சின்னத் தேவராசன் அவளது புறக்கணிப்புக்களால் சுடுபட்டிருக்கிறான். அது பிரதிபலிப்புகள் செய்யும் பருவம். இவனும் அப்படித்தான் வெறுக்கப் பழகியிருந்தான்போலும்.

இவனுக்கே இந்த நிலைமையெனில்... பசுபதிக்கு?

அவரால் லேசுவில் மாறிவிட முடியாதுதான்.

அன்று வெகுநேரமாயிற்று இவன் தூங்க.

அத்தியாயம் ஐந்து

0-1

புதன்கிழமை மாலை அய்ந்தரை ஆறு மணியளவில் இவன் குருந்தடிக்குப் புறப்பட்டான். வீட்டிலிருக்கும்போதே தெளிவாய்க் கேட்டது, விண்கட்டி விண்ணில் ஏற்றிவிட்டிருந்த கொடியின் ம்ம்ம்ம்... நாதம். தரைவையுள் இறங்கியதும் கண்கள் மேலே பாய ஒரு பருந்தளவில் கொக்குக் கொடி யொன்று வானில் நீந்திக் கொண்டிருந்தது தெரிந்தது. ஆளுயரமாவது நிலத்தில் அதன் அளவு இருக்கும். இறக்கி கொண்டுபோவதென்றாலும் இரண்டு மணி நேரம் பிடிக்கும்.

ரகுநாதன் வாசிகசாலையில் நிற்பானாவென்று ஒரு யோசனையில் போனபோது அவன் அங்கே யில்லை. பந்தடிக்குமிடத்தில் இருப்பான். பந்தாட்ட மைதானம் பக்கத்தில்தான். அங்கேயும் இல்லாவிட்டால்தான் கஷ்டம். திரும்புவதைத் தவிர வேறு வழி இருக்காது. சந்திரன், யேசு, சந்தியாப்பிள்ளைபோன்ற இன்னும் சிலரோடும் இவனுக்கு ஓரளவு நட்பு உண்டுதான். ஆனாலும் ரகுநாதன் அளவு இல்லை. மற்றவர்களோடு பழக விரும்புவதில்லை என்றுகூடச் சொல்லலாம். மனத்துள் ஒரு விலகல்.

அந்தச் சமூகமும் அடாவடித்தனம் நிறைந்த தில்லைத்தான். சண்டித்தனம் காட்டுகிற குடும்பமாய் எதுவுமில்லை. வெட்டு, குத்து, கொலையென்று பெரும்பாலும் அங்கு நடப்பதில்லை. ஆனால் தன் வறுமையையும், வசதியீனங்களையும், அடக்குதல்களையும் ஏற்க மறுத்து திமிறத் துவங்கிக் கொண்டிருந்தது அது. காயப்பட்ட கால், தாக்குப் படுவதிலிருந்து தப்பிக்க எப்போதும் ஓர் உஷார் நிலையில் இருக்குமே, அதுபோன்ற ஓர் உயிர்த்தனம் அதனுள்

நிறைந்துகொண்டிருந்தது. இதற்கான காரணங்களை பலவாறாய் விளக்கலாமெனினும், சுட்டிக்கூறும்படியாய் ஓரம்சமும் இருந்தது. அது பிரத்தியட்சமும் கொண்டது.

இவன் வயலிலிருந்து வீதியில் ஏற, மோகனதாஸ் நூலகமென்ற பெயர்ப் பலகையோடு கம்பீரமாய் நின்று கொண்டிருந்தது அந்தக் கட்டிடம். நிறைய முதியவர்களும் இளைஞர்களும் உள்ளேயும் வெளியேயுமாய்.

பந்தடி முடிந்திருந்தது. இவனைக் கண்டுகொண்டு ரகுநாதன் வந்தான்.

'ஆறரை மணியாகுதே, ரகு' என்றான் இவன்.

'ம், ஆக்கள் போயிருக்கினம் மாதகலைக் கூட்டிக்கொண்டுவர. பஸ் எண்டபடியால் கொஞ்சம் முன்ன பின்னதான் ஆகும். வா, வீட்டை போய்வருவம்.'

இருவரும் போய்க்கொண்டிருக்கையில் ரகுநாதன் சொன்னான்: 'நீ இண்டைக்கு வந்திருக்காட்டி நாளைக்கு நாங்கள் அங்கை வாறதுக்கிருந்தம்.'

'ஏன். என்ன விஷயம்.'

'பொறு, முதல்ல நான் வீட்ட போய் மேல் கழுவவேணும். அதுக்குள்ள சந்தியாப்பிள்ளையும் வந்திடுமெண்டு நினைக்கிறன். ஆறுதலாய்ப் பேசுவம்' என்றான் ரகுநாதன்.

வேதக் கோயிலுக்குப் பக்கத்தில் ரகுநாதனின் வீடு. கோயில் எல்லை தாண்டினால் வருகிற வீடு அவனதுதான். இவனுக்கு ஞாபகம் இருக்கிற அளவில் தென்னைகள் பனைகளுக்குள் சுமார் இருபத்தைந்து குடிசைகள், வீடுகளளவில் இருந்த ஒரு வாழிடமாகவே அது இருந்தது ஒரு காலத்தில். ஒன்றிரண்டு மாரிக் கிணறுகள் மட்டுமே இருந்தன. இப்போது ஒன்றிரண்டு கட்டுக் கிணறுகள் வந்திருந்தன. சில வீடுகளுக்கு காணி எல்லைகளும், வேலிகளும்கூட இருந்தன.

எப்போதோ ஓரிருமுறை அது தாண்டிப் போக வர நேர்ந்த சந்தர்ப்பங்களில் இவன் பார்த்திருக்கிற இடம்தான். ஆனால் உள்ளேயிருந்து அதன் கட்டுமானத்தைப் பார்க்க வியப்பாய் எழுந்துகொண்டிருந்தது.

இவனைத் திண்ணையில் அமரச் சொல்லிவிட்டு ரகுநாதன் கிணற்றடிக்கு ஓடினான். நாலைந்து வீடுகளுக்குப் பொதுவான கிணறாயிருக்கும். சற்றுத் தள்ளிய ஒரு இடத்தில் துலா நீட்டித் தெரிந்தது.

அப்போது ரகுநாதனின் தமையன் கந்தையா எங்கோ ஒரு மரத்தில் கள்ளிறக்கிவிட்டு வந்துகொண்டிருந்தார். இவனைக் கண்டுகொண்டு, 'ஆர்... தம்பி ராசனே... கண்டு கனகாலம்' என்றார். பின், 'கொட்டில்ல கள்ளு குடுக்க வேணும், நேரம் போட்டுது. இருந்து கதையுங்கோ வாறன்' என்றுவிட்டு அவசரமாய் நடந்தார்.

இன்னும் நேரமாகத்தான் அந்த வீட்டின் சனத்தொகை தெரியவரும். கந்தையாவின் மனைவி பிள்ளைகளுடன் பத்துக்குக் குறையாது. இத்தனைக்கு ரகுநாதனின் இரண்டு அக்காள்மார் சடங்கு கட்டிக்கொண்டு போயிருந்தார்கள். கந்தையாவின் பறப்பை உணர்வது பெரிய சிரமமில்லை. அவர் நாளில் பன்னிரண்டு மணி நேரம் வேலைசெய்கிறார். காலை மாலைகளில் அய்ந்தாறு தென்னைகளில் கள்ளிறக்கினார். பனங்கள்ளுக் காலத்தில் அதுவேறு தனியாக. ஒன்பது பத்து மணிக்குள் முடித்துக்கொண்டு மரம்வெட்டப் போவார். குழுக்களாக வேலை செய்தாலும், செய்யும் வேலைகளுக்கு தனிக் கணக்கு உண்டு. பிறகு மாலை திரும்பினால், அந்தக் களைப்போடேயே கள்ளிறக்கல். குளித்துவிட்டு வந்து, சிலவேளை குளிக்காமலேயும், படுக்க ஒன்பது பத்து மணியாகிவிடும், வெறும் மேலோடு அவரைப் பகலில் கண்டிருந்தால் யாருக்கும் துணுக்கம் வரும். மார்பு ஏறக்குறைய மரத்தன்மை பெற்றிருந்தது. கைகளில், உட்புறத்தொடைகளில் பனம் பொருக்குகள்போல் தோல் படை கட்டியிருக்கும். தன்னைத் தேய்த்துத் தேய்த்து அந்தக் குடும்பத்தைப் பராமரிப்பது கந்தையாதான். தன் பிள்ளைகள், தன் மனைவியென்று விசேஷமாகக் கவனிக்க முடியாவிட்டாலும், தனக்குப் பிறகு தன் தம்பி தானேயென்று ரகுநாதனில் அவருக்குப் பாசம் அதிகம்; அக்கறையும் அதிகம். அந்த நன்றியும் உணர்வும் ரகுநாதனிடம் உண்டு. அவனது விளையாட்டுப் புத்தியைக் குறைசொல்ல முடியுமாயினும், அவன் சும்மாவும் இருப்பதில்லை. அரசாங்க வர்த்தமானியில் வரும் தகுதியுள்ள வேலைகளுக்கெல்லாம் எழுதிப் போட்டுக்கொண்டுதான் இருந்தான். ரகுநாதன் குடும்பத்தை உதாரணத்தின் பருக்கையாகக் கொண்டால், அந்தச் சமூகத்தின் சீற்றத்தை எவராலும்தான் உணரமுடியும். அது மரம் வெட்டியது, தேங்காய் பிடுங்கியது, கள் இறக்கியது. கூலிவேலை செய்தது... ஆனாலும் வாழ்வு ஸ்திரப்படவேயில்லை. ஒரு காலத்தில் மாரி அவர்கள் வாழ்நிலத்தை அச்சுறுத்தியது. பின் ஒரு மாயத்தில்போல வெள்ளம் புகுவது கொஞ்சம் கொஞ்சமாய்த் தடைப்பட்டுப்போனது. இப்போது ஆபத்தற்ற வெள்ளம்தான் வரும்.

கந்தையாவின் மனைவி கொட்டிலில் குழந்தைகளோடு பொருமியதை இவன் கண்டிருந்தான். ஏனென்று காரணத்தை துல்லியமாய் அறிதல் சிரமம். அதுபோன்ற உள்ளடங்கிய பொருமுகைகளால் காற்றிலும் ஒரு மெல்லிய அழுகையின் ஒலி அங்கே இழைந்து கொண்டிருந்தது. அங்கே ஒரு நெரிசல் உருவாகியிருந்ததாய்த் தோன்றிற்று இவனுக்கு. அழவும் தனிமையற்ற நெரிசல். அடுத்த வீட்டில் எழக்கூடிய ஏய்... உறுக்கல் இங்கே அதிர்வை ஏற்படுத்துகிற நெரிசல். கொஞ்சவும் கோபிக்கவும் முடியாத நெரிசல். அது இனி பிதுங்கத் துவங்கும். துவங்க வேண்டும். இல்லாவிட்டால் நசிதல் தவிர்க்க இயலாததாய் இருக்கும். அது பிதுங்குதல் தொடங்கும் புள்ளி எதுவாயிருக்கும்.

ரகுநாதன் வந்தான். இருவருக்கும் தேநீர் கொண்டு வந்து கொடுத்தாள் ரகுநாதனின் தாய். குடித்துவிட்டு இருவரும் வேதக் கோவில் முன்னாலுள்ள மணலில் சென்று அமர்ந்தனர்.

0-2

இரண்டு பக்க விறாந்தைகளும், நடுக்கூடமும், பலிபீடமும், மணிக்கூண்டுக் கோபுரமும், வெள்ளம் கனவிலும் கருதாத உயரத் தளமும்கொண்ட பெரிய தேவாலயம் அது. திருப்பணி நிறைவு பெறாவிட்டாலும் அதன் இருத்தலில் ஒரு நிறைவுத் தன்மை இருந்தது. தளம் இன்னும் மண்ணாக. சுவர் இன்னும் சாந்து பூசப்படாததாக. இருளுக்குள் நின்றிருந்தும் தேவாலயத்தின் குருசு கரிய அடையாளமாய் வானில் தெரிந்தது.

சமீபத்திலிருந்த இலுப்பை மரம் ஒன்றில் போலும் அதன் அருமைப் பூவுக்கு ஒன்றோ இரண்டோ வௌவால்கள் விழுந்து சடசடத்துப் பறந்தன.

கேட்ட இவனுக்கு சிலுவிலுக்கும் குருந்தடிக்குமிடையே நீண்டு கிடந்த பெருந்தெருவில் நின்ற இலுப்பை மரத்தின் ஞாபகம் வந்தது. அந்தப் பகுதியைப்போல் அதையும் பார்த்தது அப்போது குறைவு. அது பெத்தாவோடு சம்பந்தப்பட்டது. இவனறிந்த மரங்கள் எல்லாவற்றையும்விட அந்த இலுப்பைக்கு வயது அதிகம். ஏறக்குறைய அதன் சம வயது கொசுகாத்தைக்கு. அவள் இன்னும் இருக்கிறாளெனவே எண்ணினான். அவள் காலாதீதி.

இவனுக்கு தன் பாட்டியோடு சின்ன வயதில் நடந்த உரையாடலொன்று ஞாபகத்துக்கு வந்தது.

அந்த நெடுந்தெரு அப்பொழுது மண்ணொழுங்கையாய் இருந்தது. பெத்தா கடகமும், மண்வெட்டியும், இறைப்புப் பட்டையும்கொண்டு தோட்டத்துக்குப் போய்க் கொண்டிருக் கிறாள் சின்னத் தேவராசனோடு.

இலுப்பை மரத்துக்கு பின் காட்டியபடி கொசுகாத்தையின் மண்வீடு. கைத்தடியில் தொங்கிக் கொண்டுபோல் முற்றத்தில் நடந்தபடி அல்லது திண்ணையில் கால்களை நீட்டிக் கூனியிருந்து பாக்குரலில் வெற்றிலை இடித்தபடியென்று இரண்டு சித்திரங்களில் மட்டுமே பலருக்கும் காட்சியாபவள். ஒருநாள் டொக்... டொக்..., என்று பாக்குரலில் வெற்றிலை இடிக்கிறாள் கொசுகாத்தை. வாய் எதையோ அசைபோடுகிறது. வசவையோ. திருப்தியையோ. ஒவ்வொரு தடவையிலும் ஒவ்வொரு அம்சம் இவனில் வியப்பை விரித்திருக்கிறது.

ஒரு தடவை இது.

பெத்தா.

என்ன அப்பு.

அது என்ன, பெத்தா.

அப்பிடியெல்லாம் சொல்லக்கூடாது. ராசா. அது இல்லை, கொசுகாத்தை.

ஆத்தையெண்டு சொல்லவேணுமோ.

ம்.

ஏன் அப்படி இருக்கிறா.

கிழண்டிப் போனா எல்லாரும் ஒரு நாளைக்கு அப்பிடித்தான்.

நீயும் அப்பிடி ஆவியா.

நானோ. நான் இப்பவே அப்பிடித்தான இருக்கிறன். நாரித்தண்டை நிமித்த முடியேல்லையே.

அம்மா?

ம்.

யோகம்?

ம்.

அப்போது சின்னத் தேவராசன் சிரிக்கிறான்.

என்னப்பு, ஏன் சிரிக்கிறாய்.

நான் இந்தமாதிரி ஆகவே மாட்டன், பெத்தா.

சரி.

சந்தி இலுப்பை நான்கு பேர் கட்டிப் பிடித்தாலும் கொள்ளாத சுற்றளவுடையது. நான்கு காணி மூலைகளையும் கவிந்து நின்றது. ஆனால் தன் வெய்யில் பட கிளைகளை இஞ்சி இஞ்சியாய்ப் பரத்திக் கொண்டும், செழுமையின் செறிவுகளால் தாழ்ந்து கொண்டுமாய்த்தான்.

இலுப்பை பூக்கும் காலத்தில் தேசமெங்கும் வாசமடிக்கும். காய் பிடித்து பழுக்க ஆரம்பித்தால் வெளவால்களெல்லாம் அங்கே பறந்து வரும். அவை எழுப்பும் க்ரீச்... சத்தத்தில் உறக்கங்கள் கலையும். சிலவேளைகளில் மரணஒலி எழுப்புங்கள்.

இவன் விழித்துக் கேட்பான்: என்னம்மா சத்தம் அது.

தாய் சொல்வாள்: வெளவாலெதோ வலையிலை விழுந்திட்டுது போலை.

வவ்வால் எதுக்கம்மா.

கறிகாய்ச்சித் தின்னத்தான்.

உவாய்க்.

என்ன உவாய்க். நாகநாதி மாமா மாட்டிறைச்சி தின்னுவான் தெரியமெல்லோ.

'என்ன பெரிய யோசினை' என்ற ரகுநாதனின் பேச்சில் இவன் எதார்த்தத்துக்குத் திரும்பினான்.

'இந்தப் பக்கம் வந்து கனநாளெல்லே... அதுதான்... ஏதோஏதோ யோசனையில இருந்திட்டன்' என்று சொல்லி இவன் சிரித்தான்.

அப்போது சந்தியாப்பிள்ளை அங்கே வந்து சேர்ந்தான். 'மாதகல் இன்னும் வரேல்லையாமோ.'

'வரேல்லை' என்றான் ரகுநாதன்.

'அதுசரி, மணியம்... கிட்டுணு...யேசு ஒருத்ரையும் காணேல்ல. எங்கை போட்டினம்.' சந்தியா கேட்டான்.

எல்லோரும் கிருஷ்ணன் வீட்டிலிருந்து பேசுவதை ரகுநாதன் தெரிவித்தான்.

'அப்பிடி என்ன ஆலோசனை தனியாய்.'

சந்தியாப்பிள்ளைக்கு மறைக்க வேண்டியதில்லை. அவன் கட்சி வாலிபர் சங்கத்து ஆள். கூடஇருப்பவனும் நம்பிக்கையான

நண்பன்தான். 'விஷயம் உங்களுக்குள்ளயே இருக்கட்டும். மந்துவில்லயிருந்து ஆக்கள் வந்திருக்கினம்.'

'ஆர். வேலையா ஆக்களோ.' இவன் கேட்டான்.

'இல்லை. வேலையாவின்ரை கூட்டாளியள் ரண்டு பேர்... வல்லி, காசி எண்டு.'

'என்ன விஷயமாய்...' சந்தியாப்பிள்ளை கேட்டான்.

'ரத்தினத்தை விழுத்தின பிரச்சினையை அந்தளவிலவிட அவையின்ரை ஆக்களுக்கு விருப்பமில்லையாம். அதுக்கு உதவிகேட்டு வந்திருக்கினம்.'

'என்னமாதிரி உதவி...'

'ஆயுதம். அதோடை கொஞ்ச நாளைக்குஞ் அவசியம் வந்தால்... ஒழிச்சிருக்க ஒரு இடம். பிறகு வழக்குக் கிழக்கு வராமல் ஏதாவது செய்யிறதுக்கு கொஞ்சம் பண உதவி...'

'இதில எந்த உதவியை எங்களால செய்ய ஏலும்' என்று சந்தியாப் பிள்ளை கேட்டான். 'ஆயுதமெண்டால் அவை அச்சுவேலி, சங்கானைப் பக்கம் போக வேணும். அங்கை இல்லாத துவக்கே மற்றவையிட்டை இருக்கு.'

'அவைக்கே அது வேணுமெல்லோ. அதாலதான் எங்களிட்ட வந்திருக்கினம். தறுமபரம், கண்டாவளைப் பக்கத்தில கள்ளத்துவக்குகள் எடுக்கலாம்...'

'அதைக்கூட அவையாலை செய்யேலும். எண்டாலும் அது இல்லைப் பிரச்சினை. எங்களுக்குக் கொள்கை ரீதியாய் இதில மறுப்பிருக்கு...'

'மெய்தான். எண்டாலும் இதை எதிரியளின்ர பிரச்சினையாய் எடுக்காமல், எங்கட சமூக வர்க்க ஆக்களின்ரயாயும் பாக்கவேணு மெல்லோ. ரண்டு கள்ளத்துவக்கு எடுத்துக் குடுக்கிறதில பெரிய கொள்கைப் பிழை வந்திடாது...' என்றான் ரகுநாதன்.

'உன்னால எடுத்துக்குடுக்க ஏலுமோ.'

'ஏலும். கேட்டால் எடுத்துக் குடுப்பன்.'

சாதிப் போராட்டத்தின் செல்திசைகளும், அதன் கடூரங்களும் எண்ண சின்ன அதிர்ச்சியொன்று ஓடியது இவனது இதயம் பூராய்.

சந்தியாப்பிள்ளையும் ரகுநாதனும் ஒரு தெளிவுக்கு வந்திருந்தனர். செல்திசை ஒன்றாயிருக்கிறவர்களின் அபிப்பிராய பேதங்கள் தீர்கிற சுளுவு அதில் இருந்தது.

'ராசன்...' சிறிது நேரத்தில் சந்தியாப்பிள்ளையின் அழைப்புக் கேட்க இவன் திரும்பினான். அவன் ஒரு பீடியை எடுத்து இவனிடம் தீப்பெட்டி வாங்கிப் பற்ற வைத்துக்கொண்டு சொன்னான்: 'எல்லாத்தையும் அறப்பேசி உறவு கொள்ளுறது நல்லது. நீர் எங்களோட கிட்டக் கிட்ட வரக்கூடிய ஆள்தான். எண்டாலும் உமக்கு எங்களோட கருத்தியல் ரீதியாயோ, கட்சி ரீதியாயோ சேர்மதியில்லை, இல்லையே. நீர் உம்மட கொப்பரைப்போல தமிழரசுக்கட்சி ஆள்தான். இல்லையெண்டால் மகாசபை ஆள். இன்னும் இன்னும் எம்.பி. க்குப் பின்னால திரிஞ்சு ஏதாவது நன்மையெடுக்க நினைக்கிறவர் அவர்.'

ரகுநாதன் பேசவேணுமென்று சொன்ன விஷயத்தைத் தொடங்குகிற முன்னோடி வார்த்தைகளே அவையென்பது இவனுக்கு விளங்கியது. சந்தியாப்பிள்ளை பேச எடுத்த விஷயத்தைப்போலவே, பேசின முறையையும் இவன் விரும்ப வில்லை. ஆனால் இடையிட முடியாதிருந்தது. போதுமான தகவல்களோ, புதிய சிந்தனையின் விளக்கங்களோ இல்லைப் போல, குழப்பமாக இருந்துகொண்டிருந்தான். சிகரெட் எடுத்துப் புகைத்தான்.

ரகுநாதன் மௌனமாயிருந்தான், ஒரு எல்லைவரை விட்டுப் பார்க்கலாம் என்பதுபோல. சந்தியாப்பிள்ளையிடமிருந்த அந்த வெட்டு ஒன்று, துண்டு இரண்டானமாதிரிப் பேச்சு எப்போதும் எதிர்மறையான பலனையே கொடுத்துவிடுவதில்லை.

'அப்பிடியான ஆக்கள் எங்கட பக்கத்திலயும் இருக்கின மெண்டதை நான் மறுக்கேல்லை. எண்டாலும் அவை உம்மடை கொப்பர்மாதிரி வருஷா வருஷம் வண்டிலோட போய் மாட்டு வண்டில் ஊர்வலத்தில கலந்து கொள்ளுறேல்லை. அவையின்ர தொடர்பு, பற்று எல்லாம் செல்வநாயகத்துக்காய்த்தான். நீங்களெண்டால் எம்.பி.யின்ர ஆக்கள். எடுபிடியள்மாதிரிக் கூப்பிட்ட உடன ஓடுற ஆக்கள். சாதியை ஒழிக்கப்போறமெண்டு சக்கிலியரோட சேந்து எம்.பி. குப்பை கூட்டிக்காட்டி எல்லாரையும் போய்க்காட்டியிட்டு பாதயாத்திரை நடத்தேக்கை மூண்டு நாளாய்க் கொப்பர் கூடத்திரிஞ்சாராமே.'

இவனைத் தாக்குகிற ஒரே நோக்கத்தோடேயே அன்று வந்தவன்போல் சந்தியாப்பிள்ளை அத்தனை காட்டத்தோடு சொன்னது இவனை உறைநிலை அடையவைத்துவிட்டது. சிகரெட் கையில் வீணாய் எரிந்து புகைந்து கொண்டிருந்தது.

சந்தியாப்பிள்ளை தொடர்ந்தான்: 'எல்லாம் விளக்கமாய்ச் சொல்லிக்கொண்டு போனால் வீண் பிரச்சினைதான் வரும்.

இதில இருக்கிற சரி, பிழை உமக்கே தெரியும். தனியாய் இருக்கேக்க யோசிச்சுப் பாரும். நான் கொஞ்சம் காட்டமாய்ச் சொல்லியிருப்பனே தவிர, சொன்னதெல்லாம் உண்மைதான். சரியான மனச்சாட்சியுள்ள ஆளாய் இருந்தால் எங்கட சமூக நிலையைப்பற்றியும் நீர் கொஞ்சம் அக்கறைப்பட வேணும். கெதியிலை, தீண்டாமை ஒழிப்பு வெகுஜன இயக்கமெண்டு ஒரு அமைப்பு துவங்க இருக்கு. எந்தச் சாதியில இருக்கிறவையும், எந்தக் கட்சியில இருக்கிறவையும் இதில சேரலாம். மனச்சாட்சி இருக்கிறவைக்கான ஒரு அமைப்பு இது. இப்ப பாரும், உங்கட அரசியல் ஈடுபாடு தமிழரசுக் கட்சியோடையெண்டாலும் சாதிக் கொடுமைக்கெதிராய் இந்த அமைப்பில தாராளமாய்ச் சேந்து உழைக்கலாம். உங்கட சாதி ஆக்களை இந்த விஷயத்தில நெருங்கவே ஏலாமல் இருக்கு. எனக்கெண்டால் ஏனெண்டு விளங்கேல்லை. அந்த மனிசன் சித்தம் சிவம் எல்லா ரகசிய வகுப்புக்கும் வந்திது. சரி, அந்தச் சமூகத்திலயிருந்து எங்களை ஆதரிக்க ஒரு ஆளாவது இருக்கெண்டு நெச்சுக்கொண்டு போய்க் கேட்டால்... அந்தாள் கிறுக்குக் கதையெல்லாம் கதைக்கிது. வேற வேறை ஊரில உங்கட சாதி ஆக்கள் எவ்வளவு தீவிரமாய் இருக்கினம், தெரியுமே. ஏன் ராசன், நீராவது சொல்லுமன் அப்பிடி என்ன காரணத்தில நீங்கள் பின்னடிக்கிறியளெண்டு. ஒருவேளை... நீங்கள் தாழ்த்தப்பட்ட சாதியில்லையோ.'

அவற்றின் நியாயங்கள் லேசாய் இவனுக்கும் புரிந்தன. ஆனாலும் விழுந்தவை சூடுகள்தான்.

'சரி, ராசன் தன்ர விருப்பத்தை நல்லாய் யோசிச்சிட்டுச் சொல்லட்டும். இப்பவே ஒரு முடிவைச் சொல்லவேணுமெண்டு நீ நிக்கிறது சர்வாதிகாரம். சொன்னாலுமென்ன, ஆள் இஞ்சை நிக்கப் போறதில்லைத்தானே...' என்று நிலைமையைச் சரி செய்தான் ரகுநாதன்.

சந்தியாப்பிள்ளை அடங்கினான். ஆனாலும் ஏதோ ஒரு கோபத்தோடு மந்துவிலார் வந்த விஷயத்தை பிறகு பிரச்சினையாக்கி ரகுநாதனோடு வாதிட்டுக் கொண்டிருந்தான்.

இவன் நேரத்தைப் பார்த்தான். ஒன்பதரை மணிக்கு மேலே. இனி அரசியல் வகுப்பு தொடங்கினாலும் தன்னால் நிற்க முடியாதென்று புறப்பட அவசரப்பட்டான். 'ராசன்... நில்லும்... நில்லும்... இந்த இருட்டிலையே போப்போறீர். கையில லயிற்றும் இல்லை. சூள் கட்டித் தரட்டோ. வயலுக்குள்ளதானே, பிடிச்சுக்கொண்டு போயிடலாம். சூள் கொண்டுபோறது நல்ல முசுப்பாத்தியாயும் இருக்கும்' என்றுவிட்டு, இவனது

தேவகாந்தன்

சம்மதத்துக்குக்கூடக் காத்திராமல் ரகுநாதனின் வீட்டுக்கோடி தென்னம் பாளை தேடியெடுத்து கிழித்து நன்கு கட்டிக்கொண்டு வந்தான் சந்தியாப்பிள்ளை. பிறகு ரகுநாதனையும் வற்புறுத்தி வயற்கரைவரை அழைத்துக்கொண்டு போய் சூள் கொளுத்திக் கொடுத்து அனுப்பினான்.

0-3

மெல்லிய பனியோடு வீசிய காற்று சட்டென்று இவன் வயலுக்குள் இறங்கியதும் சிலிர்க்க வைத்தது. நிலவு, பெருநட்சத்திரக் கூட்டம் ஏதுமற்றிருந்த வானத்திலிருந்து இருள்மட்டுமே சொரிகிறதோவென பிரமை ஏற்பட்டது. கையிலிருந்த சூள், வரப்பைக் கண்டு நடக்க மட்டுமே உதவிற்று. பாம்பு குறுக்கே கிடந்தாற்கூட அந்த வெளிச்சத்தில் காண முடிந்திராது. சூளைப் பயன்படுத்தத் தெரிந்திருக்கவேண்டும். சாதாரணமாக நடக்கும்போது கைவீசும் கணக்கில் காற்றின் திசையறிந்து சூளின் பொறிகள் தன்னில் பறந்துவிடாமல் முன்னாகவோ பின்னாகவோ அழுத்தம் கொடுத்து வீசத் தெரிந்து விட்டால் பிறகு சுலபம்தான். இவன் சூள் பிடித்து பாதித் தூரம் கடந்த பின்தான் அந்த லாவகத்தைக் கற்றுக்கொண்டான். சூளில் பந்தத்தின் கொழுந்தில்போன்றில்லை, நெருப்பின் வெளிச்சமே அடிக்கும். பெரும்பாலும் சிவப்புக் கதிரே பிரவாகிக்கும். தீயாகும்போது சிலவேளை மஞ்சளும்.

இவன் மனது ஒரு தோல்வியில்போல் கனத்துக் கிடந்தது. சந்தியாப்பிள்ளையிடம் இனிமையாயும் மரியாதையாயும் பழகக்கூடிய தன்மை இருந்தது. இவன் முன்பொருமுறை சந்தித்தபோதில்கூட. வக்கிரம் இப்போதுதான். சிலகாலமாகத்தான். ஏன் இப்படி.

‘தம்பர்... தம்பர்... பங்கை பின்சில்லுச் சுத்துது.’

அவசரமாய் எங்கோ சைக்கிளில் சென்று கொண்டிருந்த தம்பர், ஏதோ, வேட்டிதான் சில்லில் சுற்றுகிறதென்று சொல்வதாய் நினைத்து, பிறேக் இல்லாத சைக்கிளை காலினால் வேகம் குறைத்து குதித்திறங்கி குனிந்து பின் சில்லைப் பார்க்கிறார். சொன்ன வட்டன்கள் மதகிலிருந்து சிரிக்கின்றன. அப்போதுதான் பதற்றமான வார்த்தைகளில் தான் ஏமாறிவிட்டமை தெரிய வருகிறது தம்பருக்கு. மனத்துள் சபித்துக்கொண்டே மீண்டும் சைக்கிள் ஏறிப்போகிறார்.

தவறணையில் வலு குஷியான நேரம்.

'அந்த மரத்திலை கையை இந்த மாதிரி விரிச்சுப் பிடிச்சுக் கொண்டு வைச்சிருக்கவேணும். நான் மூண்டு தரம்தான் இந்த மரத்திலை குத்துவன். அதுக்குள்ளை அந்தாள் தன்ர பாட்டிலை கையை எடுக்கும். இல்லாட்டி என்ர பேரை மாத்தி வையுங்கோ.'

'எப்பிடி, அப்பையா… எப்படி அது.'

'மந்திரம்தான். வேறையென்ன.'

'மந்திரமும் மயிரும். நான் வைக்கிறன். எங்கை எடுக்கப்பண்ணு பாப்பம்.' சீனன் போய் வெகு அஞ்சாமையோடு அந்த மரத்தில் அப்பையா காட்டியபடி கையை விரித்து வைக்கிறான்.

அப்பையா எழும்பிப் போய் எதிர்த்த மரத்துக்கு முன்னால் நின்று மந்திரம் ஜெபிப்பதுபோல் பாவனை பண்ணுகிறான். பிறகு, ஒண்டு… என்று மரத்தில் குத்துகிறான். பிறகு, ரண்டு… என்று குத்துகிறான்.

இன்னும் சீனனின் கை அசையக் கூடவில்லை. அசையாது என்று சிலபேர் எண்ணுகிறார்கள். அப்பையா மந்திரம் தெரிந்தவன், இந்தா சீனன் கையை எடுத்திட்டான் என்று சிலர்.

அப்பையா வந்து இன்னொரு போத்தல் கள்ளை வாங்கி பிளாவில் ஏந்திவந்து பழைய இடத்தில் அமர்ந்து கொள்கிறான்.

'அப்பையா…'

'என்ன அவசரம். மூண்டாவது குத்துக்குள்ள சீனன் கையை எடுத்துக்காட்டிக் கேளுங்கோவன்.'

ஆனால் அப்பையா அந்த மூன்றாவது குத்தை எப்போதும் குத்துவதில்லை.

இந்த மாதிரி கேந்தி, கிண்டல், குசும்பு, குயுக்திகளெல்லாம் அந்தச் சமூகத்தில் அண்மைக்காலமாய் அதிகம். அதுவும் ஒருவகைக் கலகக் குணமேயென்பதை சந்தியாப்பிள்ளையூடாக இப்போது இவன் புரிகிறான். ஆனாலும் அந்தக் கலகத்தால இவன் மனத்தில் எப்படிக் கசப்பு படரலாம். ஒருவேளை அதில் ஏதேனும் நியாயம் இருக்கிறதோ. ஆனாலும் அது அவனின் நியாயமே. விடுபடுதல்களை வேறு வழிவகைகளில் சாதிக்க நினைக்கும் இவனின் நியாயம் வேறாகவே இருக்க முடியும்.

சில நிகழ்வுகளை இவன் எண்ணிப் பார்த்தான்.

கடந்த பொதுத் தேர்தலில்தான் தமிழ்க் காஸ்கிரஸ் கட்சிக் கோட்டையென்ற தளத்திலிருந்து சரிந்து, தமிழரசுக் கட்சியின் அங்கத்துவத் தொகுதியானது அது. அந்த ஆண்டிலிருந்து

தமிழ் மொழிக்கான உரிமை கிடைக்கும்வரை தாடி வளர்க்க ஆரம்பிக்கிறார் நவரத்தினம் எம்.பி. அடுத்த ஆண்டிலிருந்து பொங்கல் நாள் மாலையில் கொடிகாமம் சந்தையிலிருந்து ஆரம்பித்து, நுணாவில் கண்ணகை அம்மன் கோயிலில் முடியும் மாட்டுவண்டி ஊர்வலம் தொடங்கப்பட்டதாய் இவனுக்கு ஞாபகம். சாரமும், வெனியனுமாய், தலையில் துவாய் கட்டிக்கொண்டு எம்.பி.யே வண்டில் விடுவார். குட்டி வாழைகள், தோரணங்கள் கட்டி வகைவகையான வண்டிகள் ஊர்வலத்தில் வரும். கூடார வண்டி, கூடில்லா வண்டி, திருக்கல் வண்டி, சின்ன வண்டி, பதினாறு சுற்று வடக்கன் மாட்டு வண்டி என்று வண்டிகளின் வகைகள்.

தெரிந்த யார் யாரிடமோவெல்லாம் மாட்டு வண்டி வாங்கிப் போய் பசுபதியும் ஊர்வலத்தில் கலந்திருக்கிறார். சாதி ஒழிப்புக்காக சமபந்தி போஜனமும் பாதயாத்திரையும் தமிழரசுக் கட்சி நடத்தியபோதில், அதைப் பாடை யாத்திரையென்று கொம்யூனிஸ்டுக் கட்சி சார்பான பத்திரிகைகள் கேலிசெய்த நேரத்திலும் பின்னிற்காமல் அவர் அதில் கலந்து கொண்டதும் நிஜமே. எம்.பி.யை நெருங்க முனைந்து ஆகக்கூடிய ஓர் எல்லையை அவர் அடைந்திருப்பதையும் இவன் அறிவான். இவனை எம்.பி அறிந்து கொண்டதுகூட பசுபதியின்ர மோன் என்ற அடையாளத்தில்தானே.

பாதித் தூரம் இவ்வாறான சிந்தனையில் கழிய வைரவ கோவில் சமீபித்தது. சூலவைரவர் கோயிலென்று அதற்குப் பெயர். அழிநிலையில் கிடந்தது. ஆக்ரோஷமான தெய்வங்களுக்கு அதுவும் விருப்பத்துக்குரிய அம்சமே. லேசான அச்சம் மனத்தின் மேற்பரப்பில் அடித்தது. அப்பால் தரைவை நீரில் கற்பாளங்களிலிருந்து தவளைகளும் தேரைகளும் பாயும் தொபுக்... தொபுக்... சத்தம் மனத்தை உலுப்பப் பார்த்தது.

மாட்டுவண்டி ஊர்வலத்தின் நினைவுச் சுவட்டோடு அந்த இடத்தில் வர அங்கே ஒரு காலத்தில் நடந்ததாய் சாமியும், சித்தன் சிவமும், இன்னும் சிலரும் சொன்ன வண்டிச் சவாரிகளின் நினைப்புத் தோன்றியது. வண்ணான் குளக்கரையோரம் வரை இவன் நடந்தான். அங்கே சற்று உயர்ந்து தட்டையாய்க் கிடந்த வெளிர் கல்லில் ஏறி நின்றான். வான வெளிச்சத்தில் அப்பெரும் பரப்பை ஒரு நோட்டமிட்டான்.

தமிழ் வருஷப் பிறப்பன்று மதியத்துக்கு மேல் சவாரி அங்கே துவங்கும். சவாரி நடப்பதற்கு அதை விட்டால் வேறிடம் இல்லைத்தான். மகிழங்கேணியும் பொருத்தமான இடம்தான்.

அப்போது இரண்டு தார் வீதிகள் வெளியை இடைவெட்டிக் கிடந்தன. இல்லாவிட்டால் அரைக் கட்டை முக்கால் கட்டை தூரத்துக்கு அதில் சவாரி நடத்தலாம். அய்ம்பது வருஷங்களுக்கு முன்னால் வண்டிச் சவாரிப் பயித்தியமொன்று வடமாகாணம் முழுவதும் பரவியிருந்தது. ஆறேழு வருஷங்களாக யாழ்ப்பாணம் முற்றவெளியில் நடைபெற்றுக்கொண்டிருந்த தினகரன் விளையாட்டு விழாவில் வண்டிச் சவாரிப் போட்டி ஒரு முக்கியமான அங்கம். அதுவே சவாரிகளின் அந்தமாயும் ஆனது.

வருஷம் பூரா மாடுகளைச் சவாரிக்குப் பழக்கி, அந்த ஒற்றை நாளில் வெற்றி தோல்வி காண்கிறது பலகாலமாய் இருந்து வந்திருப்பதாயே தெரிந்தது. சித்தன்சிவன் விஸ்தாரமாய்ச் சொல்லியிருந்தார். சித்தன்சிவத்துக்கே இளமைக் காலத்தில் அது தொழிலாக இருந்ததாம். இருபதின் மிடுக்கில் முரட்டு நாம்பன்களை அடக்கி வண்டியில் பூட்டி, மற்றைய சவாரி வண்டி மாடுகளையும், ஜனங்களின் சத்தங்கள் கூக்காட்டுகைகளையும் கண்டு மிரளாமல், நேர்கோட்டில் கடிவாள இழுப்புக்குத் தக இலக்கை நோக்கி வேகமாய் ஓடுவதற்குப் பழக்கியெடுப்பதில்தான் அதன் வெற்றியே அடங்கியிருக்கிறதாய் அவர் சொல்லியிருக்கிறார். வடக்கன் மாடு பார்க்கப் பிரமாண்டம்தான். பெரிய கொம்புகள் அச்சம் தருவனதான். ஆனால் பாரமிழுக்கத்தான் உகந்தவையாம். நாட்டு மாடுகளுக்கு நிகரில்லையாம் எதுவும். தானே சவாரியில் பங்குபற்றுவதில்லையென்றும், மாடுகளைப் பழக்கி விற்பதை மட்டுமே செய்ததாகவும் அவர் சொல்லியிருக்கிறார். மாட்டுத் திருடரிடமிருந்து பாதுகாத்து, தரகர்களின் சுத்துமாத்துகளுக்கு மசியாமல் பேரம் முடித்தால் அதில் நல்ல வருமானமே கிடைக்குமாம்.

வானத்தில் மேக சஞ்சாரம் தெரிந்தது.

மறுகணம் இருபது முப்பது சவாரி வண்டிகள் ஒரு பெரும் பரப்பில் ஏகப்பட்ட கூச்சல்களுக்கிடையில் போட்டியில் ஈடுபட்டிருப்பதுபோல் ஒரு பிரமை. சவாரி வண்டிகள்போல் துண்டு துண்டான மேகங்கள் அத்தனை விரைவில் பறந்து கொண்டிருந்தன. சில மோதிக் கவிழ்ந்தன. சில பிய்த்துக்கொண்டு வேறு திசையில் பாய்ந்தன. இவன் அதிசயத்தோடு அந்த மனக்காட்சியில் ஆழ்ந்திருந்தான்.

கண்ணில் நீர் கசிந்து பார்வை மங்கிவர இவன் திரும்பிக் கொண்டு, கல்லிலிருந்து இறங்கி சூளை வீசியபடி வீட்டுக்கு நடந்தான்.

0-4

இவன் வீடு சென்ற போது பசுபதி வந்துவிட்டிருந்தார். அவ்வளவு நேரம் வெளியே நின்றதற்காக கடிந்துகொண்டார். அவர் நாணயக்கயிறு பிடித்தது, மாட்டு வண்டி ஊர்வலத்தில் கலந்துகொண்டதெல்லாம் இவனுக்காகவே அல்லவா. இவன் அமைதியாக எல்லாம் தாங்கினான்.

படுத்ததும் அவர் நித்திரையாகிப் போனார். இவனில்லை.

அன்று சித்தம்சிவம் வீட்டுக்குக் கிட்டவாய்ப்போயும் அவரைப் பார்க்காமல் வந்தது இவனுக்குத் துக்கமாய் இருந்தது.

சின்ன வயதிலிருந்து மாமா என்றுதான் அழைத்து வருகிறான். உண்மையில் இவனது தாயார்தான் அவரை மாமாவென்று அழைத்து வந்ததாக ஞாபகம். அவள் மூலமாகவேதான் அவர்பற்றிய ஞாபகங்கள் வரமுடியும்.

இவனுக்கு ஞாபகமிருக்கிறவரையில் சித்தன்சிவத்தின் பாட்டனார் பெயர்தான் சித்தன். நீண்டகாலம் உயிரோடிருந்தவர். தந்தையின் பெயர் பூதன். இவரைக்கூட சின்ன வயதில் சிவம் மாமா என்றேதான் அம்மா அழைத்திருக்கிறாள். சித்தன் பின்னால் எப்படி வந்து ஒட்டிற்றென்று எந்த அனுமானமும் இல்லை. இவன் சின்னத் தேவராசனாய் அங்கனயிருக்கிற கொய்யா, நாவலென்று பாய்ந்து திரிந்த காலத்தில், சித்தன்சிவத்துக்கு சவாரி மாடு பழக்குவதுதான் வேலையாக இருந்திருக்கிறது. மாட்டை வண்டியில் பூட்டி, பூட்டாமலென்று என்னென்னமாதிரி ஓட்டங்கள். மட்டை வேலி, கிடுகுவேலி, பனையோலை வேலிகளெல்லாம் பிய்த்துப் பிடுங்கிக்கொண்டு புழுதியெழுப்பிப் பறக்குங்கள் மாடுகள். இந்த வேலி பிடுங்கிகளுக்காகத்தான் காணி மூலைகளில் மூலைக்கல் வைக்கிற வழக்கம் வந்ததென்று அப்போது பகிடியாய் ஒரு பேச்சிருந்தது. மூலைக் கல்லேறி வண்டி கவிழ்ந்துதான் கோனாரின் கால் முடமாயிற்றாம். கவிழ்ந்த வண்டியையே கல்லெறி தூரத்துக்கு மாடுகள் இழுத்துக்கொண்டு ஓடியிருக்கின்றன. மணலொழுங்கையானதால் அன்று கோனார் உயிர் தப்பினார்.

சித்தனுக்கும் பூதனுக்கும் நிறையக் குடிப்பழக்கம் இருந்தது. குடித்து அடி பிடிப்பட்டு கலவரம் செய்துமிருக்கிறார்கள். அடுத்த தலைமுறையில் அது கால் பங்காய்க் குறைந்தது. சீதேவி குடிப்பதையே வெறுத்தாள். இன்று நினைத்தாலும் இவனுக்கு அது அதிசயம். அவர்களில் ஒரு பகுதியினர், பின்னால் பெரும் பகுதியினர், கடைப்பிடித்த சைவ ஆசாரம் பலருக்கும் புதுமை.

தர்மலிங்கம்மட்டுமே இவனது நெருங்கிய உறவினர்களில் பறை முழக்கி இவன் பார்த்திருக்கிறான். அதுவும் பன்றித் தலைச்சி அம்மன் கொடியேறி திருவிழா நடைபெறும் பங்குனி மாதத்து நான்கு அல்லது அபூர்வமாய் அய்ந்து திங்கட்கிழமைகளில் மட்டும். அன்று வேறு வேறு இடங்களிலிருந்தெல்லாம் பறை கொண்டுவந்து சேர்ந்து முழக்குவார்கள். கோயில் பறை முழக்க விசேஷ பயிற்சி தேவையென்று யாரோ சொல்லிருந்தார்கள் இவனுக்கு. அது சாவுப் பறைகளைவிட தாளக்கட்டில் வித்தியாச மானது. மட்டுமில்லை, அந்தத் தாள கதியைத் தொடர்ந்து உக்கிரப்படுத்தி உச்சங்கொண்டு செல்வதற்கு தனித்திறமைகளும் தேவைப்பட்டனவாம்.

இன்று பலருக்கும் ஆதி பரம்பரைத் தொழில் மாறிவிட்டிருக்கிறது. அவர்களின் தொழிலும் பன்னப்பாய், தடுக்குப் பாய், படங்குப் பாய், சுளகு, கடகம், பெட்டி, வெண்காயக் கூடை முதலியன இழைத்தலும் முடைதலும் என்றாகியிருந்தது. சிலர் இன்னும் அந்த சடக்கு... சடக்குத் தொழிலில். வள்ளுவ குலமென்று தங்களை இவர்கள் சொல்லிக்கொண்டார்கள். ஆதி என்ற புலைச்சிக்கும் பகவன் என்ற அந்தணனுக்கும் பிறந்த பரம்பரையின் தொடர்ச்சியாம் அவர்கள். இக்குலத்திலிருந்து வந்தவளாய் இருப்பாளோ சீதேவி.

அங்கே நெசவாளருக்கான ஒரு சங்கம்கூட உண்டு. அளவான கட்டிடத்தில் இயங்கியது. சில தறிகள், உவாப் சுற்றும் வசதிகள் இருந்தன. கட்டிடம் மரக் கவிவால் மூடுண்டு இருந்ததுபோல்தான் அங்கே அத்தொழில். அதனால் சிலருக்கு அது இரண்டாம் தொழில். நெசவு நெய்யாத காலங்களில் சுளகு பொத்துவார்கள். சித்தம்சிவம் இதில் விண்ணன். கரப்பு கட்டுவதிலும் அவருக்கு நல்ல தேர்ச்சி இருந்தது. ஆனால் மனிதரை ஒரு இடத்திலென்று குறிப்பாய்க் கண்டுபிடிப்பது சாத்தியம் இல்லை.

சித்தன்சிவம்பற்றி ஓரளவு இவன் அறிந்திருக்கிறான். ஆனாலும் அவரின் வயதுபற்றி வந்த இடத்தில்தான் இவன் தடுமாறியது. அறுபது... ஏன்... எழுபதுகூட இருக்கலாம்போல் இருந்தது. ஆனால் அன்று போலவேதான் இன்றும், வெற்றுடம்பு, விரி சிரிப்பு, உயர்வும் இறுக்கமுமான தசைத் திரட்சியுள்ள உடம்பு, பொலிஸ் குறோப் அடித்த தலை. சித்தன் சிவத்துக்கு மொட்டையும் பிடிக்கும். நினைத்தவுடன் மொட்டையோடு வந்து நிற்கும். ஏன் மொட்டையென்று கேட்டால், அடிக்கவேணும் போலையிருந்தது என்று சர்வசாதாரணமாய்ச் சொல்வார்.

சித்தன்சிவத்தை இவன் பார்த்து வருஷமொன்றிருக்கும். அடுத்த ஞாயிறு மலைநாடு பயணமாவதின் முன் அவரைப் பார்த்துவர

இவனுள் பிரியமொன்று சடைத்துக் கிளர்ந்தது.

யோகமென்ற ஒரு வடிவின் ஞாபகமும் எங்கோ ஒரு மூலையில் கிடந்து வண்டுபோல் இசைந்தது.

அதில் இவனுக்குத் தூக்கம் வந்தது.

தூக்கத்தில் கனவு.

கனவில்...

அத்தியாயம் ஆறு

0-1

‘எங்கையெண்டான்ன போறதெண்டா இண்டைக்கே போட்டு வந்திடு. நாளைக்கு அங்கையிங்கையெண்டு திரியக்குடாது, சொல்லிப் போட்டன்’ என்று காலையில் சொல்லிப் போனார் பசுபதி.

முதல்நாள் குமரபுரம் போய் தங்கையைப் பார்த்து வந்ததில் கழிய, அன்றொரு நாள்தான் மீதமிருந்தது எங்காவது போய்வர. மறுநாள் இரவு இவனுக்குப் பயணம். அன்றைக்கு சித்தன்சிவம் வீடு போய்வரலாமென எண்ணினான்.

வேதக் கோவில் தாண்டி நடந்துகொண்டிருந்த வேளை, ‘தம்பி... ராசன், ஒரு கதை...’ என்றுகொண்டு வந்தார் கந்தையா. இறக்கிய கள்ளை கொட்டிலில் கொடுத்துவிட்டு திரும்பிக் கொண்டிருந்தார்போல் இருந்தது. ‘அவசரமோ’ என்று கேட்டார்.

‘இல்லை, சொல்லுங்கோ.’

‘உவன் ரகுவனைப் பற்றித்தான் கொஞ்சம் பறைய வேணும்.’

‘ஏன், என்ன விஷயம். வீட்டில ஏதாவது கதைவழியோ. ஆள் இப்ப எங்க.’

‘போய் ரண்டு நாள். போன வந்த இடம் தெரியாது. இஞ்ச இவங்களைக் கேட்டா வந்திடுவார்... வந்திடுவார்... எண்டிறாங்கள். ஏதாவது அலுவலாய்ப் போயிருப்பாராம். கண்டறியாத கதை. எங்களுக்குத் தெரியாமல் அப்பிடி என்ன அலுவல் உவருக்கு.’

‘போகேக்குள்ள ஒண்டும் சொல்லிப் போட்டுப் போகேல்லையோ.’

'நான் வீட்டில நிண்டாத்தானே, ராசன், இதுகளையெல்லாம் பாக்கிறதுக்கு. முந்தநாள் ராத்திரி ஆள் படுக்க வரேல்லை. காலமை அங்கை இஞ்சையெண்டு ஓடி விசாரிச்சா, ஒருத்தருக்கும் ஒண்டும் தெரியல்லை. முந்தியெண்டா ஆச்சியிட்டை இல்லாட்டி என்ரை மனுஷி நாகியிட்டையாச்சும் ஒரு சொல்லு சொல்லிப்போட்டுப் போவான். அந்தப் பழக்கமொண்டும் இப்ப இல்லை அவரிட்டை. போவார். வருவார். சாப்பிடுவார். கிடப்பார். அவ்வளவுதான். எங்கையாவது பந்தடியெண்டா மட்டும் காலமையிலையிருந்து அண்ணர் எங்கை... அண்ணர் எங்கையெணை எண்டு ஆச்சியைக் கேட்டுத் துளைச்சுக்கொண்டு திரிவார். என்னைக் கண்டாத் தலையைச் சொறிவார். பாவம், அப்பு உயிரோடையிருந்தா அந்தாளைக் கேழ்ப்பான், இப்ப ஆர், நான்தானேயெண்டு அங்கன இஞ்சனை பொறுக்கி நாலைஞ்சு ரூவாய் குடுத்தால் போயிடுவார். இப்பவெல்லாம் சாமத்திலதான் படுக்கவும் வாறது. ரண்டு நாளாய் அதுவும் இல்லை.'

இவன் ஏது சொல்லவும் தெரியாமல் நின்றான். ம்... அதுசரி... ங்ஆ... என்பவையும் பதில்தான். அவை எப்போதும் சொல்பவருக்குச் சார்பான பதில்களே.

'நீரெண்டான்ன ஒருக்கா எடுத்துச் சொல்லவேணும்' என்று விஷயத்துக்கு இறங்கினார் கந்தையா. 'எங்கயெண்டான்ன போகட்டும் வரட்டும்... என்னெண்டான்ன செய்யட்டும்... எனக்கு ஒண்டுமில்லை. வாற ஆபத்து அந்தரமெல்லாம் உவருக்குத்தானே. எதாவது ஒண்டெண்டா, என்னையே புடிச்சுக்கொண்டு போய் உள்ளுக்க வைக்கப்போறாங்கள்.'

'அப்பிடியென்ன...'

'இதுவும் இடைக்கேள்விதான். ஆனா ஏன் நம்பக்கூடாது. ஆள் செய்யக்கூடிய ஆள்தான்.'

'எனக்கெண்டா உண்மையில ஒண்டுமே விளங்கேல்லை, கந்தையாண்ணை...!'

'வன்னிப் பக்கம்தான் எங்கையோ போயிருக்கிறாராம். வெளிய கிளிய தெரிஞ்சாலும்... கடவுளே... உதெல்லாம் பெரிய கரைச்சலுகள், தம்பி. சரி சரி, அதை ஏன் இப்ப. அவர் என்னெண்டான்ன செய்யட்டும் ஒரு நல்ல நிலைமைக்கு வந்த பிறகு. அதுக்கு முந்தியே சும்மா சங்கம், கட்சியெண்டு திரிஞ் சா...? என்னால இன்னும் எத்தினை காலத்துக்கு இப்பிடி முறிய ஏலும், நீரே சொல்லும் பாப்பம்.'

இவன் கேட்டுக் கொண்டிருந்தான். திடீரென தன் மெய்யின் வைரமெல்லாம் இழந்து அவர் நொய்மை அடைந்து போனதாய்த்

தோன்றியது. அது இவனை உணர்வு ரீதியாய் உலுப்பியது.

அந்தக் காலை வேளையில் பூவரசு, முள் முருங்கை ஆதியாம் வேலி மரங்களின் அடிப்புறத்து பனிவெண் நுரை மெல்ல உருகுநிலை அடைந்து நீராய்ச் சிந்த, துளிகள் வெடித்து எங்கும் துமிகளாய்த் தெறித்துக் கொண்டிருந்தன. சூரியக் கதிருக்கு நேரே ஒரு மயிர்கொட்டி இழைவிட்டு இறங்கிக் கொண்டிருந்தது. 'அண்ணை மசுக்குட்டி, இஞ்சாலை கொஞ்சம் அரக்கி நில்லுங்கோ' என்று இவன் கண்டு சொல்ல, விலகி நின்று கந்தையா தொடர்ந்தார்: 'இருபது இருபத்தொரு வயசாகுது. இன்னும் கைச்சிலவுக்கு என்ர கையைப் பார்த்துக் கொண்டிருக்கிறார். நானென்ன தம்பி செய்யேலும், சொல்லும். நாப்பது வயசுக்குக் கிட்டத்தான் நானே சடங்கு முடிச்சது. இப்ப ரண்டு புள்ளையள். அதுவும் பொம்பிளப் புள்ளையள். இந்த நிலைமையில எனக்கெண்டு குண்டி குந்தியிருக்க ஒரு காணித்துண்டு வேணுமெல்லோ. ஆச்சிக்கும் நாகிக்கும் இப்பவெல்லாம் அடிக்கடி சண்டை வருகுது. உவள் ராணியும் அவளோட யாரிக்கு யாரியாய் நிண்டு வாய் காட்டுறது. ஒரு சதத்துக்கு மரியாதை குடுக்கிறேல்லை. எலி வளையெண்டாலும், தனி வளை வேணுமென்பினம். இல்லாட்டி இந்தமாதிரிச் சச்சரவு வரத்தான் செய்யும். அனுசரிச்சுப் போகலாம், அது பெரிய பிரச்சினையில்லை. ஒரு ஆளெண்டான்ன எனக்குக் கை குடுக்க வேணும், தம்பி. ரண்டு தங்கச்சியளைக் கரையேத்தினது கடவுள் புண்ணியம். இப்ப இருக்கிறதில இவன்தானே மூத்தவன். கொஞ்சமெண்டான்ன யோசினையில்லாமல்த் திரிஞ்சா...?'

'மெய்தான். எண்டாலும் ரகு வாற வேலையளுக்கு அப்பிளிக்கேஷன் எழுதிப் போட்டுக் கொண்டுதான்...'

'அதொண்டும் சரிவராது, ராசன்' என்று இடைமறித்தார் கந்தையா, 'அப்பிளிக்கேஷன் போடுறதுக்கெண்டு இருவது முப்பது ரூபாயாய்க் குடுத்தே நான் அறுந்து போனன். இப்ப உவன் செய்ய ஒரு வேலைதான் இருக்கு...'

'என்ன.'

'அப்ப விசுவமடுவில காணி குடுக்கேக்கையே சொன்னனான், எஸ்.எஸ்.சி. பாஸ் பண்ணியிருக்கிறாய், எழுதிப்போடு, காணி கிடைக்குமெண்டு. கேட்டாத்தானே. கூப்பனை கரைச்சிப் பக்கம் தெரிஞ்ச ஆக்களின்ர வீட்டுக்கு மாத்திப்போட்டு அங்கத்தை தொழில்க் கந்தோரில பதிஞ்சு வைச்சிருந்தா பரந்தன் சோடாப் பக்ரரியிலையாச்சும் இத்தறுதியில வேலை கிடைச்சிருக்கும். இப்ப விசுவமடு குடியேத்தத்தில காணி எடுத்த பெடியளின்ர

மதிப்பென்ன தெரியுமே. எதையும் கேக்கேல்லை. நான் களைச்சுப் போனன். வல்லிட்டுக் குத்தி தூக்கி அடிச்சு அடிச்சு என்ரை நெஞ்சு ஈஞ்சு போச்சு, தம்பி. இருமல், இழுப்பு... எண்டு நாளைக்கு நான் பாயில விழுந்தா, ஆர் என்னைப் பாக்கப் போகினம். புள்ளையளை ஆர் பாக்கிறது. பொண்டில ஆர் பாக்கிறது. அதாலைதான் சொல்லுறன்... இப்ப வெளியில போயிருக்கிறவர் வந்தவுடன ஒருக்கா இதுகளைச் சொல்லி விளங்கப்படுத்த வேணும், தம்பி. விசுவமடுவில திரும்பவும் காணி குடுக்கப் போகினமாம். அக்கரையானில குடுக்கப் போகினமாம். இதுகளை விசாரிச்சு காணிக் கச்சேரியளுக்கு ஒருக்கா அவனை எழுதிப் போடப் பண்ணவேணும். போறவழிக்குப் புண்ணியங் கிடைக்கும்.'

'நாளைக்குப் பின்னேரம் நான் பள்ளிக்குடத்துக்கு வெளிக்கிடுறன். அதுக்குள்ளை ரகு வந்திட்டா சொல்லியிட்டுப் போவன். ஏலாட்டி காயிதத்திலையாவது எழுதிப் போடுறன்.'

'உண்ணாணை எனக்காண்டி மறக்காமல் ஒருக்காச் செய்யும், தம்பி. நீர் சொன்னால் கேப்பான்.' போய்க்கொண்டிருந்த போதுதான் திரும்பிச் சொன்னார்: 'பொழுது போட்டுது, நான் வாறன் தம்பி. அய்யா எப்பிடி இருக்கிறார்.'

அன்று சனிக்கிழமை. வேலைக்குப் போகமாட்டார். இருந்தும் அப்படி இயங்கிப் பழகிப்போயிற்று.

வெய்யில் ஏறியிருந்தது.

குழைகள் மறைத்திருந்தன கதிரை.

தென்மராட்சியைக் குழைக்காடு என்று சொல்வார்கள். குழைக்காட்டான் என்றால் கொஞ்சம் குறைச்சல்தான். வடமராட்சியின், வலிகாமத்தின் பச்சைப் பசளைத் தேவையை தென்மராட்சியே நிறைவு செய்துகொண்டிருந்தது. பூடுகூட வாங்கிப் போவார்கள். மழையினால் குழைக்கடை துவங்க அந்த வருஷம் தாமதம், அநேகமாக முந்திய வருஷங்களில் மூன்றாந் தவணைப் பள்ளி விடுதலைக்குள் குழைக் கடை துவங்கும். குழைக் கடை துவங்கும்வரை அந்தக் குழை அடர்த்தி இருக்கும்.

மேலே நடந்து பனையடியில் பிள்ளையார் கோவில் பக்கம் திரும்பினான். இனி கோயில் காணியூடாய்ப் போனால் சித்தன்சிவம் வீடுதான்.

கந்தையாவின் மன வெக்கையை இவனால் புரிய முடிந்தது. முடிவையும் விவேகமாய் அவர் வந்தடைந்திருந்தது இவனுக்கு

வியப்பு. ஒரு கிளர்ச்சி மனப்பான்மையை ஒருவர் கொண்டுவிட்ட பிறகு, அந்த மனப்பான்மைக்கேற்ற கருத்துக்களை அவர் ஏற்பதுதான் இயலும். அதனால் ரகுநாதனுக்கு இதைச் சொல்லி ஏற்றுக்கொள்ள வைப்பதிலுள்ள சிரமத்தையும் இவன் உணர்ந்து மலைத்தான்.

ரகுநாதன் ஏன் போயிருந்தான் என்ற விஷயத்தை கந்தையா சொல்லாமல் விட்டிருந்தாலும், இவனால் ஊகிக்க முடிந்திருந்தது. தருமபுரம், கண்டாவளைப் பக்கங்களில் நிறைய கள்ளத் துவக்குகளின் ஊசாட்டம் இருப்பதை ரகுநாதன் அறிவான். அவனால் அவற்றை எடுக்கவும் முடியும்.

0-2

உறைந்திருந்த நிசப்தம் வீட்டில் சித்தன்சிவம் இல்லை யென்பதைத் தெரிவித்தது. திண்ணையோடு தாழ்வாரத்தில் படுத்திருந்த ஒரு செங்காரி நாய் உஷாரடைந்து தலைநிமிர்த்திப் பார்த்துவிட்டு உறுமக்கூடச் செய்யாமல் மறுபடி படுத்தது. பக்கத்து வீட்டில் விசாரிக்கலாமேயென்று மெல்ல அந்தப் பக்கமாய்ச் சென்று, 'வீட்டுக்காறர்... வீட்டுக்காறர்...' என்று கூப்பிட்டுப் பார்த்தான். அந்த வீட்டு நாய்தான் ஓடிவந்து வேலிக்குள் நின்று குரைத்தது. அவன் பேசாமல் திரும்பினான்.

அப்போதுதான் அன்று முக்கியமான வாரச் சந்தை நாளென்பது ஞாபகம் வந்தது. நிச்சயமாக சந்தைக்குத்தான் போயிருப்பார் சித்தன்சிவம், சனிச் சந்தை அங்கே வாழ்வி யலின் ஒரு பகுதி. இனி திரும்பி வர பன்னிரண்டு மணியாவது ஆகும். அதுவரை என்ன செய்ய என்று இவன் குழம்பினான். வாய்க்கால் பக்கம் போய்வரலாமோ. கேதீசன் வீடு அங்கேதான். அவனுக்கு கொழும்பிலே வேலை. வருவதானாலும் பொங்கலோடுதான். தகப்பனார் இருக்கக்கூடும். போனால் சந்தோஷப்படுவார்தான். ஆனால் அவரோடு பேசுவதற்கான மனநிலை அன்று இருக்கவில்லை. அங்கேயே இருந்து சித்தன் சிவத்தைச் சந்தித்துக் கொண்டு போவதுதான் சரியென்று தோன்ற, திண்ணையில் அமர்ந்தான்.

நாய் அப்போதும் பார்த்துவிட்டு கண்ணை மூடிக் கொண்டது. அறிமுகமில்லாத தன்னைக் கண்டு அந்த நாய் குரைக்கவோ உறுமவோ கூடச் செய்யாதது இவனுக்கு அதிசயமாகவே இருந்தது. பிரமச்சாரியின் நாய்களுக்கான பொதுவான ஒரு

போக்கோ இது என்று வேடிக்கையாக நினைத்தான். பின்னர், அது தன் முதல் உர்... பார்வையிலே நண்பர் விரோதியை இனங்கண்டு விடுகிறதென்பதைப் புரிந்தான்.

திரும்பி உள்ளே, குந்துகளில், செத்தைகளில் பார்த்தான். புத்தக மெதுவுமில்லை. சில வீடுகளில் சிரிப்புப் புத்தகம், சினிமாப் புத்தகமாவது இருக்குமே. அங்கே பழைய பேப்பர்கூட இருக்கவில்லை. சலிப்போடு திண்ணைக் கப்பில் சாய்ந்தான்.

நிமிர்ந்த பார்வையில் பனையடிப் பிள்ளையார் கோவில் முடி தெரிந்தது. அந்தக் கோவிலுக்கு முன்னால்த்தான் முந்திய காலங்களில் போரடி நடந்தது. வட்டன் செல்லையா விறுமன் போல் களத்தின் ஆக்கிரமிப்பாளனாய் இருந்து வெற்றிகள் குவிந்தது அங்கேதான். எல்லாம் இருட் காட்சிகளாயெனினும் தொடர்ந்து வந்து கொண்டிருந்தன.

'பனையடி' என்று அடைமொழி பெறுவதற்கு கோயிலைச் சுற்றி நிறையப் பனைமரங்கள் நின்றிருக்கவேண்டும். இப்போது பனைகள் குறிப்பிடும்படியான தொகையில் இல்லை. வீடு கட்டுவதற்கு வளை, மரம், சலாகையெல்லாம் பனையிலேதான் போட்டார்கள். அதனால் தொகையான பனைகள் தறிபட்டன. வீடு கட்டுவதற்கான நிலத்தை வெளியாக்க இன்னொரு பக்கமாய்ப் பனைகள் பிடுங்கப்பட்டன. பனை வளவுகளெல்லாம் பெரும்பாலும் வீடுகளாய். வளவுகளில் அதனால் பனைகளைவிட தென்னைகள் மேவிய கணக்கில். ஒரு அடையாளத்துக்கு அல்லது ஞாபகத்துக்குப்போல கோயிலுக்குச் சற்றுத் தூரத்தில் ஒரு வளவுதான் இருந்தது கொஞ்சம் பனைகளோடு. பனைகளைவிட வடலிப் பனைகள்தான் அங்கே அதிகம். வடலிவளவு என்று அதைக் குறிக்கிறார்கள். கோடை காலத்தில் காற்று குடிமனைகள் பக்கம் வீசும்போது அங்கிருந்து எழக்கூடிய மலவாடைக்கு 'பொலிடோல்' இனிது.

தற்செயலாக வளையில் சொருகி வைத்திருந்த ஒரு தடித்த புத்தகம் இவன் கண்ணில்பட்டது. எழும்பி எடுக்க எண்ண வாசலில் சைக்கிள் சத்தம் கேட்டது. 'ஆர். ராசனோ' என்றபடி உள்ளே வந்தார் சித்தன்சிவம். 'இப்பதான் வழி தெரிஞ்சுது போலை?'

இவன் நிமிர்ந்தான். சிரித்தான்.

'ரண்டு மூண்டு நாளைக்கு முந்தி இந்தப் பக்கம் வந்ததாய்க் கேள்விப்பட்டன்...' என்றார்.

'ஓம், மாமா. அரசியல் வகுப்பு நடக்குதெண்டு உவன் ரகுநாதன் வரச்சொன்னான். கனநேரமாயும் மாதகல் கந்தசாமி வரேல்லை.

அப்பிடியே வேதக்கோயிலடியில இருந்து கதைச்சிட்டு திரும்பிப் போயிட்டன்.'

'ஓமோம். வகுப்பும் இஞ்சைதான் நடக்கிறதாய் இருந்திது. கந்தையாதான் சொல்லிச்சுது நீ வந்து போனதாய். அந்தளவு தூரம் வந்த பிள்ளை இஞ்சாலை ஒருக்கா எட்டிப் பாக்காமல் போட்டுதேயெண்டு பெரிய மனவருத்தமாய்ப் போச்சு.'

'எனக்கும்தான் மனவருத்தம். அதுதானே இண்டைக்கு வந்திருக்கிறன். இல்லாட்டி இவ்வளவு நேரம் காத்திருப்பனே.'

'அது சரிதான்' என்று சித்தன்சிவம் அழகாகச் சிரித்தார். இன்னும் அந்த உடம்பில் சீண வரைவுகள் வரவேயில்லையே.

பனம் ஈர்க்குப் பிடிகள் வாங்கி வந்திருந்தார். அவற்றை யெல்லாம் எடுத்துப்போய் ஒதுக்கமான இடத்தில் வைத்துவிட்டு வந்தார். 'வேறையொண்டும் விசேஷமாய் இல்லைத்தானே, ராசன்.'

'இல்லை.'

'அப்ப நிண்டு சாப்பிட்டுத்தான் போகவேணும்.'

அவர் விறுவிறுவென சமையலை ஆரம்பித்தார். வீட்டுக்கு முன்புறமாய் ஓரத்தில்தான் குசினிப் பத்தி. உள்ளே இருந்தாலும் பேசிக்கொண்டு சமைக்கலாம். சோறு வடித்து மீன் நூண்டி அடுப்பில் வைத்துவிட்டு வந்தார்.

இவன் வளையிலிருந்த புத்தகத்தைக் காட்டிக் கேட்டான்.

'பாரதக் கதை.'

'படிச்சுக்கொண்டு இருக்கிறியள்போல, மடிச்சபடி கிடக்கு...?'

'ம், உவள் சறோஜா வந்தால் எடுத்து வாசிக்க வைப்பன். எனக்கு வாசிக்க நேரமெங்கையிருக்கு.'

'ஏன், மாமா.'

'வாசிக்க வராது, ராசன்.'

"இதென்ன பரிசுகெட்ட கதை......'

'இதில பரிசுகெட என்ன இருக்கு. எழுத்தெல்லாம் தெரியும். வாசிச்சுப் பழக்கமில்லை. எழுத்துக் கூட்டி வாசிக்க நேரமே இருக்கு.'

'எந்தளவில நிக்கிறியள்.'

'பதினெட்டாம் நாள் சண்டையும் முடிஞ்சிட்டுது. இப்பவும் அப்பிடியேதான் கிடக்கு. ஒரு மாசமாகுது.'

‘ஏன் அந்தப் பெட்டை வாறேல்லையோ.’

‘ரண்டு நாள் வந்திருந்தாப் புத்தகம் முடிஞ்சிருக்கும். அதுக்குள்ள காந்தாரி வந்திட்டாள்..’

‘அதார் காந்தாரி.’

‘சறோஜாவின்ர தாய்க்காறி. எங்கயோ கெற்பேலியில கிடந்தாளாம் அஞ்சாறு மாசமாய். மனிசி வந்ததோட சனியனும் புடிச்சிட்டுது. வீண் பொல்லாப்பு. அந்தப் பிள்ளையின்ர வயசென்ன, என்ர வயசென்ன. கொஞ்சமாவது மனச்சாட்சியிருக்கிற மனிசரெண்டால் இப்பிடிச் சொல்ல மாட்டினம்.’

சித்தன்சிவம் கறியைக் கவனிக்க குசினிக்குப் போனார்.

அடிக்கடி ஓர் அபவாதம் அவர்மீது விழுந்து கொண்டிருந்ததாயே இவனுக்கு இப்போது ஞாபகத்திலாயிற்று. முன்பும் இப்படித்தான். ஆனாலும் பெரிதாக அவை மேல்விளைவுகளை உண்டாக்குவதில்லை என்பதும் முக்கியமான விஷயமே.

சித்தன்சிவம் வந்தார். ‘இன்னும் ஒரு கொதியிலை இறக்கலாம்.’

‘நீங்கள் முந்தி மச்சம் சாப்பிடுகிறேல்லயெண்டு ஞாபகம்...’

‘இல்லையே. ஆறு மாசம் மரக்கறி, ஆறு மாசம் மச்சம். முந்தியும் தான். இப்பவும் தான்.’

‘விக்கிரமாதித்தனுக்கு காடாறு மாசம், நாடாறு மாசம்போல?’ அவன் சிரித்து, ‘அதேன் அப்பிடி’ என்று கேட்டான்.

‘மார்கழி துவங்கி ஆனி ஆடிவரை மச்சம் சாப்பிடுவன். இந்தக் காலத்துக்குள்ளதான் பண்டித் தலைச்சி, நல்லூர், சன்னதியெல்லாம் கொடியேறுற காலம். மீன் நல்ல மலிவாய் இந்தக் காலத்திலை கிடைக்கும். பிறகு ஒரு அஞ்சு ஆறு மாசம் மரக்கறி...’

‘ஏன், மாமா, அப்பிடி.’

‘சும்மாதான். இந்தமாதிரிச் செய்யிறது வலு முசுப்பாத்தியாயிருக்கும்’ என்று சித்தன்சிவம் சிரித்தார்.

சில நாட்களுக்கு முன்பு சூள் கட்டித்தந்த சந்தியாப்பிள்ளையும், அது நல்ல முசுப்பாத்தியாய் இருக்குமென்றுதான் சொன்னது ஞாபகம் வந்தது இவனுக்கு. இந்தப் பகுதியில் பரவலாய் ஒரு முசுப்பாத்தி உலவுவதை இவன் உணர்ந்தான்.

என்ன முசுப்பாத்தியென்று இவன் கேட்கவில்லை. ‘இனி பாரதக்கதை எப்ப துவங்கிறது.’

‘சரோஜா வாறனெண்டு சொல்லியிருக்கு. காந்தாரி திரும்ப கெற்பேலி போவாளாம். போனோடன துவங்கும்.’

சரோஜா இனி எப்படி வரமுடியும். சரோஜாதான் ஏன் வரவேணும். விந்தையாயிருந்தது எல்லாம் இவனுக்கு.

‘நீங்கள் ஊரைவிட்டுப் போய் எவ்வளவு காலம், ராசன், இருக்கும்..’

‘பதினைஞ்சு வருஷமாகுது, மாமா. எண்டாலும் நான் அப்பப்ப வந்திருக்கிறன்தான..’

‘சின்னப் பிள்ளையில வந்திருக்கிறாய். பிறகெங்கை. வாய்க்கால் பக்கம் வந்தா என்னைமட்டும் வந்து ஒரு எட்டு பாத்திட்டுப் போவாய். கடைசியாய் வந்து எத்தினை வருஷம்.’

இவன் சிரித்தான்.

‘அப்ப...? இந்தப் பக்கத்துப் புதினம் எதுவும் தெரியாதுதானே.’

‘முக்கியமான விஷயங்கள் தெரியும்.’

‘சொல்லு பாப்பம்.’

‘பெத்தா செத்தது தெரியும்.’

‘ம்..’

‘இஞ்ச பள்ளிக்குடமொண்டு துவங்கப் போகினம்...’

‘சரி. மாமா வீட்டு நிலைமை தெரியுமோ.’

‘அதென்ன, மாமா வீட்டு நிலைமை.’

‘அதுகளின்ர கதை பெரிய சோகம், ராசன்...’

‘ஏன், மாமா.’

‘தருமலிங்கம் வீட்டைவிட்டு வெளிக்கிட்டுப் போட்டாரெல்லே.’

‘இதென்ன கூத்து.’

‘மெய்தான், ராசன். ஆறு ஏழு மாசமாகுது. சுண்ணாகத்தில ஆரின்ரயோ கலியாண வீட்டுக்குப் போட்டு வந்த இரவு வீட்டில ஒரே சண்டை புருசன் பெண்சாதிக்குள்ள. தாயை அடிக்கிறதைப் பாத்திட்டு இந்திரன் ஓடிப்போய்த் தடுத்திருக்கிறான். தேப்பன் கேக்கேல்லை. ஏதோ நினையாப் பிரகாரம் கையை ஓங்கியிட்டான் போல. விடிஞ்செழும்பிப் பாத்தா ஆளில்லை.’

‘பிறகு..?’

‘சன்னதி கின்னதியெல்லாம் போய்த் தேடிப் பாத்திருக்கினம். ஒண்டும் பிரயோசனமில்லை.’

‘ம்.’

‘இப்ப ஒரு கதை வந்திருக்கு. சிவியா தெருவில ஒரு பொம்பிளையோட ஆளைப் பாத்தினமாம் ஆரோ. இந்திரன், வீட்டை வந்தால் அண்டக்குடாதெண்டு சொல்லியிருக்கிறான்.’

இவன் திகைத்தான். மாமாவா.

மாமியை நினைக்கப் பாவமாயிருந்தது. அவள் விவேகமான பெண்ணுமில்லை.

சித்தன்சிவம் கறியை இறக்கிவிட்டு வந்தார். ‘ராசன், கையைக் கழுவு, சாப்பிடுவம்.’

இவனுக்கு அவரோடு பேச நிறைய விஷயங்கள் இருந்தன. கேள்விபோலக் கேட்டு, பதில்போல அறிந்துவிட முடியாத விஷயங்கள் அவை. நீண்ட நேரப் பேச்சில் நினைவுகள் கிளறப்பட்டு ஒரு கட்டுடைப்பில்போல் அவை மனது கிழித்து வெளிவரவேண்டும். சாப்பிட்டுப் புறப்படும்போது ஒன்றுமட்டும் கேட்டான்: ‘தீண்டாமை ஒழிப்பு வெகுஜன இயக்கம் துவங்க இருக்காம்...’

‘ம். என்னோடயும் வந்து கதைச்சினம்.’

‘என்ன சொல்லியனுப்பினியள்.’

‘என்னத்தைச் சொல்லுறது. நான் உங்கட ஆளில்லை, என்னை விட்டிடுங்கோ எண்டு மட்டும் சொன்னன்.’

‘உங்கட ஆளில்லை... என்ன கதை, மாமா, இது.’

‘என்ன கதை. நான் உங்கட ஆளில்லைத்தானே. இந்தச் சமூகத்துக்குள்ள இருந்துகொண்டும், ஒரு வகையிலை ஒட்டாமல்தான இருந்துகொண்டிருக்கிறன். நீ எதை இருக்கெண்டு சொல்லுறியோ, அதை நான் இல்லையெண்ணுவன். எதை இல்லையெண்ணுவியோ அதை இருக்கெண்டு சொல்லுவன். நான் வெந்து போயிருக்கிற தனிச்சீவன், ராசன். எனக்கெண்டு விசேசமான விதியளை நான் உண்டாக்கி வைச்சிருக்கிறன். என்னைத் திரும்பவும் தளையளுக்குள்ள இழுக்காதையுங்கோ எண்டு சொல்ல எனக்கு சுதந்திரமிருக்கெல்லோ’ என்றார் அவர்.

‘இப்படியே சொன்னியளோ’ என்று இவன் மறுபடியும் கேட்டான்.

‘இப்பிடியே சொன்னன்.’

'அவங்கள் உங்களைப் பிழையாய் எண்ணிக் கோவிச்சுக் கொண்டு இருக்கிறாங்கள். நேரில காணேக்கை கொஞ்சம் விளக்கமாய்ச் சொல்லுங்கோ.'

'விளங்காட்டி அவ்வளவுதான். இதுக்கெல்லாம் போய் நான் விளக்கம் சொல்லிக் கொண்டிருக்க மாட்டன். உன்ர எண்ணம் என்ன, ராசன்.'

இவன் கொஞ்சம் யோசித்துவிட்டுச் சொன்னான்: 'எனக்கு இதில ஒண்டுஞ் சொல்லத் தெரியேல்லை, மாமா. நல்ல விஷயம்போலை இருக்கு. சாதிச் சண்டையள், கொலையள் நடக்கிற நேரத்தில பெரும் பிரச்சினையாய் மாறியிடுமோவெண்டு பயமாயும் இருக்கு. என்னவெண்டாலும் நான் இஞ்ச நிக்கமாட்டன்தானே...'

'எப்ப பயணம்.'

'நாளைக்கு' என்றுவிட்டு விடை பெற்றான்.

பகுதி VI

1960க்குப் பின் (பிற் கூறு)

அத்தியாயம் ஏழு

அடர்த்தியான வெம்மைக்குள் அந்தக் காலை பிறந்தது போலிருந்தது ரகுநாதனுக்கு. கிழக்கில் சூரியனின் உதயரேகைகள் விரிந்து கொண்டிருந்தன. கண்கள் வெளிச்சம்பட எரிந்து தூக்கக் குறைவைச் சொல்லிக்கொண்டு. எட்டு மணிக்கு முன் கோயிலடிக்குப் போய்விடவேண்டும் என்பது ஞாபகம் வர துள்ளியெழுந்தான்.

அன்று தீண்டாமை ஒழிப்பு வெகுஜன இயக்கத்தின் குருந்தடிக் கிளை தலைமையேற்று பன்றித் தலைச்சி அம்மன் கோயிலில் ஆலயப் பிரவேசம் செய்யவிருந்தது. முதல்நாளிரவு, நள்ளிரவு தாண்டியும் யோசித்து யோசித்து திட்டங்கள் தீட்டியிருந்தார்கள். யுத்தமென்பது தந்திரோபாயங்களுடன் நடத்தப்பட வேண்டியதென்று அவர்கள் தெரிந்திருந்தார்கள். புகுத்தப்பட்டிருந்த தந்திரங்களை அக்கிளையின் சில அங்கத்தவர்கள் மட்டுமே அறிந்திருந்தார்கள். ஆலயப் பிரவேசத்தை சடடபூர்வமாய் நடத்த வெளிப்படையான ஒரு முயற்சி நடக்கையில், இயக்கத்தின் தயார் செய்யப்பட்ட ஒரு பிரிவு ஆரவாரமின்றி ஆலயப்பிரவேச உரிமையை நிறைவேற்றி, மேல் விளைவுகளை முகம்கொள்வது என்பதே அது. ஏற்படக்கூடிய குழப்பம் ஆலயப் பிரவேசத்தைத் தடுக்கும் உயர்சாதியாரை மனோரீதியாய்ச் செயலிழக்க வைக்கக்கூடும். ஒரு வெற்றி அவர்களுக்கு அவசியமாயிருந்தது. அதை ஒரு தந்திரோபாயத்திலேனும் அடைய அவர்கள் தயாராய் இருந்தனர். அதை நிறைவேற்றுகிற பொறுப்பு ரகுநாதனிடம் கொடுக்கப்பட்டிருந்தது. திட்டத்தை நினைக்க மனம் ஸ்தம்பிக்கப் பார்த்தது. மனத்தை நிறுதிட்டப் படுத்திக்கொண்டு விறுவிறுவென கிணற்றடியில் போய்த் தோய்ந்துவிட்டு வந்தான். மரமேற ஆரம்பித்திருந்த கந்தையாவுக்கு மனத்தில் அதைப் பார்க்க ஆச்சரியம் வந்தது.

வேட்டி சட்டையுடன் ஒழுங்கைக்கு வந்தான். குதியன் பாலு கிணற்றடியில் நிற்பது தெரிந்தது. 'கெதியாய் குளிச்சிட்டு வெளிக்கிட்டுப் போ' என்று கத்திவிட்டு அய்சே நடாவைப் பார்க்க அவசரமாய் ஓடினான். இன்னும் தூங்கிக் கொண்டிருந்தவனைத் தட்டியெழுப்பிவிட்டு, சித்தன்சிவம் வீட்டு முற்றம் வழியாக நடந்து புன்னைமரக் காணி தாண்டி நெசவு சங்கத் தெருவில் இறங்கினான். சங்கத்தின் முன்னால் நின்று பார்த்தால் யோகம் வீட்டு விறாந்தையில் நடப்பதெல்லாம் தெரியும். அப்போது விறாந்தையிலிருந்தது வெறிச்சோடுகை. ஏன் அப்படி. இவனது மனம் குழம்பத் துவங்கிற்று.

எங்கோ தவறு நேர்ந்திருப்பதை உணர்ந்தான்.

யோகம் அப்படிச் செய்வாளா.

அதற்கு முந்திய வருஷத்தில் மாவிட்டபுரம் கந்தசுவாமி கோவிலில் ஆலயப் பிரவேச எத்தனிப்பு நடைபெற்றது. அதைத் தடுக்க உயர் சாதிச் சமூகம் எடுத்த நடவடிக்கைகள் தீண்டாமை ஒழிப்பு வெகுஜன இயக்கம் எதிர்பாராதது. அதற்கான மாற்றுத்திட்டம் அதன் கைவசம் இருக்கவில்லை. சட்டரீதியாக எல்லா ஏற்பாடுகளும் செய்துகொண்டுதான் களம் இறங்கினார்கள். ஆயிரம் பேர்வரையில் மதியம்வரை காத்திருந்ததே மிச்சமாயிற்று.

ரகுநாதனும் போயிருந்தான்.

வேட்டியும் வெறும் மேலுமாய் கோயில் வாசலில் காலகாலம் தன் இனத்தார்க்குத் தெரியாதிருந்த உள் பிரகாரம் காண மனத்தில் பெரு ஆவலோடு காத்திருந்தான்.

பூஜை வேளைக்கு கோயிற் கதவம் திறக்கக் காத்து தீ.ஒ.வெ இயக்கத்தினர் கோயிலின் முன்னால் அமர்ந்தும் ஆகிவிட்டது. யாரும் தகராறு செய்ய வந்தவர்களில்லை. சகலரும் ஆலயத்துள் நுழைய உரிமை உடையவர்களென்ற சட்டத்தைப் பயிற்சித்துப் பார்க்க வந்தவர்கள் மட்டுமே.

மணி ஒன்பதாகிறது.

பத்தாகிறது.

மாவை ஆலயத்தின் நெடுங்கதவம் திறபடவேயில்லை.

ஆலயப் பிரவேசம் செய்ய வந்தவர்கள் சத்தியாக்கிரகம் செய்கிறார்கள். தீ.ஒ.வெ. இயக்கத் தலைவர்கள் பொலிஸ் அதிகாரிகளுடன் பேசுகிறார்கள். கோயில் கதவுகளைத் திறக்காதிருப்பதும் பிரவேசத்தைத் தடுப்பதேயாகுமென வாதிடுகிறார்கள். எஸ்.பி., ஏ.எஸ்.பி போன்றோர் கோயில் நிர்வாகத்துடன் பேசுகிறார்கள்; சட்டத்தை எடுத்துரைக்கிறார்கள்.

இங்கிலாந்து மகாராணிக்கே கணிதம் படிப்பித்த மேதை, அடங்காத் தமிழர் முன்னணியின் செயல்நாயகம் சி.சுந்தரலிங்கமே கோயில் நிர்வாகிகளை வழிநடத்த நிற்கிறபோது, யார் சட்ட விளக்கம் செய்தால் என்ன.

கதவை அத்துமீறி உடைத்து வெகுஜன இயக்கத்தினர் உள்ளே நுழைந்தால், தாக்குதல் தொடுக்கிற திட்டத்தோடு ஒரு பெரும் உயர்ஜாதிப் படை உள்ளே கொட்டன்கள், இரும்புக் கம்பிகள், கல்லுகளுடன் இருப்பது பின்னர்தான் தெரியவந்தது. ஆனால் கதவைப் பலவந்தமாய்த் திறப்பதையும் பொலிஸ் அனுமதிக்கவில்லை.

கதவைத் திறக்கச் செய்யும்படி வற்புறுத்தல் எழுகிறது.

கிழச் சிங்கமாய் வேட்டி, சால்வை, கைத்தடி சகிதம் கதவின் முன்னே வந்து நின்று சிரிக்கிறார் சுந்தரலிங்கம்.

சலசலப்பு எழுகிறது.

கவசங்கள் கேடயங்கள் குண்டாந்தடிகள் துவக்குகள் கண்ணீர்ப் புகைக்குண்டுகள் அணிந்தும் தாங்கியும் சுமார் முந்நூறு பொலிஸார் மேலதிகாரிகளின் உத்தரவை எதிர்பார்த்துத் தயார் நிலையில்.

எந்த விநாடியிலும் எதுவும் நடக்கலாம்.

சுந்தரலிங்கம் அங்கிருந்து விலகவும் மறுக்கிறார். சுந்தரலிங்கம் எஸ்.பி. அவரைக் கைது செய்ய உத்தரவிடுகிறார்.

கூடிச் செல்லவும் மறுக்கிற சி.சுந்தரலிங்கத்தை நான்கு அய்ந்து பொலிஸ் அதிகாரிகள் வந்து தூக்கிக்கொண்டு பொலிஸ் வானுக்குச் செல்கிறார்கள். சிம்மாசனத்தில் இருப்பதுபோல் தலைநிமிர்ந்து, கைத்தடியை செங்கோல்போல் உயர்த்திப் பிடித்து ஒரு ராஜ பாவனையில் அவர். ஒரு வெறுக்கத்தக்க மனிதனை, அந்த வெறுப்பையும் மீறி ரகுநாதன் விரும்பிய கணம் அது. ஆ... கம்பீரமென்பது அதுதான். கம்பீரத்துக்கு வேறு தோற்றம் இல்லை.

ஆலயக் கதவைப் பூட்டி வைத்திருந்ததுக்கெதிராய் ஆலய நிர்வாகத்தின் மேல் வழக்குத் தொடர ஆலோசனை சொல்கிறது காவல்துறை. ஓம், அதுசரிதான் ஆலயப் பிரவேசத்தைத் தடுப்பதுதான் குற்றம். அதைத்தான் பொலிஸால் தடுக்கமுடியும். கதவைப் பூட்டி வைப்பதை குற்றமா இல்லையாவென்று நீதிமன்றம்தான் முடிவு செய்ய வேணும்.

கூட்டம் மௌனமாய் ஒரு பெரும் தோல்வியுடன் கலைகிறது.

அன்றைக்கு அப்படி ஆகிவிடக்கூடாது.

அவன் ஒரு திட்டத்தின் செயல்நாயகமாக அன்றைக்கு இருக்கப்போகிறான்.

திட்டம் பல படிமுறைகளை உடைத்ததாயிருந்தது. அதன் முதற்படி அவனும் யோகமும் கணவன் மனைவிபோல் கோவிலுக்குப் போவது. அங்கே அவர்கள் யாரையும் தெரிந்ததாய்க் கண்டுகொள்ள மாட்டார்கள். இதன் இன்னொரு விளக்கம், தம் சாதியைக் கண்டு கொள்ளக்கூடியமாதிரி நடக்காம லிருப்பது என்பது. ஒரு சின்ன சரசத்தோடு அவனது காதல் மனைவியாய் அவள் இயங்கவேண்டிய விதங்களைப் பாடம் போலல்லவா போதித்திருந்தான். திட்டத்தின் பிசிறற்ற தன்மைதானே அன்றைய வெற்றியை உறுதியென்று செய்யவிருந்தது. நிறைவேறாது போலிருக்கிறதே. இரவு ஒன்பதரை மணியளவில்கூட கிளி வீட்டுக்கு யோகம் வந்தபோது, ஏழரை மணிக்கெல்லாம் வெளிக்கிட்டு வந்துவிடுவேன் என்றல்லவா சொல்லியிருந்தாள். ஒரு துரோகத்தில் விழுத்தியதுபோல் ரகுநாதன் எரியத் துவங்கினான்.

எட்டு மணி ஆகியது. வீட்டில் போய்க் கூப்பிட்டுக் கேட்டு விட முடியாது. அவள் அண்ணன் இந்திரன் ஒரு விளங்காத பயல். ஒன்றும் செய்யத் தோன்றாமல் போக, சின்னராசு வீட்டுக்குத்தான் ஓடினான். அவனது தங்கையைக் கூப்பிட்டு யோகம் வீட்டுக்கு அனுப்பினான். அவள் திரும்பி வந்து, 'யோகம் வரமாட்டாவாம்' என்றாள்.

அதிர்ந்து நின்றான் ரகுநாதன். ஒரு கணம்தான். மறுகணம். 'நீ வெளிக்கிடடி. சீலை கட்டிக்கொண்டு வா. கெதியாய். நேரம் போகுது' என்று கத்தினான்.

போகிற வழியில் ஆறுமுகம் வீட்டில் தயாராக வைத்திருந்த புதுப்பானை, பொங்கல் படையல் சாமான்கள் அடங்கிய பையை எடுத்துக்கொண்டு கோவிலை நோக்கி வயலுக்கூடாய் கிளியும் ரகுநாதனும் விரைந்தனர். கிளியை அவன் நடக்கக்கூட விடவில்லை. கோயில் தெரியும்வரை ஓடவே வைத்துக்கொண்டிருந்தான். பாவம் கிளி, வியர்த்து விறுவிறுத்துப் போனாள். திட்டமிட்டபடி நேரத்துக்கு வந்திருந்தும், சில நடவடிக்கைகள் திட்டமிட்டபடி வரவில்லை. கிட்ட வர, பேச, மனைவிபோன்ற பாத்தியதையுடன் வேலைகள் சொல்ல கிளியால் முடியவில்லை. ஒருவாறு கையைப் பிடித்து அழைத்துக்கொண்டு கேணிவரை கிளியைக் கூட்டிவந்தாயிற்று.

இனி கேணியில் இறங்கி அங்குள்ள பட்டையில் தண்ணீர் அள்ளிவந்து பொங்கலை அவர்கள் துவக்க வேண்டியதுதான். மேலெழுந்தவாரியாக இவன் பார்வையை வீசினான். திட்டமிட்ட

தேவகாந்தன்

படி அங்கங்கே இருவர் மூவராய் தீ.ஒ.வெ. இயக்கத்தினர். அவன்தான் தொடக்கிவைக்க வேண்டுமென்பதுபோல் காத்து எல்லோரும். அவன் சேர்ட்டைக் கழற்றி துண்டுபோல் இடுப்பில் கட்டிக்கொண்டு கீழே கிடந்த வெறும் பட்டையொன்றை எடுத்தான்.

ஒரு வலிய கை வந்து அவனைப் பிடித்தது. ரகுநாதன், 'என்ன'என்றான்.

'ஏன் பட்டை.'

'தண்ணி அள்ள.'

'நீ தண்ணியள்ளக்குடாது.'

'ஏன்.'

'ஏனெண்டால்... நீ எளியஞ் சாதி.'

இவன் பட்டையைப் போட்டுவிட்டு விரிந்து நிமிர்கிறான். எதிர்நோக்க ஒரு ஆறடி மனிதன் நின்றுகொண்டிருக்கிறான். தோட்டக்காரனாய் இருக்கலாம். உடம்பு மரம் பத்தி, வெளுத்து. சூரன் போர் நடக்கிறபோது சூரனைத் தோளில் வைத்துக்கொண்டு சுற்றிவர புறவீதி முழுக்க ஓடி, அலைந்து, உதைத்து, உச்சி வீதியையே யுத்த களமாக்குகிற ஆள்களில் ஒன்றுவென்று தெரிந்தது.

இவன் தன்மானம் சுடுபட்டவனாய்.

கையை விரித்துப் பிடித்து முகறையைப் பொத்தி ஒரு அடிதான் அடித்தான் ரகுநாதன். மறுகணம் ஆ... என்றலறி படிகளில் விழுந்து கேணிக்குள் உருண்டான் அந்த ஆள்.

கேணியின் கிழக்குக்கரையில் ஒரே கலவரமாகியது. கொஞ் சநேரத்தில் இவனுக்குப் பத்தடி தூரத்தில் சுழன்று வந்து கீழே விழுந்து வெடிக்கிறது ஒரு வெடிகுண்டு.

அவ்வளவுதான்.

கோயில் வீதி அல்லோல கல்லோலமாயிற்று.

பொலிஸ் வந்தது. கண்ணீர்ப் புகைக் குண்டுகளை வீசி ஜனங்களைக் கலைத்தது.

அடுத்த பத்தாவது நிமிடத்தில், சுற்றி வர நான்கு வீதிகளும் கால் மைல் விஸ்தீரணத்துக்கு வெறுமைபற்றி நின்றன.

அந்தக் கணத்தில் சிலுவில் வயலுக்குள் இறங்கி வீட்டுக்கு விரைந்து கொண்டிருந்தான் ரகுநாதன், கைப்பிடியில் கிளியோடு.

அத்தியாயம் எட்டு

அன்றைய திங்களுக்கு முந்திய நாள் மாலையில் தீ.ஒ.வெ. இயக்கத்தைச் சேர்ந்த சிலர் சித்தன்சிவத்தைக் காண வந்திருந்தனர். மறுநாள் தாம் நிகழ்த்தவிருக்கும் ஆலயப் பிரவேசத்துக்கு ஆத்மார்த்த ஆதரவு அளிக்கிறவகையில் அவரையும்கூட வரவேண்டுமெனக் கேட்டனர். கோயிலாவதேதடா குளங்களாவதேதடா? என்று தம் நம்பிக்கையின்மையைச் சொல்லி மறுத்து விட்டார் அவர். தேநீர்ச்சாலையில் தாம் அவமதிக்கப் படுகிறதைத் தெரிவித்து, அதற்கு அவர் உடன்பாடோ என்று கேட்க, உனக்கு தேத்தண்ணிக் கடை வேணுமிண்டால் நீ ஒரு கடை போட்டுக்கொள்; அவன் வந்தால் அவனுக்கு மூக்குப் பேயிணிலை நீ தேத்தண்ணி குடு என்றிருக்கிறார்.

போகும்போது எல்லோரும் குழம்பிக்கொண்டே போனார்கள்.

அவரால் கோயிலுக்கெல்லாம் போய்விட முடியாது. குறிப்பாக அங்கே. அவருக்கு வழக்கொன்று இருக்கிறது அம்மனிடத்தில். ஏறக்குறைய நாற்பத்தைந்து அய்ம்பது ஆண்டுகளான வழக்கு.

சித்தன்சிவம் பார்த்துக்கொண்டுதான் இருந்தார். அந்த இளைஞர்கள் ஆண்களும் பெண்களுமாய்ப் போய்க்கொண்டிருப்பதை. அவருக்கு வேறு நோக்குகளும், போக்குகளும் உண்டு. ஆனாலும் அந்த எழுச்சி அவருக்குப் பிடித்திருந்தது. அழுத பிள்ளைதானே பால் குடிக்குமென்று ஒருபோது நினைக்கவும் செய்தார்.

அவர் தறியில் ஏறி நெய்யத் துவங்கினார்.

சடக்குச் சடக்கு.....

சடக்குச் சடக்கு.....

நூல் இழை இழையாய் ஓடி இறுகிக் கொண்டிருந்தது. ஒவ்வொரு ஓட்டமும் அதன் பரிமாணத்தின் அதிகரிப்பைச் செய்துகொண்டு. வாழ்வில் நாள்களின் கழிவு, அனுபவத்தின் பரிமாணத்தை

அதிகரிக்கின்றது. ஆனாலும் தன்னுள்ளாய் தான் வளர்த்த பிம்பத்திலிருந்து சிலபேரால் மாறிவிட முடிவதில்லை. அவர் வழக்கும் அப்படியானதுதான்.

அம்மன் எப்போதும் அவர்களது அம்மனாகவே இருந்தாள்.

அம்மன் தர்ஷன கடூரி.

அவளை வசக்க அவர்களால்தான் முடியும்.

ஆனால் அவள் மகிமை வெளிப்பட, ஓடிவந்து கட்டிடத்தைக் கட்டி தமதாக்கிக் கொண்டார்கள் உயர் ஜாதிக்காரர். எப்போதும் கோயில் குளம் இல்லையென்று இருந்தவர்தான் சித்தன்சிவம். ஆனாலும் அம்மன் வசமாகி இருந்தவர். அதுபோல் தர்மலிங்கமும் வயப்பட்டவர். அதனால்தான் பங்குனித் திங்கள்களில் எல்லா வேலைகளையும் விட்டுவந்து மாதம் முழுக்க விரதமிருந்து அம்மனுக்கு அவர் முழக்கினார்.

அதுக்கு ஒரு ஆரம்ப வரலாறு உண்டு.

அவரளவில் அதற்கு ஒரு முடிவும் இருந்துவிட்டது.

ஒரு நூறு வருஷத்துக்கு முந்தியெண்டு கேள்வி. அப்ப வண்ணாத்திப்பாலம் கட்டியிருக்கேல்லை. வெள்ளைக்காறன் காலத்தில ஒருக்காக் கட்டத் துவங்கி அதெல்லாம் இடிஞ்சு கொட்டுண்ண விட்டிட்டுப் போயிட்டாங்கள். நரபலி குடுத்தாத் தான் அந்தப் பாதையை அதிகாரம் பண்ணிக் கொண்டிருக்கிற முனி சாந்தமாகி பாலங்கட்டுறத அனுமதிக்கு மெண்டு கொஞ்ச ஆக்கள் அங்கன பறைஞ்சினம். அதுக்குப் பிறகு குழந்தைப் புள்ளையளைப் புடிக்க காப்பிலியள் திரியுறாங்களெண்டு சனம் குஞ்சுகுருமனுகளை வெளியிலையும் விடுகிறேல்லை.

கொஞ்சக் காலத்துக்குப் பிறகு எங்கட சடையர்தான் பாதைக்குக் காவலிருக்கிற முனி பொல்லாததுதான், முன்னால போனா முறிச்சு வாயில போட்டிடும்தான், எண்டாலும் மூண்டு வெள்ளைச் சாவலும் பதினெட்டு நீத்துப் பூசணிக்காயும் கொண்டுவந்து தந்தால் தான் பாலங்கட்டுறதுக்கு காப்புச் செய்து தாறனெண்டு சொன்னாராம். அப்படியே குடுத்து பாலங்கட்டி முடிச்சினமெண்டு கதை.

இதுக்கு கொஞ்சம் முன்ன பின்னைதான் எங்கட அம்மன்ர கதை நடந்திருக்கு.

அந்தப் பக்கத்தில முதல்ல இருந்தது ஒரு பாம்புப் புத்தும், பக்கத்தில மருதங்காடும்தானாம். புத்தோடை ஒரு கறுப்புக் கல்லை வைச்சு நமோவெண்டு கும்பிடத் துவங்கினது எங்கடை

ஆக்கள்தானாம். அப்பெல்லாம் எங்கட ஆக்களோட அம்மன் கனவில வந்து பேசுமாம். எங்கட ஆக்களும் நேரிலயே வந்து தங்கட குறையளைச் சொல்லி முறையிட்டுக்கொண்டு நிப்பினமாம். இவை அம்மனோட பேசிக்கொண்டு நிக்கிறதைப் பாத்திட்டு மற்றச் சாதியார் பாத்து கேந்தியாய்ச் சிரித்துக்கொண்டு போவினமாம். உச்சந்தலை அடிமாதிரித்தான் கொஞ்சநாளில ஒரு காரியம் நடந்ததாம்.

அப்பவும் வெள்ளைக்காறன்ர ஆட்சிதான். எண்டாலும் பெரிய பஞ்சம் ஊரெல்லாம். ஆளை ஆள் கடிச்சுத் தின்னுற பசியாம் சனங்களுக்கு. கொண்டல்கடலை, மரவள்ளிக்கிழங்கு, முட்டுக்காய்த் தேங்காய் தவிர தின்ன ஒருதருக்கும் ஒண்டும் கிடைக்கேல்லை. மரவள்ளிக் கிழங்கும் கொஞ்சம் பேருக்குத்தானாம் கிடைச்சுது. எங்களமாதிரி ஆக்களுக்கு ஒண்டும் கிடைச்சிரா. பின்னை சனம் என்ன செய்யும். ஒரு சித்தனோ ஒரு பூதனோ இந்தமாதிரிப் பஞ்சம் பசியில புத்தி மாறாட்டம் வந்து செய்யக்குடாத ஒரு காரியத்தைச் செய்தினம்.

அருவி வெட்டு முடிஞ்சிட்டா அப்ப ஆடு மாடுகளை வயலுக்குள்ளை பட்டி அடைச்சி வைக்கிறதுதான் வழக்கம். மாட்டு மூத்திரம் நல்ல பசளையெல்லே. எண்டாலும் பட்டிக்கு ராக் காவல் இருக்கும். ஒரு ராத்திரி. அண்டைக்கு நல்ல இருட்டாம். அமாவாசைபோலை. ரண்டு பேர் துணிஞ்சு வயலுக்குள்ள போய் பட்டியில நிண்ட மாடொண்டைப் பிடிச்சுக்கொண்டு தூர இருக்கிற பத்தைக்குக் கொண்டுபோட்டாங்களாம். பிறகு இன்னும் கொஞ்சப்பேருமாய்ச் சேந்து மாட்டை அடிச்சு இறைச்சியை எடுத்துக்கொண்டு போய் மற்றவைக்கும் குடுத்துத் திண்டினமாம்.

மற்ற நாள்க் காத்தாலை மாட்டைக் காணேல்லையெண்டு எல்லா இடத்திலயும் தேடிப் பாத்திட்டு மாட்டுக்காறன் போய் விதானையிட்டை முறைப்பாடு குடுத்திருக்கிறான். இதையறிஞ்ச அந்தச் சித்தனும் பூதனும் சரியாய்ப் பயந்துபோய், அங்கையிஞ்சயெண்டு வெளியில திரியாமல் வீட்டுக்குள்ளயே பதுங்கிக்கொண்டு இருந்திட்டாங்களாம்.

இதுக்குள்ளை என்ன நடந்துதெண்டா, ரண்டு மூண்டு நாளைக்கு முந்தி அந்தச் சித்தன்ரயும் பூதன்ரயும் ஆக்கள் நல்லாய் வயிறுமுட்டச் சாப்பிட்டதுமாதிரி ஏவறை விட்டுக்கொண்டு திரிஞ்சதைப் பாத்ததாய் ஆரோ சொல்ல, கதை விதானையளவுக்குப் போயிட்டுது. விதானைக்குச் சந்தேகம். அடுத்தநாள் கூப்பிட்டு விளங்கவேணுமெண்டிருக்க, இதெல்லாத்தையும் ஆரோ அறிஞ்சு போய்ச் சொல்லியிட்டினம்

அந்தச் சித்தனுக்கும் பூதனுக்கும். அவங்கள் கெடி கலங்கிப் போனாங்கள். செய்யிறதுக்கு ஒரு பாதையும் தெரியாமல் முழுசினாங்கள். கடைசியில ஒரு வழிதான் இருக்கிறது தெரிஞ்சு, ராவோட ராவாய்ப் போய் மாட்டுத் தலையையும் தோலையும் எடுத்து வந்து அம்மன் கோயிலுக்குப் பின்னால வைச்சிட்டு, ஏதோ பசிக்கொடுமையில களவெடுத்திட்டம், நீதான் காப்பாத்த வேணுமெண்டு மண்டாடியிட்டுப் போயிட்டாங்கள். காலமை விதானைக்கு கோயிலுக்குப் பின்னால மாட்டுத்தலை இருக்கிற சங்கதி தெரியவந்திருக்கு. சரி, பாத்திட்டு வருவமெண்டு எடுபிடியள் சகிதமாய்ப் போய்ப் பாத்தால், அங்கை மாட்டுத் தலையுமில்லை ஒண்டுமில்லை. ஒரு பண்டியின்ர தலைதானாம் கிடந்துது. விதானை அதுக்கு மேல விளங்கேல்லை. பேசாமல்ப் போயிட்டார். இந்தளவில நடந்த கதை ஊரெல்லாம் பரம்ப, அந்தச் சித்தனும் பூதனும் ஓடிவந்து அம்மனுக்கு முன்னால விழுந்து, கீழ கிடந்த புழுதியெல்லாம் உழண்டு அம்மாளே... அம்மாளே... எண்டு கதறி அழுதாங்களாம்.

அண்டையிலிருந்து எண்ணிப் பத்து நாளுக்குள்ள அதுக்குக் கிட்ட பெரிசாய்க் கோயில் கட்டியிட்டினம் மேல்ச்சாதிக்காறர். அதால என்ன, கோயில் உங்கடையாயிருந்தாலும் தெய்வம் எங்கடதானயெண்டு வருஷா வருஷம் திருவிழாக் காலத்தில வெளியில நிண்டு இவை முழக்கியிட்டு வரத் துவங்கிச்சினை.

மாட்டுத் தலையைப் பண்டித்தலை ஆக்கின அம்மாளாச்சி யெண்டு பெருவாரி சனம் வந்து பொங்கிப் படைச்சிட்டுப் போகுங்கள். நானும் கொஞ்சக் காலம் அந்த மகிமையாலை மனம் இழுபட்டு போய்க் கும்பிட்டுக்கொண்டு வந்தன். அம்மன் எனக்கும் வாலாயமான தெய்வமாய்த்தான் இருந்தாள். ஆனால் ஆபத்தெண்டு ஓடிப்போன நேரத்திலை என்னைக் கைவிட்டுட்டாளே. பழியாய்க் கிடந்தன் படியில. அம்மன் கண்திறந்து பாக்கேல்லயே. வஞ்சகி. பிறகு எப்பிடி எனக்கு அவள் தெய்வமாகேலும். நானும் அவளைக் கைவிட்டுட்டன்.

அதெல்லாம் பெரிய கதை.

சடக்குச் சடக்கு.....

சடக்குச் சடக்கு.....

நூல் நெருங்கி துணியாய் ஆகிக் கொண்டிருந்தது. சித்தன்சிவம் ஓர் உக்கிரத்தில் தன் பழைய நினைவுகளுள்.

யாழ்ப்பாணப் பக்கத்தில இருக்கிற அய்யர்மாரெல்லாம் இஞ்சையே பிறந்து வளந்து காலங்காலமாய் இருக்கிறவையாம்.

இந்த மண்ணுக்கே உரிய ஆக்களாய் அவை ஆயிட்டினமாம். அதென்னமோ எனக்குத் தெரியாது. சுப்புறமணிய அய்யரெண்டு வதுளையிலயிருந்து ஒரு அய்யர் வந்தார். அவர் மட்டும் அப்பிடியில்லை. அவர் இந்தியாவில, அங்கை தஞ்சாவூண்ரெண்டு ஒரு இடம் இருக்காமே, அங்கயிருந்து வந்தவராம். குடும்பமாய் வந்து அம்பலந்துறைக்கு முன்னாலை, பத்து ஏக்கர் வருமெண்டு சொல்லுகினம், ஒரு பெரிய காணியை வாங்கினார். அதுக்கு பேரே கல்வளவு. கல்லு அங்கையென்ன அவ்வளவு கனக்க இருக்கோவெண்டு அப்பெல்லாம் நான் நினைப்பன். அந்த வளவுக்கு ரண்டு வேலி போட்டார் அய்யர். ஒண்டு வெளிவேலி. முட்கிளுவை, முள் முருக்கு இவையளால. மற்றது உள்வேலி. வீட்டைச் சுற்றி மறைப்புக்காண்டி சீமைக்கிளுவை, பூவரசு எண்டு நட்டு, வடிவாய்க் கிடுகாலை அடைச்ச வேலி அது.

சுப்புறமணிய அய்யர் வரேக்கையே நல்ல வசதியோடைதான் வந்திருப்பார்போல. எங்கயிருந்தோ வந்து சுத்திவரக் குடிசனமில்லாத ஒரு வறண்ட இடத்தில காணி வேண்டி வீடு கட்டிக்கொண்டு ஒரு தேவைக்கு அக்கம்பக்கம் ஓடாமல் குடும்பத்தை வைச்சிருக்கிறதெண்டால் சும்மாயே. எண்டாலும் அநியாயம் சொல்லக்குடாது, அய்யர் மனிசி அடக்கமெண்டால் அடக்கம்தான், அப்புடி அடக்கம். பிள்ளையளையும் பெரிய ஆடம்பரக்காறியளெண்டு சொல்லேலாது. ஆனா ஒரு வடிவு அதுகளுக்கு. வடிவத்தோட இருந்த வடிவு. மயக்கி ஆளை விழுத்தியிடும் அப்பிடியே.

மாடு சவாரிவிடப் போய்வரேக்க அந்த வீட்டைப் பாத்திருக்கிறன். எப்பவும் ஊமை பிடிச்சுக் கிடக்கிற அந்த வீட்டில திடீரெண்டு பாட்டுச் சத்தம் கேக்கத் துவங்கிச்சுது. அய்யர்ப் பெட்டையள் முந்தியெல்லாம் பாடுறேல்லை. அப்பிடியொண்டா, அங்க ஆரோ புதிசா வந்திருக்கினம்! அப்பதான் உவன் கல்லுக்கிண்டி ஆசைப்பிள்ளையும் அருணாசலமும் ஒருநாள் அங்கை நிண்டு உள்வேலி அடைச்சுக்கொண்டு நிக்கிறதைப் பாத்தன். அருணாசலம் கள்ளுக் குடிக்கிறவன். அப்பப்ப சேந்து குடிச்சதில கொஞ்சம் பழக்கம். அதை வைச்சுக்கொண்டு அவனோட பேசிற சாட்டில உள்ளுக்க போனன். அவனோட பேசிக்கொண்டு நிக்கேக்கைதான் அந்தத் தேவதையை நான் பாத்தது. வடிவாயிருக்குமெல்லோ தேவதை. தேவதையள் நூறைக் கூட்டியந்து வைச்சுப் பாத்தாலும் இந்தத் தேவதைதான் நம்பர் வண்ணாய் வரும். எனக்குப் பயித்தியமாக்கிப் போட்டுது, என்னை ஒரு பார்வை பாத்துக்கொண்டு அவள் உள்ளை போன தினுசு.

அடுத்த நாளும் அந்தத் தெருவில போனன். அங்க நிண்ட ஆலமரத்துக்குக் கீழ காத்து நிண்டன். வெய்யில் சாய்ஞ்சு அம்பலத்துறைக்குள்ளை சூரியன் இறங்குது. சணல் விதைச்ச வயலெல்லாம் மஞ்சள் அள்ளிக்கொட்டியிருக்கு. திடீரெண்டு பாட்டு. மனசய் உருக்கிற பாட்டு. கேட்டுக்கொண்டு நிக்க எனக்கே அழுகை வந்திது. வா கண்ணா வா, ஓடி வா கண்ணா, உன்னை நினைச்சு மனம் அலைபாயுதே...! எண்டு உருகி அழைச்சுக்கொண்டிருக்கு தேவதை. பிறகு நான் யோசிச்சுப் பாத்தன். பாட்டிலை துக்கமிருக்கேல்லை. அப்ப, பாடின ஆளின்ரை மனசிலதான் துக்கம் இருக்கெண்டு தெளிஞ்சன்.

ஒருநாள் கள்ளுக் குடிக்க வந்த அருணாசலத்திட்ட சும்மா பேச்சுக்குடுத்துப் பாத்தன். அவனுக்கு அய்யர் வீட்டோட கொஞ்சம் அணுக்கம். அய்யர் வீட்டில வெளிவேலை செய்யப்போறவன். அவனே தனக்கும் தெரியேல்லை எண்டான். எப்பிடியும் தெரிஞ்சு கொள்ளுறதுதானெண்டு அண்டைக்குத் தீர்மானிச்சன்.

அப்ப புடிச்ச சனிதான். அந்த வீட்டு மனிசரின்ர நடமாட்டம், போக்குவரத்துக்களை ஒரு கிழமையாய்க் கவனிச்சன். உச்சிப் பொழுதுக்கு முன்னமாய் குளிக்கப்போறாள்; பின்னேரத்திலை ஒருக்கா மோங்கழுவப் போறாள். கிணத்தடி, வீட்டுக்குப் பின்னால உள்வேலி தாண்டித்தான் இருந்திது. சரி, நடக்கிறது நடக்கட்டும், போய் அவளோட கதைக்கிறதுதான் எண்ட முடிவோடை ஒருநாள் சவாரி மாட்டோட வெளிக்கிட்டன். மாட்டை வெளிவேலியிலை கட்டியிட்டு அவள் குளிக்க வாற நேரமாய்ப் பாத்து கிணத்தடிக் கூட்டுக்குள்ள போய் நிண்டிட்டன். எனக்கு ஒரு தெம்பு, எதாவது இசக்குப் பிசக்காய் ஆச்சுதெண்டால் மாட்டுக்கு நுரை தள்ளுது... அதுதான் தண்ணியெடுக்க வந்தனானெண்டு சொல்லித் தப்பிச்சிடலாம்தானேயெண்டு. வேலியில விரலாலை ஒரு பொத்தல் போட்டுட்டு பாத்துக்கொண்டு நிக்கிறன். அவள் வாறாள் ஒரு தோளில துவாயும், மற்றத் தோளில அவிட்டுவிட்ட தலைமயிருமாய். திடீரெண்டு அங்க என்னைக் கண்டு அவள் சத்தம் போட்டிட்டா என்ன செய்யிறது. அதுக்காண்டி ஒரு வேலை செய்தன். கிணத்து வாளியில லேசாய்ச் சத்தம் போட்டு உள்ள ஆள் ஆரோ நிக்குதெண்டமாதிரி ஒரு சிக்னல் குடுத்தன். அதை அவளும் தெரிஞ்சுகொண்டு, அடைப்பு வாசல்லயே நிண்டு உள்ளை மெல்ல எட்டிப் பாத்தாள். நான் வெங்கிணாந்தமாதிரிச் சிரிச்சுக்கொண்டு நிக்கிறன். என்னைத் தெரிஞ்சுகொண்டு உள்ள வந்தாள். நீயே? எண்டாள். இதுக்குள்ள என்ன செய்யிறாயெண்டு கேட்டாள். அன்னிக்கே எனக்குத் தெரியும், ஒரு நாளைக்கு நீ இப்பிடிச் செய்வேன்னு எண்டும் சொன்னாள்.

அய்யோ, தெய்வமே என்ர புளுகத்தை எங்க போய், ஆரிட்டச் சொல்லுறது, உம்மோட ஒரு கதை பறைய வேணும் எண்டன் நான்.

என்ன கதை.

ஒவ்வொரு நாளும் பின்னேரத்தில பாடுறீர். அந்தப் பாட்டு எனக்கெண்டால் சந்தோஷமான பாட்டாய்த்தான் தெரியுது. ஆனா நீர் பாடுறதக் கேக்கிற நேரமெல்லாம் எனக்கு அழுகை வருகுது. ஒருக்கால் பாடுற ஆளின்ர மனத்தில இருக்கிற துக்கத்தாலதான் இப்பிடி வருகுதோ எண்டும் எனக்கொரு யோசினை. அதுதான் நேரில ஒருக்காக் கேட்டுப் பாத்திடுவமேயெண்டு....

அவள் கிணத்துக் கட்டில இருந்து வாயைத் துவாயால மூடிக்கொண்டு அழுதாள். வெடித்துக் குலுங்கி அழுதாள். கொஞ்சம் தெளியட்டுமெண்டு நான் காத்துக்கொண்டு நிண்டன்.

கொஞ்சநேரத்தில தானாய்த் தெளிஞ்சுகொண்டு அவள் சொன்னாள்: நீ ரொம்ப நல்ல மனிசன். உனக்கு மனசில இரக்கம் இருக்கு. அதுக்காக நீ எதுவும் செய்வே. அதுக்கான பலமும் உங்கிட்டே இருக்கு. அதோட நீ படிக்க இல்லேன்னாலும், உனக்கு இசை ரசனை இருக்கு. படிச்சவங்க பல பேர்கிட்ட இது இல்லை. நீ வந்து இதைக் கேட்டது எனக்கு ரொம்ப சந்தோஷமாயிருக்கு. என்னோட மனம் கொஞ்ச நாளாய்ப் பட்டுக்கிட்டிருக்கிற வேதனையும் கொஞ்சம் குறையிறமாதிரித் தோணுது. ஆனா இப்பவே எல்லாத்தையும் சொல்லிக்கொண்டு இதில நின்னுடேலாது. நான் சீக்கிரம் போகணும். அதால.... இன்னொரு நாளைக்கு.... சனி ஞாயிறு வேணாம்.... அடுத்த வாரம் வா, சொல்றேன். எனக்கும் உங்கூட நிறைய பேசணும்....

அடுத்த கிழமையோ, சரி....சரி.

பாத்து வரணும்.

சனி ஞாயிறுகளில் நோட்டம் பார்த்ததில்தான் தெரிஞ்சுது அய்யர் வந்து நிக்கிறது. அப்பதான் சின்னப்பிள்ளைப் பரியாரி அங்க வந்து போனதை தற்செயலாய் ஒருநாள்க் கண்டன். நான் அதைப்பற்றிப் பெரிசாய் ஒண்டும் யோசிக்கேல்லை. சின்னப்பிள்ளைப் பாரியாரிக்கு காய்ச்சல் இருமல் இழுப்புக்கும் மருந்து குடுக்கத் தெரியும்தானே.

திங்கக்கிழமை விட்டு செவ்வாய்க்கிழமை போனன்.

எல்லாம் சோக்கான வசதியாய் அமைஞ்சிருந்திது.

வலு கிட்டத்தில நிண்டு அண்டைக்கும் அழுதாள்.

ஏன் அழுகிறீர். சொல்லுமன்.

அவள் பேசாமல் கொஞ்சநேரம் நிண்டிட்டு சட்டெண்டு சொன்னாள், தன்னை எங்கையாச்சும் கூட்டிக்கொண்டு போயிடச் சொல்லி.

என்னால நம்ப முடியேல்லை. விடுத்து விடுத்துக் கேட்டன், எங்கையெண்டான்ன கூட்டிக்கொண்டு ஓடச்சொல்லுறீரோ எண்டு.

ஆமா.... ஆமா.... எண்டாள்.

எனக்கு அஞ்சுங் கெட்டு அறிவுங்கெட்டுப் போச்சு. நடக்கிற காரியமே. நான் கூட்டிக்கொண்டு போய் வைச்சிருந்து என்ன செய்யிறது. என்ர கோத்திரமென்ன, குலமென்ன. அவள் பச்சை அய்யர்ப் பொம்பிளை. சுண்டினாக் கண்டிப்போற சிவப்பி. குடும்பம் நடத்தேலாது, பாத்துக் கும்பிட்டுக் கொண்டுதான் இருக்க வேணும். நான் ஒரேயடியாய்ச் சொல்லியிட்டன் அதெல்லாம் சரிவராதெண்டு.

ஏன், நான் அய்யர்ப் பொண்ணுன்னா.

நான் ஓமெண்டு சொன்னன்.

அவள் எவ்வளவோ சொல்லிப் பாத்தாள். காலில விழாத குறையாய்க் கெஞ்சினாள். தான் செத்துப்போற எண்ணத்தோட இருந்ததாயும், என்னை அண்டைக்குக் கண்டிட்டுத்தான் மனத்தை மாத்தினதாயும் சொன்னாள். நான் மாட்டனெண்டா தனக்கு அந்த முடிவை எடுக்கிறதைத்தவிர வேறை வழியில்லையெண்டு சொன்னாள். என்ர பதில் தனக்கு ரண்டு நாளில தேவையெண்டு சொல்லி என்னைப் போகவிட்டாள்.

நான் வர கூப்பிட்டாள்: சிவம்.

நான் நிண்டன். என் கதையைச் சொல்லலியேன்னு பாக்கிறியா? என்றாள். அப்புறமாச் சொல்றேன். முதல்ல என்னை இங்கையிருந்து கூட்டிட்டுப் போ, சிவம். சரி, போ, நல்ல முடிவோட வா. காத்துண்டிருப்பேன்.

நான் இதுக்கு ஆரிட்டைப் போய் ஆலோசனை கேக்க. அருணாசலத்தான் ஞாபகம் வந்தான். தேடி ஓடினன். கள்ளுக் கொட்டில்ல வைச்சு அவனைப் பிடிச்சன். கூட்டிக்கொண்டு போய் ரகசியமாய் விருப்பத்தைச் சொன்னன்.

அருணாசலத்தானுக்குப் பெரிய ஆச்சரியமாய்ப் போச்சு. அடக்கிக்கொண்டு கேட்டான்: உனக்கு என்ன மாதிரி, விருப்பந்தானே.

ஆளில விருப்பந்தான்; கூட்டிக்கொண்டு ஓடுறதில விருப்பமில்லை யெண்டன்.

என்ன விசர்க் கதை கதைக்கிறாய். ரதியடா... ரதி... ரதியே கூப்பிடுறாளடா... தலை போகுமெண்டாலும் நானாயிருந்தாக் கூட்டிக்கொண்டு ஓடியிடுவன்ரா... வயது போட்டுதடா... இல்லையெண்டாத் தூக்கிக்கொண்டு ஓடுவன் எண்டு பினாத்தினான்.

நான் கீழ்ச் சாதி அருணாசலம்.

ஆரடா சொன்னது நீ கீழ்ச் சாதியெண்டு. பார்ப்பார் குலத்திலும் பறக்குலம் மேற்குலம், அவை கேப்பார் பேச்சுக் கேட்டல்லவோ கீழ்க்குலமானது எண்டு பாட்டே இருக்கடா. போ, யோகினி அம்மாவுக்கு வாழ்வு குடுடா.

அடுத்த நாள் மாட்டை வெளி வேலியிலை கட்டியிட்டு நான் கள்ளமாய் கிணத்துக் கூட்டுக்குப் போனன்.

காத்து நிக்க யோகினி வந்தாள்.

என்ன முடிவு செய்ஞ்சிருக்கே.

கூட்டிக்கொண்டு போறன்.

இன்னிக்கு ராத்திரிக்கே?

ஓம். இண்டை ராவுக்கே.

சரியா, நிலா உச்சிக்கு வர உள்வேலியோட இருக்கிற வேப்ப மரத்தடிக்கு வருவேன்.

சரி.

இரவு நிலாப் பாத்திருந்ததிலயே கழுத்துளைஞ்சுது எனக்கு. மெல்ல மெல்லமாய் நிலா மேலை ஏறுது. உச்சிக்கு வர நான் சத்தம் கித்தம் எழும்பியிடாமல் மெல்லமாய் வேப்பமரத்தடிக்குப் போறன்.

இரவில யோகினிக்கு இவ்வளவு உருவங்களோ.

அந்த அதிசயத்தில நான் கனநேரம் நிக்கேல்லை.

எத்தினை பேர். ஒரு... ஏழெட்டுப் பேர் இருக்கும். பிடிச்சு வைச்சு மொந்து மொந்து மொந்தெண்டு மொந்தினாங்கள்.

ஏலாக்கொடுமையில அய்யோ..... அய்யோ எண்டு கத்தினன். என்ர வயித்தில, அடிவயித்திலை, ஆணுடம்பிலையெல்லாம் ஏறி மிதிச்சாங்கள். அய்யோ... விடுங்கோடா... திரும்பிப் பாக்காமல் ஓடியிடுறன்... செத்தாலும் இந்தப் பக்கம் வரமாட்டன்....

எண்டு கெஞ்சினன். கல்லுக் கிண்டியள் என்னிலதான் பிலன் பாத்தாங்கள்போலை. எனக்கு மயக்கம் வந்திது.

நான் முழிச்சுப் பாக்க மக்கி றோட்டு ஆலடிச் சந்தியில கிடக்கிறன். கோமணம் மட்டும்தான் உடம்பில. அந்தக் கோலத்திலதான் வீட்டுக்கு வந்தன். வெறுத்துப் போச்சு வாழ்க்கை. சமூகம், உலகம்.... எல்லாம்தான்.

அப்பவே அடிவயித்தில ஒரு விறைப்பு. ஒண்டுக்குப் போகவே ஏலாமலிருந்திது. அப்பிடிப் போனாலும் சிவப்பா இருந்திது.

எனக்குப் பயம் பிடிச்சிட்டுது. பரியாரிமாரைத் தேடித் திரிஞ்சன். ஒரு மலையாளத்தான் வறணியில வந்திருந்து வைத்தியஞ் செய்யிறதாய் அறிஞ்சு அங்கை ஓடினன். வீக்கமெல்லாம் வத்தி, நோவெல்லாம் இல்லாமல் போய்.... அவன்ர மருந்து நல்லாய்த்தான் வேலைசெய்திது. ஆனா ஒண்டுமட்டும் சரியாகவே இல்லை.

அம்மனிட்டத்தான் ஓடினன். வேற ஆரிட்டை ஓட. வைக்காத நேத்தியெல்லாம் வைச்சன். பழி கிடந்தன் அங்கயே. அம்மன் என்னைக் கைவிட்டுட்டாள்.

ஒரு விசர்க் கோலம்.... ஒரு விசர்ச் சிரிப்பு கொஞ்சக்காலமாய். பிறகொருநாள் அருணாசலத்தைச் சந்திச்ச நேரத்தில அவன்தான் சொன்னான், யோகினி செத்துப்போனதாய். தப்பியிட்டாய் எண்டும் சொன்னான். எதோ பிள்ளை கரைக்கிற குழறுபடியிலதான் மோசம் போயிருக்கிறாள் எண்டதையும் அவன்தான் சொன்னது.

எடியே, யோகினி.

நான் மனசுக்குள்ளாய்க் கூவினன்.

எண்டாலும் அவள் தேவதைதான்.

தேவதை மறைஞ்சதுக்காய்த் துக்கப்படக்கூட என்னிட்ட மிச்சமாய்த் துக்கமில்லை.

அம்மனை நினைச்சு செஞ்சுக்குள்ள நெருப்பாய் எரிஞ்சன். தகதகவெண்டு எரிஞ்ச நெருப்பு அது. பிறகு தணலாச்சு. இப்ப காங்கை மட்டும்தான்.

நான் குளிர கனகாலம் ஆச்சு. கேதீச்சரம், கோணேச்சரம் எல்லாம் போனன். ஒரு வெறியிலதான். ஆண்பாதி, பெண்பாதி எண்டதின்ர அர்த்தம், ஆம்பிளையுமாய் இல்லாமல் பொம்பிளை யுமாய் இல்லாமல் இருக்கிறதுதானே. நான் சிரிச்சது முதல்ல கடவுளைப் பாத்துத்தான். பிறகுதான் உலகத்தைப் பாத்து.

சித்தனெண்டாங்கள், பித்தனெண்டாங்கள்.... என்ன சொன்னா எனக்கென்ன. என்ர போக்கு தனி.

எதையும் எவரையும் நான் சிரிச்சே தூசியாக்கியிடுறன். நா எண்டு மல்லுக்கு நிக்கிற தூசியளை நான் எரிச்சிடுறன். அந்த எரிப்பு களங்கமில்லாமல் நிகழும். சறோசா என்னில எரிஞ்ச தூசிதான்.

அம்மன் எனக்குத் தெய்வமில்லையெண்டாலும் எங்கட சாதியாரின்ர தெய்வம்.

அங்கதான் ஆலயப் பிரவேசம் நடத்தப் போயிருக்கினம். வரட்டும். வந்தாப் பிறகு விஷயம் கேப்பம்.

அவருக்கு நம்பிக்கை இருக்கவில்லை. போராட்டக்காரர் களைவிட எதிர் போராட்டக்காரர் ஆள், பொருள், அதிகார பலங்கள் உள்ளவர்கள்.

சடக்குச் சடக்கு....

சடக்குச் சடக்கு....

அவர் ஒருவித அவநம்பிக்கையை மனத்தில் நெய்துகொண்டு, துணியை தறியில் நெய்துகொண்டிருந்தார்.

அத்தியாயம் ஒன்பது

0-1

நேசவு சங்கக் கட்டிடத்துக்கு எதிரே அந்த வீட்டைப் பார்த்தபடி நின்று ரகுநாதன் பட்ட அவதியை நினைக்கிற போதெல்லாம் யோகத்துக்கு மனசைப் பிசைந்துகொண்டு அழுகை வந்தது. தான் போகாததுமட்டுமில்லை, தன்னை ஒழித்துக்கொள்ள நேர்ந்ததும் அவளால் பொறுக்கமுடியாததாக இருந்தது.

ஆனாலும் எந்த வழியும் இருந்திருக்கவில்லை. அவள் என்ன செய்யப் போகிறாளென்பதை ஒரு உர்ர்ர் பார்வையில் கவனித்தபடி, கண்டதால் எடுத்து விளாசிவிடுகிற உக்கிரத்தோடு நூல் கட்டைகளைக் கிண்டுவதும், பிறகு போய் கழி நூல்களைப் புரட்டுவதுமாய் எதையோ தேடும் பாவனை காட்டியபடி இங்குமங்கும் நடந்துகொண்டிருந்தான் இந்திரன். தீ.ஒ.வெ. இயக்கத்துக்கில்லை, ரகுநாதனுக்குப் பொய்த்ததாய் ஆகியதே, அதுதான் அவளுக்கு வேதனை.

முதல் நாளிரவு ஒன்பதரை மணியளவில்கூட அவளிடம் அவன் சொல்லியிருந்தான், மறந்திடாதை யும்... மறந்திடாதையும்.... முக்கியமான நாள்.... என்று.

சின்னராசாவின் தங்கை கிளி, ரகுநாதன் தங்கை ராணி, மங்களமென்று இரண்டு மூன்று பேரோடுதான் அவளது சங்காத்தம். வேறு நட்புகள் அவ்வளவாக அமையவில்லை. மச்சாள்கள், ஒன்றுவிட்ட சகோதரிகளென்று உறவுக்குள் நன்றாக வராதோ நட்புகள். தீ.ஒ.வெ. இயக்கம் ஆரம்பித்தபோது அவளும் நேரடியாகச் சம்பந்தப்படாத ஒரு ஆளாய்த்தான் இருந்து அதன் திட்டங்கள் செயல்பாடுகளை அறிந்து கொண்டிருந்தாள். திடீரென்று ஒருநாள், நீர் விரும்பினால் இப்ப எங்களுக்கு உதவி

செய்யலாம் என்றான் ரகுநாதன். அவள் எப்படியென்று கேட்க, அவன் விளக்கினான். கணவன் மனைவிபோல கோயிலுக்குப் போய் பொங்கி, படைத்துவிட்டு வருவதில் என்ன சிரமமிருக்கப் போகிறதென்று அவள் சம்மதம் தெரிவித்தாள்.

அடுத்த நாள் சந்தித்தபோது அவளே அந்த 'போல' என்பது எப்படி இருக்க வேண்டுமென்று கேட்டாள். 'போல' என்றால் போலத்தானென்று கூறி அவன் நழுவிப் போய்விட்டான். தொடர்ந்து வந்த சில நாட்களில் அவர்களின் சந்திப்பு அநாவசியமாக ஏற்படுவதாய்த் தோன்றுமளவு அதிகரித்திருந்தது. பின் ஒரு முறை அவனே வரச்சொல்லி கேணியில் தண்ணீர் அள்ளுகிறபோது அல்லது உள் பிரகாரத்தில் படையல் செய்கிறபோது ஏதாவது அசம்பாவிதம் ஏற்பட்டால் அவள் இயங்க வேண்டிய விதம்பற்றி மிக அவதானமாக எடுத்துக் கூறினான். அவன் சொன்ன விதமே அவளை மிகக் கவர்ந்திருந்தது. விஷயமோ அதைவிட அதிகம் கவர்ந்ததாயிருந்தது.

நீர் எறிய வேண்டிய சக்கரைப் பாசல் ஒரு மாட்டுத்தாள்க் கடுதாசியில கட்டி பையில வைச்சிருக்கும்; ஆரும் கவனிக்காத மாதிரி எறிய வேணும், அது முக்கியம்....

அவன் ஒரு தளகர்த்தனாய் நின்று ஒரு யுத்தத்தைப் புரிய வேண்டியவிதத்தை விபரித்ததில், அவள் அதன் ஆபத்தைக்கூடக் கருதாது போனாள். ஒரு போராளியாக அவன் பக்கத்தில் நிற்பது ஒரு பேறாய் அவளுக்குத் தோன்றியது. அவள் கனவுகளும் விரிந்தன.

அவள் அந்த வட்டாரத்தில் பலரின் கனவு. அவனது பந்தாட்டத் திறமைகளைக் கண்டும் கேட்டும் உருவான கனவுகள் அவை. கைகளின் விசையாலும் லாவகத்தாலும் அப் பலரிடம் கனவுகள் பிறப்பிக்கும் விந்தையை அவன் புரிந்தான்தான். யோகத்தின் கனவோ போராட்டத்தில் பிறந்தது.

முதல்நாள் இரவு வீட்டுக்கு இந்திரன் நேரத்தோடு வந்து அவள் தாமதமாகிப் போனாள். அவள் வந்ததும், என்ன நீ அவங்களோட சேர்ந்து ஆலயப் பிரவேசத்துக்கு நாளைக்குப் போறியாமேயென்று கத்தினான். நாங்கள் உனக்கு ஏதாவது வேலை எடுத்துக்குடுக்க வேணுமெண்டு நாயாய் அலைஞ்சு கொண்டிருக்கிறம், மறியல்.... போராட்டம் அது இதெண்டு போய் நீ எல்லாத்தையும் கெடுக்கப் பாக்கிறியோ என்றான். வெளிக்கிடக்குடாது, காலமை நான் இஞ்சைதான் நிப்பன் என்று அச்சுறுத்தினான்.

அவளால் போக முடியாது.

இந்திரன் முரடனாய் இருந்தான். தனது பார்வையில் எதனையும் அமைக்க அங்கே சன்னத்தம் பூண்டிருந்தான். அவனுக்குப் பிறரின் காரண காரியமெதுவும் ஒத்துக்கொள்ளப்படக் கூடியதில்லை. பெரும்பாலும் விளங்குவதில்லை. தருமலிங்கம் வீட்டைவிட்டுப் போனபிறகு அவன் ராஜாவாக இருந்தான் அந்த வீட்டுக்கு. இரண்டு 'நிலை'த் தறிகளைப் போட்டுக்கொண்டு அந்த இரண்டு பெண்பிள்ளைகளையும் மாங்கு மாங்கென்று அவற்றில் வேலைசெய்ய வைத்தான். இப்போது கூலிக்குத் தறி அடிக்க ரத்னேஷென்று ஒரு பெண் வந்து போகிறது. இத்தனையும் செய்துகொண்டு குடும்பப் பொறுப்பை தான் சமாளிப்பதாய்த் தம்பட்டம் அடித்தான்.

ரகுநாதன் போய்விட்டான். போன கையோடு கிளி வந்தாள். இந்திரனே பதில் சொல்லி அனுப்பினான். பிறகு பத்து மணிக்கு மேல் அவனும் வெளியே போனான். தாயார் கிணற்றடியில் உடுப்புத் தோய்த்துக்கொண்டு. தவமும் ரத்திநேசும் புது உவாப்பின் நூல் கோர்த்துக் கொண்டிருந்தார்கள். அவளுக்கு தறி அடிக்கவும் மனம் வரவில்லை.

அவளில் கனவிருந்தது. ஆனால் அது பொய்த்துப் போயிற்று. ரகுநாதன் மன்னிக்கிற ஜாதியில்லை.

அவள் குமைந்து கொண்டிருந்துவிட்டு பதினொரு மணியளவில் வெளியே போனாள்.

சின்னராசா வீட்டுச் சந்தியை அடைவதின் முன்னமே ஆலயப் பிரவேசம் செய்யப்போன இடத்தில் அசம்பாவிதம் ஏதோ நிகழ்ந்துவிட்டதென்பது அவளுக்குத் தெரிந்துவிட்டது. ஊரே ஒரு திகைப்பில் உறைய ஆரம்பித்திருந்தது.

கிளி அந்தளவில் கோயிலிலிருந்து வந்து விட்டிருந்தாள். அவள்தான் நடந்தது சொன்னாள்.

சிறிது நேரத்தில் ரகுநாதன் நண்பர்களோடு சைக்கிளில் வாசிகசாலைப் பக்கமாகப் போனான். சிரித்துவிட்டுத்தான் போனான். ஆனால் அதன் பின்னாலிருந்த நெருப்பு அவளுக்குத் தான் பட்டது.

அன்று கருக்கிருட்டு நேரத்தில் இரண்டு ஜீப்புகள் கிராமத்தின் மணல் ஒழுங்கை முழுவதும் மூசிமூசி அலைந்து திரிந்தன. படுக்கிற நேரமளவில் குருந்தடி, மதகடிப் பகுதிகளிலிருந்து மூன்று நான்கு பேரைப் பொலிஸ் பிடித்துக்கொண்டு போய்விட்டது தெரியவந்தது.

ரகுவுக்கு என்னாகியிருக்கும்?

யோகத்துக்கு அழுகை வந்தது.

0-2

அதிகாலையில் வேதக்கோயில் ரோட்டில் எழுந்த உறுமல் ஒலி, யோகத்தை கண் விழிக்கச் செய்தது.

ஒரு கிராமத்தின் சராசரி விடியல் நேரம் ஆறு மணி. அதுதான் அங்கேயும். ஏழுமணிக்கு அங்கே ரேடியோக்கள் அலறத் துவங்கும். எட்டு மணியளவில் தறிகள். அவை இரவு எட்டுமணி வரை இயங்கிக் கொண்டிருக்கும். ஒன்பது மணிக்குப் பாய் விரித்தல். மேலே அமைதிதான். அந்த அமைதியை எது ஊடறுத்தாலும் அது அசாதாரணத்தின் அம்சம்.

இடையிலும் எத்தனையோ ஒலி வகைகள் அங்கே காற்றினால் காவி வரப்படுவதுண்டு. நள்ளிரவில் சாவகச்சேரி நிலையத்தில் நிற்காமல் கூவிவிட்டுச் செல்லும் சாமான் புகைவண்டி, அதிகாலையில் தபால் கொண்டுவரும் மெயில் வண்டி, கண்டி வீதியில் பறக்கும் லொறிகள் எல்லாவற்றின் இரைச்சலும் கேட்கும். ஒரு ஜீப்பின் இரைச்சலை லொறி, வான், கார் ஆகிய எந்த வாகன இரைச்சல்களிலிருந்தும் ஒரு நுட்பமான செவி வித்தியாசம் கண்டுபிடித்துவிடும். யோகத்துக்கு அது ஜீப் என்பதில் அய்யமிருக்கவில்லை. முதல் நாளைய நிகழ்வு அதுபற்றிய எந்தச் சந்தேகத்தையும் கிட்டவிடாமல் விரட்டியது.

விறுவிறுவென முகம்கூடக் கழுவாமல் படலையைத் திறந்துகொண்டு யோகம் வெளியே நடத்தாள். அப்போது இந்திரன் வீட்டில்தான் நின்றிருந்தான். அவளை இப்போது தடுக்க முடியாதென்பது அவனுக்குத் தெரியும்.

வீட்டடிச் சந்தியில் ஒரே சனம். சந்தைச் சனங்கள் வேறு கடகங்களுடன் விரைந்து கொண்டிருந்தன. சின்னராசா வீட்டில் போய்க் கேட்டாள்.

‘ஜீப்தான் போயிருக்கு’ என்றான் சின்னராசா.

‘ஆரின்ர வீட்டை.’

‘தெரியேல்லை. அநேகமாய் ரகு வீட்டுக்காய்த்தான் இருக்கும்.’

‘ராத்திரியே ரண்டு மூன்று பேரைப் பிடிச்சிட்டாங்களாம்.’

‘ம்.செல்லத்துரை, கிட்டுணு, சிவராசா மூண்டு பேரையும் பிடிச்சாச்சு.’

‘ரகுவை?’

‘ரகுவை நேற்றையிலயிருந்து நான் காணேல்லை. இன்னும் பிடிக்கேல்லயெண்டுதான் நெக்கிறன்.’

ஜீப் இரைந்தபடி திரும்பி வர சின்னராசா வாசலுக்கு ஓடினான். யோகமும் கூட. ஜீப் கடந்து போனது. ஜீப்பின் பின்னே இரண்டு பொலிஸ்காரரும் ஒரு சிவலையனும்தான் இருந்தார்கள். வேறு யாருமில்லை. பிடிக்க வந்த ஆள் கிடைக்கவில்லைப்போல. அந்தச் சிவலையன் அடையாளங் காட்ட வந்தவனாயிருக்கலாம். படலைகளில், ஒழுங்கையில் முன்னும் பின்னுமாய்க் குனிந்து பார்த்துக் கொண்டிருந்தான். கிளி அவனைக் கண்டுவிட்டு யோகத்தின் காதருவில் சொன்னாள், 'அத்தாள்தான் பிரச்சனையைத் துவக்கி ரகுவிட்டை அடிவாங்கினது' என்று.

அவள் வீட்டுக்கு வர ஒரு கேலிப் பார்வையோடு அவளைக் கேட்டான் இந்திரன்: 'நேற்று நாங்கள் தடுத்தது எவ்வளவு நல்லதாய்ப் போச்சு, பாத்தியே.'

'ரகுவோடை கிளி கூடிக்கொண்டு போனாள். இப்ப அவளை யென்ன பொலிஸ் வந்து பிடிச்சுக்கொண்டே போட்டாங்கள்' என்று ஒரு காய்வோடு சொல்லிவிட்டு அப்பால் நடந்தாள் யோகம்.

'இனி வந்து பிடிச்சாலும் பிடிக்கும்.'

'நீ காட்டிக் குடுக்காமலிருந்தால் பிடிக்காது.'

அதிர விடிந்த அந்த நாளில் மேலும் கலவரமான நிகழ்வேதும் நடக்கவில்லை. ஆனாலும் விழுந்திருந்த பாதிப்பு அதிகம். அது சிலர் தலைமறைவானதோடு அடங்கிவிடாதென்றுபட்டது.

இரண்டு வாரங்கள் கழிந்துவிட்டிருந்தன.

ஒருநாள் தேவேந்திரா தியேட்டரில் குருந்தடிப் பெடியள் மூன்று நான்கு பேர் செக்கன் ஷோ படம் பார்த்துவிட்டுத் திரும்பிக்கொண்டிருந்திருக்கிறார்கள். பெருங்குளத்தடியில் வைத்து சிலர் நொருக்கித் தள்ளியிருக்கிறாங்கள். எல்லோருக்கும் கருக்குமட்டை அடி. மேலெல்லாம் பிய்ந்து ரத்தம் ஒழுக வீடு வந்துசேர்ந்தார்கள்.

எல்லோருக்கும் நடப்பது தெரிந்தது. ஆனால் யாராலும் ஒன்றும் செய்ய முடியவில்லை.

நாட்கள் காலத்தின் உடலிலிருந்த சிறகுகளாய்க் கழன்று கொண்டிருந்தன.

தீ.ஒ.வெ.இயக்கம் அதற்குமேல் எந்த ஆலயப் பிரவேசப் போராட்டத்தையும் முன்னெடுக்கவில்லை பெருமளவில். கிளை இயக்கங்கள் சில தம்தம் பகுதிகளில் ஆலயப் பிரவேசம் நடத்த

அறிவித்தன. சில கோவில்கள் தாமாகவே கதவு திறந்துவிட்டன. குருந்தடிக் கிளைச் சங்கத்துக்கு நேர்ந்த கதியே தலைமைச் சங்கத்திற்கும் நேர்ந்ததாகப்பட்டது. தலைவர்கள் பலர் கைது செய்யப்பட்டுக் காவலில் வைக்கப்பட்டனர். சிலர் விசாரணைக்காக பொலிஸ் நிலையங்களுக்கு இழுத்தடிக்கப்பட்டுக் கொண்டிருந்தனர். இன்னும் சிலர் தலைமறைவில். சீன சார்புக் கொம்யூனிஸ்ட் கட்சியின் தலைவர் எங்கேயென்று எவருக்கும் தெரியவில்லை. சீனா ஓடிவிட்டதாகக்கூட சில நாட்கள் செய்திகள் உலாவின.

பலாத்காரத்தின் மூலம் ஆட்சியதிகாரத்தைக் கைப்பற்றுதல் என்பதுதான் சீன சார்பு கொம்யூனிஸ்ட் கட்சியின் வேரான சித்தாந்தம். அதைப் பகிரங்கமாகவேதான் அது சொல்லிக் கொண்டிருந்தது. கொம்யூனிஸ்ட் கட்சி பிரிந்திருந்தாலும் இடது சாரிக் கட்சிகளின் தொழிற்சங்கப் பலம் தெரிந்த அரசு, அக்கருத்துப் பிரச்சாரத்தை விரும்பாதபோதிலும் அனுமதித்திருக்க வேண்டியதாயிற்று. ஆனால் பன்றித்தலைச்சி அம்மன் ஆலயக் குண்டு வெடிப்பை அதன் கொள்கைப் பரீட்சார்த்தமாய்க் கண்டதும் அது சீறி எழுந்துவிட்டது.

கட்சியே கலைந்ததுபோல் ஆயிற்று.

அதன் உயிர்மூச்சான வாசகம் இப்போது அனைவருக்கும் ஒரு பயத்தை ஏற்படுத்தியது.

குருந்தடி, மதகடிப் பகுதிகளிலிருந்த வாலிபர்கள் சனசமூக நிலையம், வாசிகசாலை, விளையாட்டுக் கழகம் என்பவற்றின் செயற்பாடுகளுள்மட்டும் தங்களை அடக்கிக் கொள்ள வேண்டியதாயிற்று.

துப்பாக்கி முனையிலிருந்து அதிகாரம் பிறக்கிறது என்ற மாஓவின் வாசகம் எழுதப் பெற்றிருந்த சனசமூக நிலையச் சுவரில் இப்போது வாசகத்தை அழித்த இலைச் சாயக் கறுப்பே தெரிந்தது. அந்த நிலைமையை ஒரு சிறு பொறியிலிருந்து ஊதிப் பெருக்கிய வேறு காரணிகளின் இருப்பு இன்னும் கண்டறியப்படவில்லை. வெகு விரைவாய் வளர ஆரம்பித்துள்ள ஜனதா விமுக்தி பெரமுனவின் வளர்ச்சியைத் தடுப்பது அவற்றிலொன்று என சிலர் பேசினார்கள்.

பகுதி VII அ

1970க்குப் பின்

அத்தியாயம் பத்து

0-1

கந்தையாவின் மரணம் நம்பமுடியாததாக விருந்தது. அதிர நடக்காத, அதிரப் பேசாத ஒரு சாதுவின் அந்த மரணம் குருந்தடி, மதகடி, முசிறி, பனையடி, செசவு சங்கத்தடியென்று பல குறிச்சிகளையும் சோகம் பூண வைத்துவிட்டது.

தெல்லிப்பழை, மறவன்புலவு, தச்சன்தோப்பு, அரியாலை, விசுவமடு, அக்கராயன், பூநகரி என்று மரணச்செய்தி அறிவிக்கப்பட்டது. அக்கராயன் குளத்தில் ரகுநாதன் நின்றிருந்தபடியால் நேரில் ஆள் விட்டிருந்தார்கள். அநேகமாக எல்லோரும் வந்துவிட்ட மாதிரித்தான் தெரிந்தது. இவன் தவிர. மய்ய மெடுக்காமல் வழியை வழியைப் பார்த்துக் கொண்டிருந்தார்கள்.

காலை பத்து மணிபோல் அக்கராயனிலிருந்து ஓடியே வந்ததுபோல் இவன் வேர்த்து விறுவிறுத்து வந்துசேர்ந்தான். கந்தையாவின் மய்யத்தைப் பார்த்ததும் இருண்டு கிடந்த முகத்தில் ஒரு அவலம் வெடித்ததுபோல் ஒரு அசைவு தெரிந்தது. அவ்வளவுதான். அந்தச் சோகத்துக்கு இணையில்லை.

'காலம்புற நேரத்தோட சீவி வந்து கொட்டில்லை குடுத்திட்டு வந்தான். அப்படியே பழஞ்சோறைத் திண்டிட்டு திண்ணையில இருந்தவன்தான், அப்பு. நான் நினைச்சனே இப்படி இடியேறு வந்து என்ர தலையில விழப்போகுதெண்டு. நாகியைக் கடைக்குப் போகச் சொல்லியிட்டு நான் கிணத்தடிக்குப் போய் பானையில தண்ணி அள்ளிவந்து வைச்சிட்டு வாறன், அப்பவும் அப்புடியே இருக்கிறான். என்னப்பு, என்ன செய்யுது, ஏன் ஒருமாதிரி இருக்கிறாயெண்டு கேட்டன். ஒண்டுமில்லை ஆச்சி, லேசாய்

நெஞ்சுக்கை குத்துறமாதிரி இருக்கு, தேத்தண்ணியொண்டு குடிச்சா நல்லதெண்டு நாகியிட்ட வைக்கச் சொல்லியிருக்கிறன் எண்டான். வாய்வுக்குத் தாய்த்தான் இருக்கும், வெறுமன தேத்தண்ணிக்கு உது கேளாது, முதல்ல உள்ளி மிளகு சப்பி கொஞ்சம் சுடுதண்ணி குடி, பேந்து வேணுமெண்டால் தேத்தண்ணி குடிக்கலாமெண்டு சொல்லிப்போட்டு நான் அடுப்படியுக்க போகத் திரும்ப என்ர ராசா கேக்கிறான், ரகுவனுக்குக் காயிதம் போட்டு இப்ப ஒரு கிழமைக்கு மேல இருக்குமெல்லோ, ஆச்சியெண்டு. அதுக்கு நான், இண்டைக்கு நாளைக்கு கட்டாயம் பதில் வரும் எண்டிட்டு உள்ளியும் மிளகும் சுடுதண்ணியும் எடுத்துக்கொண்டு வாறன்.... அய்யோஞ் என்ர புள்ளை விழுந்துபோய்க் கிடக்கிறானடி. ஓடிப்போய்ப் பாத்தன். வாயில ரத்தம் வழிஞ்சிருக்கு. அப்ப கத்தத் துவங்கினதுதான், ராசா. என்ர நெஞ்சுக்கொதி இன்னும்தான் தீரேல்லை. அய்யோ....' என்று அரற்றினாள் தாய்க்காரி.

ரகுநாதன் வந்த பிறகு அனைவரது சோகமும் பெருகியிருந்தது. ஒரு புறத்தில் தம்தம் துயரத்தின் கதைகள் ஒப்பாரியில் சொல்லப்பட்டுக் கொண்டிருந்தன.

நாகியின் கோலம் கண்கொண்டு பார்க்கக் கூடியதாய் இல்லை. கிணத்து வெடியில் அம்பிட்டுச் சிதைந்து போனவள் கணக்கில் அவள் உருவழிந்திருந்தாள். பிள்ளைகள் கதறிக் கதறி களைத்துக் கிடந்திருந்தன. அவள் வெளியில் வானம்கூட இல்லாதிருந்ததோ. வானமே இல்லாதவளுக்கு நட்சத்திர நம்பிக்கைகூட இருக்காதே. ஏழு அல்லது எட்டு வருஷங்கள் வாழ்ந்திருப்பாள். இருந்தும் அவர் இறந்த கணத்திலும் ஒரு தாகம், ஒரு தவனம் அவளுள் இருந்துகொண்டுதான் இருந்ததுபோலிருந்தது.

இவன் மனத்தில் ஒரு காட்சியின் விரிவு.

ஒரு காலை வேளையில் சீவலுக்கு வெளிக்கிடுறார் கந்தையா. கொஞ்சம் பொறணை.... இந்தாண்டு ஓடிவந்திடுறன் என்று அடுப்படிக்கு ஓடுகிறாள் நாகி.

நில்லு... இஞ்சை வா என்று தடுக்கிறார் கந்தையா. அவளின் கையிலிருக்கிற சரையைக் காட்டிக் கேக்கிறார், என்ன அது.

அவள், கோப்பி என்கிறாள்.

அதென்ன மற்றக் கையிலை.

அவள் தயங்கித் தயங்கிச் சொல்கிறாள்: முட்டை....! முட்டைக் கோப்பி அடிச்சுக்கொண்டு ஓடி வந்திடுறன்.

போ... போ... என்று சிரித்துக்கொண்டு கந்தையா திரும்பி நடக்கிறார். மத்தியானம் பிள்ளைகளுக்கு அவிச்சு பாதிபாதியாய்க் குடு.

விழித்தவன் இன்னும் கிடந்தபடி பாதி திறந்த இமைகளினூடு கண்டபோது நாகி துயரத்தில் வதங்கிப்போய் நின்றிருந்தாள். அவளின் ஓர் ஆதங்கம் பிடுங்கி எறியப்பட்டு விட்டதோ அன்று. முட்டைக்கோப்பி மேல்தட்டுக் கலாசாரம். ஒரு விடியலில் அது என்னன்னவோ கதைகள் பேசும். ஏழ்மை பெரும்பாலும் அதை எண்ணுவதில்லை. ஆனாலும் ஒரு ஆசை எந்த மனைவிக்கும் இருக்கவே செய்கிறது. கந்தையாவின் கடின வேலைகளில் அவள் பட்ட கரிசனம் மட்டுமில்லை அது. அவரது பலவீனங்களைத் தணிவிக்கிறதின், அவளது சருகாகும் ஆசைகளின் புத்துயிர்ப்புக்கான ஆதங்கங்களின் அடையாளமாகவும் அது இருக்கலாம். ஒரு பெண்ணாய்ச் சிதறும் பெருந்தருணம் அதுமாதிரி ஒன்றாகத்தான் இருக்க முடியும்.

மேலே தாமதிக்காமல் மய்யமெடுக்கிற வேலைகள் நடந்தன.

பறமேளம், சீனவெடி அதிர்வுகள் கிளர்ந்த சவ ஊர்வலம் வேம்பிராய் இரட்டை மயானத்தை நோக்கி நகர்ந்தது.

அங்கிருந்து மூன்று மைல்கள் மயானத்துக்கு.

ஓரிரு உறவினர்கள் பக்கங்களில் வர, இவன் நடந்து கொண்டிருந்தான். அவ்வப்போது பின்னும் முன்னுமாய் எட்டிப் பார்த்துக்கொண்டான். நண்பர்கள் பலபேர் இல்லை. எப்படி அவர்கள் கலைந்து சிதறினர். கல்லெறி பட்டு தேன்கூடு கலைந்தால் தேனீக்கள் பின்னர் அதிலே சிலசமயம் கூடுவதுண்டு. சிலசமயங்களில் அவை எப்போதும் கூடுவதில்லை. அவர்கள்....?

மயானத்தில் கொள்ளிவைக்கிற வேளையில் இவனை அங்காலே போக சில முதியவர்கள் கேட்டனர். இவன் மறுத்து அங்கேயே நின்று அந்தச் சிதை தீப்பிடித்து நன்கு முளாசி எரியும்வரை பார்த்துக்கொண்டு நின்றுவிட்டுத்தான் திரும்பி வந்தான்.

ஒரு வாழ்வின் முற்றுப்புள்ளியையாவது நிறைவாய்ப் போட வேண்டாமா.

0-2

அக்கராயனில் ஒரு நண்பனோடேயே நின்றிருந்தான் ரகுநாதன். ஒரு குடியேற்றப்பகுதி வாழ்க்கை இவன் மீது

நிர்ப்பந்தமாகியிருந்தது. வட்டாரம் சடசடவென தன் ஊடுகளை நிறைத்துக்கொண்டு அடர்த்தி பெற்ற கிராமம் ஆகிவிட்டி ருந்தது. குருந்தடி, மதகடி, பனையடிக் குறிச்சிகள் தம் இயல்பு மாறி ஓர் அதிகதியில் கல்வியிலும் பொருளாதாரத்திலும் மேம்பாடுற்றுக் கொண்டிருந்தன. அது ஒரு நகரத்தின் அடர்த்தியையே பெற்றிருந்தது, வசதிகள் அணுகாதபோதும். வாழ்க்கை முறையும் இடச் செறிவும் குடியேற்றப் பகுதியில் வேறு. இவன் அந்தப் புவி நிலைக்குத் தக வாழவும், அங்கே தன்னால் முடிந்த செயல் புரியவும் அத்தனை காலத்தில் பழகியிருந்தான். ஆனாலும் அண்ணனின் மரணச்செய்திக்கு வந்தவன் இன்னும் திரும்பிப் போகவில்லை.

முன்புபோல் கலகலப்பாகவும் ரகுநாதன் இல்லை. எப்போதாவது அடைவானா என்பதும் சந்தேகமாக இருந்தது. அதற்குக் கந்தையாவின் மரணம் மட்டுமின்றி வேறு ஏதாவதும்கூட காரணமாயிருக்கலாமென்று தோன்றியது. இவன் ஓடும்போது கொண்டோடிய உணர்வைப் பெருக வைத்துக்கொண்டு வந்திருந்தான்போலவே காணப்பட்டான்.

தங்கைகள், தாயார், நாகியென்று எல்லோரும் துக்கத்தின் உக்கிரம் அழிந்தார்கள். அவர்கள் வாழ்வதற்கு ஒரு வாழ்க்கை இருக்கிறது. அது அவர்களுக்கும், அவர்களது பிள்ளைகளுக்கு மானது. அவர்கள் தெளிவில் இவன் நிம்மதியடைந்தான்.

தறி ஒன்று போட்டுக்கொண்டான். லூம் என்ற மாதிரித் தறியல்ல. இது 'குழித்தறி'. இந்திரன் வீட்டில் இருப்பதுபோல். இன்னும் அந்தப் பகுதியில் எல்லார் வீட்டிலும் இருப்பதுபோல். பகல் அதில் கழிய, மாலைகள் நெருக்குதல்களுக்குள்ளாகி, இரவுகள் வெறுப்பானவைகள் ஆகின. நாகியைப் பார்க்க முடியாதிருந்தது இவனால். குழந்தைகள் இன்னும் கேவலம். உழைக்க கூடுதல் நேரத்தை இவன் ஒதுக்கினான்.

ஒருநாள் சித்தன்சிவத்தைப் பார்க்கப் போனான். வேறு எங்கு போகவும் மனம் பிடிக்கவில்லை.

அப்போது தான் சங்கத்துக்கு வந்த மாதாந்தர நூலினை நூல் தேவையெனப் பதிவு செய்த அங்கத்தவர்களுக்கு கொடுத்து, மீதியை அறையிலே வைத்துப் பூட்டிவிட்டு வீடு வந்திருந்தார் சித்தன்சிவம். குளிக்க வெளிக்கிட்டவர் ரகுநாதனைக் கண்டதும், 'வா, ரகு' என்று கூப்பிட்டு திண்ணையில் இருக்கவைத்தார். அவனது சோகத்தை அவரால் புரிய முடிந்திருந்தது. கூட, அவனது வெறுப்பையும்.

'ஆண்டாண்டு தோறுமெண்ட பழம்பாட்டு உனக்கும் தெரிஞ்சிருக்கும், ரகு.... எங்கள் எல்லாரின்ர முடிவும் கடைசியில இதுதான். தலையெழுத்தை மாத்த ஆரால ஏலும், சொல்லு பாப்பம். எங்களுக்கு இடப்பட்டது துக்கமோ சுகமோ, வாழவேண்டியதுதான் எங்கட கடமை' என்று வலு நிதானமாய் நிறுத்தி நிறுத்திச் சொன்னார்.

'அண்ணையின்ர துக்கத்தை என்னால எப்பவும் மறக்கேலாது. ஆனா இது அதுகில்லை.'

இவன் மௌனமாயிருந்துவிட்டுச் சொன்னான்: 'எங்கட வாழ்க்கையை நினைச்சுப் பாக்கிறன் சிவத்தார். எத்தினை விலங்குகள். பணம் படிப்பு பதவியெண்டு எதுவுமில்லாமல் எங்கட காலில போட்டிருக்கிற பார விலங்குகளை நாங்கள் எப்பிடி உடைக்கிறது. இந்த விலங்குகளை உடைச்சு நிமிந்தாத்தான் அதுகள் கிடைக்கும். அதுகள் கிடைச்சாத்தான் இதுகளும் உடையும். எல்லாம் ஒண்டுக்குள்ளை ஒண்டாய் அவிழ்க்க ஏலாத சிக்கலாய் விழுந்திருக்கிறதைப் பாத்தியளே.'

'மெய்தான். எண்டாலும் இதுகளுக்கு ஆரைக் குறைசொல்ல ஏலும், ரகு. காலகாலமாய்....'

'இல்லை, சிவத்தார். ஆதியில புராதன பொதுவுடமைச் சமுதாயம் இஞ்ச இருந்தது....'

'மாறியிட்டுதே. என்ன செய்ய ஏலும். ஆனா ஒண்டு, அதுபோல இதுவும் மாறும். காலமெடுத்துத்தான் மாறும்.'

ஆவேசமாய்த் தலையசைத்து மறுத்து இவன் சொன்னான்: 'அதுக்குள்ள உணர்ச்சி இருக்கிறவையை உயிரோட எரிச்சு சாக்கொல்லிப் போடுவாங்கள், சிவத்தார். வார்த்தையளால செய்வாங்கள். நான் எரிஞ்சு போனனே...'

'என்ன, ரகு...'

'இந்த முகம் எளியஞ்சாதி முகமா, சிவத்தார். இந்த மூஞ்சையில நான் இன்னானெண்டு எழுதியிருக்கோ, சிவத்தார்...'

'அதெப்பிடி, ரகு, மூஞ்சையில ஆருக்கும் சாதி எழுதியிருக்குமே.'

'என்ர மூஞ்சையைப் பாத்திட்டு ஒருத்தன் சொன்னானே அண்டைக்கு.'

'ரண்டு வருஷமாகப் போகுது. இன்னுமே அதையெல்லாம் நினைச்சுக் கொண்டிருக்கிறாய்.'

'மறக்கேலாது என்னால. அவனை மறக்கமாட்டன். அவனைத் திரும்பவும் ஒருநாள் கிளிநொச்சியில பாத்தன். பிறகு இந்த

ஒரு மாசத்தில இஞ்ச சந்தைக்குள்ளயே ரண்டு தரம் பாத்தன். என்ன பார்வை.... என்ன நெஞ்சு நிமித்துகை.... ஒரு கெப்பர்.... ஒரு எழுப்பம்.... ஒரு திமிர்.... திமிர், அவன்ர மண்டை நிறைய இருக்கு, சிவத்தார். அந்த மண்டையைச் சிதற வெடி வைச்சாலும் என்ர ஆத்திரம் ஆறாது.'

'விசர்க் கதையள் கதையாதை. ஒரு ஆளைத் தீர்த்திட்டா சாதி போயிடுமே.'

'சாதி போகாது, ஆனா சாதித் திமிர் போகும்.'

சித்தன்சிவம் ரகுநாதனையே பார்த்தபடியிருந்தார். இவரே விடுபட்டுப் பறந்து கொண்டிருந்த மனுஷன். அவரையே பூமிக்கு இழுத்து தன் சக அக்கறைகளோடு இவன் பிணைத்துவிடுவான் போலிருந்தது. பிரச்சனைகளையே ஒதுக்கினாலும் இவனை அவரால் ஒதுக்கிவிட முடியாது.

இவன் அக்கராயன் போனபோதில் இருந்ததைவிட உக்கிரம் பெற்று வந்திருக்கிறானென்று அவர் புரிந்தார். மேலும் கொட்டன், மம்பட்டிப் புடி, உலக்கை என்றிருந்த ஆயுதங்கள் ஈயக் குண்டுகளாகியிருப்பதை நினைக்க அவருக்குப் பயமாக ஒருபுறம், வேதனையாக ஒருபுறம் இருந்தது. இவனுக்குள் ஒரு வெறி உருவாகியிருந்தது தெரிந்தவர், இவனை அப்படியே அவர் விட்டுவிடக் கூடாதென நினைத்தார்.

'இரு, தேத்தண்ணி போட்டுக் கொண்டு வாறன்....'

'வேண்டாம். நான் போப்போறன்.'

'அதுக்குள்ள என்ன அவசரம். இரு வாறன்.'

அவர்கள் தேநீர் குடித்தனர்.

அவர் சொன்னார்: 'உங்கட பகுதிப் பெடியளெல்லாம் இப்ப வலு திருத்தம். தறியடிச்சு உழைக்கிறாங்கள், சோக்கான சேட்டுகளெல்லாம் வாங்கிப் போடுறாங்கள், பின்னேரத்தில சுழட்டலுக்கும் திரியிறாங்கள், சீட்டுக் கட்டுறாங்கள், குடும்பத்தைப் பாக்கிறாங்கள், குடியேற்றத் திட்டங்களில காணி எடுக்கிறாங்கள்... விசுவமடுவில இப்பவும் பவுண்மிளகாய் காய்க்குதாமே. காணித் துண்டு கிடைச்சாப் போதும், எல்லாத்தையும் விட்டிட்டு ஓடியிடுகிறாங்கள். திரும்பி வந்து ஊரிலயோ வெளியூரிலயோ சீதன பாதனத்தோட கலியாணம் கட்டுறாங்கள். திரும்ப குடும்பத்தோட காணியளுக்குப் போறாங்கள்....'

'இதுக்கெல்லாம் கையில பலமிருந்தாப் போதும். ஆனா போராடுறதுக்கு நெஞ்சில தயிரியம் வேணும், சிவத்தார்'

என்று ஓர் எள்ளல் சிரிப்பு சிரித்தான் இவன். 'பொலிஸ் வருகுதெண்டோடன ஓடி ஒழிஞ்சவங்கள்தான எல்லாரும்.'

'ஓடாம நிண்டிருக்கேலாதே.'

'கொள்கையில பற்றுதி இருந்திருந்தா ஓட மனம் வந்திருக்காது. சரியான வழியில போராடுற எவனுக்கும் அவன்ர இடத்திலேயே பாதுகாப்பும், ஒழியிறதுக்கு இடமும் இருக்கு. அப்படி இருக்கவேணும்' என்று கூறி மறுபடியும் கடகடவெனச் சிரித்தான் இவன்.

'அவங்களைமட்டும் ஏன் குறை சொல்லுறாய். நீயும் அப்பிடித்தானே ஓடித் தப்பினனீ...'

'மெய்தான். ஆனா பொலிஸ்காறர் என்னைத் தேடி வந்தாங்கள். அதால நான் ஓடினன். அவங்கள், மற்றவையைத் தேடி வாற பொலிஸையும், ஜீப்பையும் கண்டிட்டு ஓடினாங்கள். இண்டைக்கும் சாவச்சேரிப் பொலிஸ்ரேஷன்ல என்னில போட்ட என்றி இருக்கு. அதுவும் அடிச்சதாய்... குண்டு எறிஞ்சதாய்...'

'ஆர் இல்லையெண்டது. இப்ப பார், அவங்கள் ஓடினதிலயும்தான் என்ன பிழை. தீண்டாமை ஒழிப்பு வெகுசன இயக்கம் இப்ப இல்லை. அழிஞ்சு போச்சு. தீண்டாமையே ஒழிஞ்சதாலயில்லை, தீண்டாமையைத் தன்ர வழியில ஒழிக்க ஏலாததில அழிஞ்சு போச்சு. அதுகின்ர தாயான சீனச் சார்புக் கொம்யூனிஸ்ட் கட்சி எங்க போச்சோ. இப்ப தொழிலாளிப் பேப்பரும் வாறேல்லைப்போல. இந்த நிலைமையில அவங்கள் என்ன செய்திருக்க வேணுமெண்டிறய்.'

இனி இவன் கட்சியைத் தூக்கிக்கொண்டு நின்று பேச முடியாது. இப்போதும் இவன் கட்சி உறுப்பினன் இல்லைத்தான். செங்கொடி வாலிபர் சங்க உறுப்பினன் மட்டுமே. என்றாலும் பேச முடியாது.

சித்தன்சிவம் தொடர்ந்தார்: 'நீ கட்டாயம் இதுகளை யோசிச்சுப் பாக்கவேணும். உன்ர கூட்டாளியள் முந்தியைவிட இப்ப நல்லாய் இருக்கிறாங்கள். உன்னைவிட வலு தீவிரமாய்த் திரிஞ் சவங்களில பாதிக்குப் பாதி பேர் இஞ்ச இல்லை, ரகு. விழுந்த அச்சம் பெரிசுதான். ஓட வேண்டியும் இருந்ததுதான். அதால ஒரு அவலம், அழிவு நிச்சயமாய் வந்திருக்கவேணும். ஆனா வரேல்லை. ஏனெண்டா ஓடின பாதை சரியாய் இருந்திட்டுது. இஞ்ச இருக்கிற மிச்சம் பேரும் முந்தினமாதிரி இல்லை.'

'நல்லாயிருக்கட்டும்.'

'நீ கோவிக்கிறதில ஞாயமில்லை.'

‘இது பிறழ்வில்லை....?’

‘இல்லை. எல்லை.’

‘எதுகின்ர.’

‘புரள்ச்சியின்ர.’

‘அதென்ன புரள்ச்சி. நக்கலோ.’

‘இப்பிடியான நேரத்தில நக்கலடிக்க மாட்டன். ஒரு புரட்சி எண்டது ஒரு புரள்தல்தான். புரள்ச்சிதான் புரட்சி ஆனதும். அது கிடக்கட்டும் ஒரு பக்கமாய். எவ்வளவுதான் திட்டங்களைப் போட்டுக் குடுத்தாலும், சித்தாந்தங்களை எழுதிக் குவிச்சாலும் ஒரு சமூகம் தன்னால ஏலக்கூடிய அளவுக்குத்தான் எதையும் ஏற்கும். அந்தளவுக்கே புரளுதல் நடக்கும். வட்டாரமும் அப்படித்தான். சங்கானையும் அப்பிடித்தான்.’

‘அப்ப, இனிமேல் ஆட்சி மாற்றம், அரசு மாற்றம், சமூக மாற்றம் எதையும் உண்டாக்கிற மாதிரி எதுவும் வராதெண்டிறியள்?’

‘அதெல்லாம் பேசவேண்டாம். இப்ப இவ்வளவுதான் ஏலும். மணியத்தாலயும் இவ்வளவுதான் ஏலும், சண்முகத்தாலயும் இவ்வளவுதான் ஏலும், செல்லத்துரை, நடா, சின்னையா, யேசுதாசன் எல்லாராலயும் இவ்வளவுதான் ஏலும். இதை நீ நல்லாய் யோசிக்கவேணும். உனக்காகத்தான் இப்ப நான் இவ்வளவும் சொல்லுறது.’

ஒரு விவாதத்தின் தீவிரம் குறைய ரகுநாதன் மௌனமானான். புகையிலை திருகிப் போட்டான். இவன் யோசிப்பானென்று அவருக்குத் தோன்றியது. அதற்குமேலே அவர் வேறு விஷயம் பேசினார். ‘ராசன், அடுத்த கிழமை லீவுக்கு வாறான்போலை.’

‘காயிதம் வந்துதோ.’

‘சிச்சீ. போன ஞாயிற்றுக்கிழமை சரசாலைப் பக்கம் போன இடத்தில தேப்பனைப் பாத்தன். அவர் சொன்னார். இனி இஞ்சைதானாம் நிப்பான். ஆளுக்கு ஆசிரிய பயிற்சிக் கலாசாலையில இடம் கிடைச்சிருக்கெல்லோ.’

‘ஓ. எந்த இடம்.’

‘கொழும்புத்துறையாம்.’

இவனுக்கு உண்மையிலேயே மகிழ்ச்சியாயிருந்தது. அவன் இவனின் கொள்கையோடு ஒட்டிவராதவன். என்றாலும் தன் மாறுபாடுகளையும் வேறுபாடுகளையும் மறைக்காமல் சொல்லி நண்பனாயிருக்கிறவன். அதனாலேயே அவனது

அபிப்பிராயங்களில் இவனுக்கு எப்போதும் ஒரு நம்பகம் இருந்தது. இப்போதைய சூழ்நிலையில் அவன் கிட்ட இருப்பது நல்லதாகவே தோன்றிற்று. அவனோடான உரையாடல்கள் எப்போதும் இவனுக்கு இனிமையானவையாகவே இருந்திருக்கின்றன.

அன்று இவன் அங்கிருந்து புறப்பட்டபோது இலங்கை வானொலியில் ஒன்பது மணிச் செய்தி எங்கோ போய்க்கொண்டிருந்தது.

0-3

இரவுகள் இப்போதெல்லாம் மனத்தில் பெரிய இம்சைகள் அவளுக்கு. அவ்வப்போது ரகுநாதன் அவளுக்குப் பார்க்கக் கிடைத்தான். அவனின் நெஞ்சுக்குள் எரிந்து கொண்டிருந்த நெருப்பு மெல்ல அவிந்திருந்ததாய் அவளுக்குத் தோன்றியது. யாரோடும் போகும்போது தலையசைத்துச் சிரித்தான். ஆனாலும் தனியாக எதிர்ப்படாமல் விலகி ஓடினான். ஒருநாள் எதிர்பாராதவிதமாய் மாட்டிக்கொள்ள, தூரத்தில் போய்க்கொண்டிருந்த கலாவைக் கைதட்டிக் கூப்பிட்டு தனிமையை அழித்தான். பின் அவளோடு பேசிக்கொண்டு போய் மறைந்தான்.

அன்றைய மூச்சுக் காற்றின் ஞாபகம் இப்போதும் அவளிடத்தில் இருந்தது. சர்க்கரைச் சரையை எடுத்து எறிய வேண்டிய விதத்தை நெருங்கி வந்து காதினிலே சொன்னான். அவதானமாகவே சொன்னான். கையோ உதடுகளோ அவளது செவிப் பிரதேசத்தில் படவேயில்லை. ஆனால் மூச்சுப்பட்டது. சுட்டது.

ஆளையே மறக்கக்கூடும் அவளால். ஆனால் கிளர்த்திய உணர்வுகளை முடியாதிருந்தது. அவனது அண்ணன் மறைவுக்கான ஆறுதல் வார்த்தைகளைக்கூட கேட்கப் பிடிவாதமாக மறுத்திருந்தான். ஓட ஓட விரட்டிப் போய், மறுக்க மறுக்க திரும்பப்போய் தன்னிலை விளக்கமும் ஆறுதலும் அளிக்க அவள் தயாராகத்தான் இருந்தாள். ஆனால் இந்திரனென்ற சட்டம்பி பிரம்போடு நின்று அவளின் ஒவ்வொரு அசைவையும் கவனித்தபடியிருந்தான்.

இரண்டு ஆண்டுகளாய் அவள் தறி அடித்து வருகின்றாள். தறியில் ஏறி விட்டால் நினைவுகள் குதிரையேறி விடுகின்றன. கூட உணர்வுகளும் உடன் கிளம்புகின்றன. வாழ்வின் சுமைகள், நினைவுகளின் துயரங்கள் இவைகளையும் மீறி உடல் ஏன் ஒரு

மின்னிழை ஓட்டத்தை உணர்கிறதென்று அவள் பல நாட்கள் யோசித்திருக்கிறாள். நினைவுகள் உணர்வையா, உணர்வுகள் நினைவையா கிளர்த்துகின்றன.

இவையெல்லாம் யோசித்துக்கொண்டே கிடந்தாள் இரவு. தூங்குகிறபோதுகூட விழிக்க நேரமாகப் போகிறதென்ற எண்ணம் இருந்தது. இருந்தும் வழக்கத்தைவிட சற்று முன்னதாகவே அன்று விழிப்பு வந்துவிட்டிருந்தது. எழுந்து அறையைவிட்டு வெளியே வந்தாள்.

விறாந்தையைப் பார்த்தவள் திகைத்துப் போனாள்.

தர்மலிங்கம் விறாந்தை ஓட்டில் அமர்ந்திருந்தார். மெலிந்து போயிருந்தார். ஆனால் பளீரென்று வேட்டி சட்டை சால்வைகளுடன் நன்றாகத்தானிருந்தார். கையிலே மணிக்கூடு வேறு.

அவர் ஒரு கேடு கெட்ட வாழ்க்கையை வாழ்ந்துவிட்டு வந்ததாக எண்ணவே முடியாதிருந்தது. முகத்தில் அத்தனை பிரபை. பசுபதி மாமா அப்படித்தான் சிறிதாய் ஒரு சந்தனப்பொட்டு வைத்து, அதைவிடச் சிறிதாய் ஒரு குங்குமப் புள்ளி இடுவார். அதுபோல பொட்டு வைத்திருந்தார்.

வடிவு கதைக்கவில்லை.

இந்திரன் கதைக்கவில்லை.

தவம் கதைக்கவில்லை.

எவரும் எதுவும் சொல்லவேயில்லை.

அவர் காசு பணம் கேட்டு வரவில்லை என்பதின் அடையாளமா அது.

வடிவு அடுப்படியில் தேநீர் போட்டுக் கொண்டிருந்தாள். நான்கு கோப்பைகளில் ஊற்றினாள். யோகம் போய் ஒரு கோப்பையை எடுத்து வந்து தந்தையின் பக்கத்தில் வைத்து, 'குடியுங்கோ, அய்யா' என்றாள்.

வில்லன், தூர இருந்து அவளை முழுசிப் பார்த்துக் கொண்டிருந்தான். அவளுக்கு இனி பயமில்லை.

ஒரு வீட்டில் இரண்டு குடும்பங்கள்போலத்தான் அவர்கள் வாழ்ந்து கொண்டிருந்தார்கள். சமையல் ஒன்றானால் என்ன? யோகம் அல்லது தவம் சோறு போட்டுவந்து கொடுப்பார்கள். இரண்டாவது தடவை சோறுபோட்டு என்றும் அவர் சாப்பிட்டதில்லை. தன் விலகிய இருப்பை அவ்வாறான பூரணமின்மையில் அவர் காட்டிக்கொண்டிருந்தாரோ.

காலம் நகர்ந்து கொண்டிருந்தது.

தர்மலிங்கத்தில் வயதின் ஆழ்ந்த அடையாளங்கள் விழுந்து விட்டிருந்தன. கொஞ்சம் உடல் நலமும் இல்லாமல் இருந்தார். ஆனாலும் கடுமையாக உழைத்தார். யாழ்ப்பாணத்தில் எங்கோ சாயப் பட்டறையில் வேலைசெய்ததில் நூலுக்குச் சாயம்போடத் தெரிந்து வந்திருந்தார். அதையேதான் வீட்டில் வைத்துச் செய்தார். ஊடை நூல், முறுக்கு நூல் எல்லாம் சங்கத்தில் கிடைக்காத நிறங்களில் அவரிடம் கிடைத்தன. வெள்ளையேற்றாத நூல் கொடுத்தால், கேட்கிற சாயம்போட்டுக் கொடுப்பார். வட்டாரம் கிராமம் அதனால் சட்டென ஒரு தொழிற்புரட்சியில் வேகம் பெற்றதுபோல் தோன்றலாயிற்று.

அவர் குடியை விட்டிருந்தார். எல்லாரிடமிருந்தும் ஒதுங்கியிருக்கத் தெரிந்திருந்தார். அதனால் பிரச்சனையெதுவும் தலையெடுக்கவில்லை. அவரிடம் பணமிருந்ததில், அவர் தொழில் புரிந்ததில் பழையபடி அவரது அதிகாரம் வீட்டில் ஸ்தாபிதமாகிற்று. அதனுடன் சின்னதாய் ஒரு சுதந்திரம் யோகத்துக்கும் உறுதி பண்ணப்பட்டது.

0-4

ஒருநாள் ரகுநாதன் சித்தன்சிவம் வீடு போய்ப் பேசிக் கொண்டிருந்துவிட்டு, கோயில் காணியின் ஒற்றையடிப் பாதையின் வெளிர்வில் இருள் துளைத்து நடந்துகொண்டிருந்தான். அவன் ஜில்லிட்டுக் கிடந்த சொரிமணல் ஒழுங்கையில் கால் வைக்க, தற்செயலாய் எதிர்ப்படுவதுபோல் சட்டென வெளிப்பட்டு, 'ரகு' என நின்றாள் யோகம்.

மெத்தென உரசி நின்றது தேகம். துள்ளி விலக வேண்டும்போல் ஓர் உந்துகை. அடக்கிக் கொண்டான். அவளோடு அவனுக்குக் கோபமில்லை. ஆனால் நட்பென்றாலும் ஏன் வேண்டியிருக்க வேண்டும். அது இன்னும் தேக்க நிலைச் சமூகமாகவே இருந்தது. அது தன் நிலைமையை உணர பிடிவாதமாய் மறுக்கிற சமூகமாய் இருந்தது. அந்தத் தளத்தில் வைத்தே அவளை அவன் மன்னித்தான். அவள்மீது சிறிதளவேனும் யௌவனம் சார்ந்த விகசிப்புகள் அவனிடத்தில் எழாமலில்லை. கூடிப்படித்த சாந்தாவில் எப்படி ஓர் ஈர்ப்பு இருந்ததோ, அப்படியேதான் அதுவும் இருந்தது அவனுக்கு. ஆனால் சாந்தாவின் விருப்பத்தைக் காதலாய் உறுதி செய்துவிட்டால் தங்குதடையில்லாமல் கல்யாணமளவுக்குத் திரும்பிவிடும். ஆனால் யோகத்தோடு

அப்படி நிகழாது. அது வேலிக் கலாசாரத்துப் பெருஞ்சமூகம்போல் தன்னைப் பாவித்துக் கொண்டிருந்தது. தன் தளத்து பிற சமூகங்களோடு அது ஒட்டுறவு வைத்துக் கொள்ளாதது. அவர்கள் போட்ட வளையத்துள் எல்லை தாண்டாமல் நின்று உயரப் பார்க்கிறவர்கள். வளையம் அழியும்வரை காத்திருக்க அதற்குப் பொறுதியுண்டு. அப்படியில்லாவிட்டாலும் பார்ப்பான், பறைச்சி குலவழியென்று ஒரு மாயக்கதைவழியின் நினைவில் மூழ்கிச் சூழலை மறக்க அதனிடம் பயில்வு இருந்தது. அதில் அவன் தலையிட வேண்டியதில்லை. யோகம் அன்று சொன்னபடி கோயிலுக்கு வராதுவிட்டது கோபிக்கப்பட வேண்டியதேயில்லை. அப்படிப் பலபேர் வராமல் விடவில்லையா.

ஆனாலும் அவளை உதாசீதனப்படுத்துவது அத்தனை சுலபமில்லை ரகுநாதனுக்கு. அவள் அழகி. அழகியென்றால், அப்படியான அழகி. தாய்போல ஒரு மெலிவு. தந்தைபோல் நெடுமை.

ஒரு கிறுக்கம் தலையில் விளைந்தது.

அவன், 'என்ன' என்றான். தொடர்ந்து விலகி நடக்கவும் முயன்றான்.

'நில்லும். உம்மோட கதைக்க வேணுமெண்டுதான் இவ்வளவு நேரமாய் இதில நான் காத்துநிண்டது.'

'என்ன கதைக்க வேணும்.'

'தெரியாதமாதிரிக் கேக்க வேண்டாம்.'

'தெரியாதபடியாத்தான் கேக்கிறன்.'

'உண்ணாணை ?'

'உண்ணாணைத்தான்.'

அவள் அந்தக் கணத்திலேயே தன் நம்பிக்கைகளையெல்லாம் இழந்து சட்டெனத் தளர்ந்ததுபோல் தோன்றிற்று. பின் தெளிந்து கொண்டு. 'என்ர மனம் தெரியேல்லையோ உமக்கு. சொல்லும், ரகு. நான் சொல்லாமல் இந்திரனுக்குத் தெரியுது, தவத்துக்குத் தெரியுது, ரத்தினேசுக்குத் தெரியுது. உமக்கு மட்டும் தெரியேல்லையோ' என்றாள்.

'நடக்கேலாத விஷயங்களுக்காக வீணாய்ப் பேசி நேரத்தைச் சிலவழிக்க வேண்டாம்.'

'ஏன் நடக்காது. சொல்லும், ஏன் நடக்காது.'

'ஏனெண்டால் நாங்கள் வேற வேற சமூகம்....'

'நாங்கள் ஒரு தரத்தில இல்லையோ.'

'அது உங்கட சமூகத்துக்குத் தெரியாது.'

'எனக்குத் தெரிஞ்சாப் போதாதோ.'

'ஆரை நம்பியும் இனி நான் போராட்டம் துவங்கமாட்டன்.'

அவன் எங்கே அடிபட்டிருக்கிறானென்று அவள் புரிந்தாள். 'அது என்ர பிழையில்லை, ரகு. அண்டைக்கு...'

'ஆர் சொன்னது அப்பிடி. என்ர பிழையெல்லோ அது...'

'நீர் இன்னும் அதையே மனத்திலை வைச்சுக்கொண்டு...'

'இல்லை. ஆனா அது ஒரு பாடம் எனக்கு. உமக்கு ஒரு விஷயம் தெரியுமோ, யோகம். அண்டைக்குத் திட்டமிட்டபடி எல்லாரும் வந்திருந்து... திட்டமிட்டபடி எல்லாம் நடந்திருந்தா, பண்டித்தலைச்சி அம்மன் கோயில் ஆலயப் பிரவேசக் கதை வேறைமாதிரி முடிஞ்சிருக்கும்.'

அவள் எதுவும் பேசவில்லை.

'இதுக்காக நான் உம்மைக் கோவிக்கப் போறதில்லை. உமக்கும் ஒரு நிர்ப்பந்தம் இருந்திருக்கும். எண்டாலும் நாங்கள் இந்த எல்லைக்குள்ள நிக்கிறதுதான் நல்லது.

'நான் காத்திருப்பன். வருஷ வருஷமாய்க் காத்திருப்பன்.'

'தேவையில்லாத வேலை..'

அவன் முடிக்கு முன், 'ஆரோ வருகினம்போல இருக்கு. நாளைக்கு இஞ்ச வருவன். கட்டாயம் வரவேணும்' என்று குசுகுசுத்துவிட்டு அவள் அந்த ஒற்றையடிப் பாதையில் இறங்கி விரைந்து இருளில் மறைந்தாள்.

யாரோ நடந்து வருவது கறுப்பாய்த் தெரிந்தது. எப்படிக் கண்டாளோ இந்த இருட்டுக்கை. கிட்ட வந்த பிறகுதான் தெரிந்தது அது நாகநாதியென்று. யோகத்தின் மாமன். நல்ல காலம், ஆப்பிட்டிருந்தால் முகறையெல்லாம் பேர்த்திருப்பானென்று நினைத்துக்கொண்டு வீட்டுக்கு நடந்தான்.

0-5

ஒரு சனிக்கிழமை மாலை எதிர்பாராதவிதமாக ரகுநாதனுக்கு பெருங்குளச் சந்தியிலே தேவராசனைச் சந்திக்க நேர்ந்தது. அன்று காலையில்தான் கண்டியிலிருந்து வந்ததாகச் சொன்னான். தான்

ஏதாவது படம் பார்க்கலாமெனப் போய்க் கொண்டிருப்பதாக இவன் சொல்ல, படம் வேண்டாம், வா தேநீர் ஏதாவது குடித்துவிட்டு மண்பிட்டியில் போயிருந்து கொஞ்சநேரம் கதைத்துவிட்டு வரலாமென்று சொன்ன தேவராசனின் அபிப்பிராயப்படி இருவரும் ஸ்ரீவள்ளி கபேயில் ஒறேஞ்ஜ் பார்லி குடித்துவிட்டு புகையிர நிலையப் பக்கமாய் பேசியபடி நடந்து மணற்பிட்டியை அடைந்தனர்.

சில வருஷங்களுக்கு முன்னால்வரை பெரும் மணற்றிடராய் இருந்த பகுதி அது. தனியாருக்குச் சொந்தமாயிருந்ததால் வீடு கட்டுவதற்கும் மற்றும் சீமெந்துக் கட்டிட வேலைகளுக்குமாய் அது தேய்ந்து கொண்டிருந்ததைத் தெளிவாய் அன்று அவர்களால் காண முடிந்தது.

எதிர்க்காற்றில் லேசான குளிர் தூவியிருந்தது. ஆடியிலானால் பருமணல்களையே தூக்கி வரும் காற்று. ஸ்ரேஷனில் ரயிலுக்கு நிற்பதுகூட சிரமமாயிருக்கும். ரயில் பாதை கடந்து சென்று சைக்கிளை நிறுத்திவிட்டு ஒதுக்கமான ஓரிடத்திலே இருவரும் அமர்ந்தனர்.

'கந்தையாண்ணை செத்த பிறகு உன்னோட பேசவேணும் பேசவேணுமெண்டு மனத்தில ஒரே நினைப்பாயிருந்தாலும் அதுக்கான நேரமும் வசதியும்தான் கிடைக்கேல்லை. இண்டைக்குத்தான் அது வாய்ச்சிருக்கு.'

தேவராசன் சொன்னதற்கு இவன் எதுவும் சொல்லவில்லை.

தேவராசனே தொடர்ந்தான்: 'முந்தியொருக்கா நீ வீட்டில சொல்லாமல் கண்டாவளை போனியே ஞாபகமிருக்கோ, அப்ப கந்தையாண்ணை ஒருநாள் என்னை ஒழுங்கையில சந்திச்சார். சரியான மனவருத்தமாய்ப் பேசினார்.'

'என்னைப்பற்றித்தான.' இவன் அசிரத்தையாய்க் கேட்டான்.'

'ம். அண்டைக்குத்தான் உன்னிட்டச் சொல்லச்சொல்லி ஒரு விஷயம் சொன்னார்.'

இவன் கவனமானான்.

'சாதாரண நேரத்தில அதொண்டும் பெரிய விஷயமில்லைத் தான். இப்ப அவர் இல்லாமல்ப் போயிருக்கிற நிலைமையில யோசிக்க யோசிக்க அது எனக்கு பெரிய விஷயமாய்ப் படுகிது. அவரின்ர கடைசி விருப்பத்தை நான் உன்னிட்டச் சொல்லாமல் விட்டுட்டனோவெண்டு கண்டியில நிக்கேக்ககூட வருத்தப்பட்டுக் கொண்டிருந்தன்.'

'அண்ணை என்ன சொன்னவர்.'

'நீ மனவருத்தப்படாதை. அவருக்கும் வேற வழி இல்லாதபடியாலதான் இப்பிடிச் சொல்லியிருப்பார். இனிமேல் கவர்ண்மென்ற் வேலை வரும் வருமெண்டு காத்துக்கொண்டிருக்கிறது வீணெண்டு நினைக்கிறார். அதையே நினைச்சுக்கொண்டிராமல், வாற காணிக் கச்சேரியளுக்கு உன்னை எழுதிப் போடச் சொன்னார்.'

இவன் கேட்டுச் சிரித்தான். 'எனக்கு அப்படி ஆசை எதாவது இருக்குமெண்டு நீ நினைக்கிறியே, ராசன். நான் எதிர்பாத்ததெல்லாம் அண்ணைக்காண்டித்தான். என்னைவிட அண்ணைக்குத்தான் நான் ஒரு நல்ல வேலைக்குப் போகவேணுமெண்ட ஆசை இருந்திது. சோதினை றிசல்ற் வந்து, பாஸ் பண்ணியிட்டனெண்டு தெரிஞ்ச நாளிலயிருந்து அந்த ஆசையைக் கோழி அடைகாக்கிறமாதிரி வளத்துக்கொண்டிருந்தது அவர்தான். பியூப்பிள் ரீச்சர் வேலைக்கு எழுதிப் போட்டுட்டு நான் மறந்துபோய் விட்டிட்டன். நான் சிலக்ஷன் ஆவனெண்டு அண்ணைதான் கனகாலமாய்க் காத்துக்கொண்டிருந்தார்.'

'உப்பிடி எதிர்பார்த்து எதிர்பார்த்து ஏமாறினதாலதான் கடைசியில அவர் இப்பிடி ஒரு முடிவுக்கு வந்திருக்கவேணும். அது மட்டுமில்லை. காணியில அவருக்கு ஒரு ஆசைஞ் வெறியேஞ் வந்திருந்ததுபோலதான் எனக்கு அண்டைக்குத் தெரிஞ்சுது...'

'விளங்குது, ராசன்.... விளங்குது' என்று சொல்லிச் சிரித்தான் இவன், 'அண்ணை உயிரோட இருக்கேக்க இதை நீ சொல்லியிருந்தா, நானும் கேட்டிட்டு அசண்டையீனமாய்த்தான் விட்டிருப்பன். சங்கம்... கட்சி... கொள்கையெண்டு எவ்வளவோ உழைக்க எனக்கு வெறி இருந்தது அப்ப.'

'இப்ப?'

'அந்த அளவுக்கு இல்லை. வொலிபோல் ரீமில கனபேர் இல்லை. என்ர வயசில பாதிப்பேர் ஊரில இல்லாமப் போயிட்டினம். மிச்சப் பேருக்கு எதுவும் அக்கறையில்லை. நான் மட்டும் தனியாய் நிண்டு கொடி பிடிக்க ஏலுமே இனி.'

'வெகுஜன இயக்கத்தின்ர நடைமுறைத் திட்டம் பிழை எண்டிறியா.'

'அப்படியில்லை. அது ஒரு புள்ளிதான். அதுக்கு முந்தியே... நாங்கள் வளந்து வரேக்கையே... எங்கயோ ஒரு பிழை எங்களில இருந்திட்டுது. அது ஒருத்தருக்கும் தெரியல்லை.'

'என்ன பிழை.'

யோசித்துவிட்டு இவன் சொன்னான்: 'தெரியேல்ல, ராசன்.'

மௌனம் அலையடித்தது இருவரிடத்திலும். இவன் வான் சிவக்கும் விளிம்பில் பதித்த பார்வையோடு சிறிதுநேரத்தில் சொன்னான்: 'அதுசரி, அண்ணைக்கு காணியில ஒரு வெறிஞ் ஆசைவெறிஞ் வந்ததுமாதிரிப் பேசினார் எண்டியே, அதை உன்னால விளங்கேலுதா, ராசன்.'

தேவராசன் தலையசைத்தான்.

'இப்ப நாங்கள் இருக்கிறபடியாலதான் அது எங்கட காணியாய் இருக்கு. நாங்கள் இல்லாட்டி அது ஆரின்ர காணியும் இல்லை.'

தேவராசன் குழம்பிப் பார்த்தான்.

'என்ன, விளங்கேல்லயோ' என்றுவிட்டு மெதுவாய் விபரித்தான் இவன். 'இப்ப நாங்கள் இருக்கிற காணி, ஆச்சியின்ர ஆச்சிக்கு அவவின்ர தாய் தேப்பன் குடுத்த காணி. இப்ப ஆச்சி இருக்கிறா. இனி ஒரு காலத்தில அது ராணிக்குப் போகும். பிள்ளையளுக்குள்ளயாய்ப் பிரிச்சுக் குடுத்துக் குடுத்து இப்ப ஒரு மூண்டு பரப்புக் காணியாய் வந்திருக்கு அந்தத் துண்டு. எழுத்தில ஒண்டுமில்லை. விருப்பப் பிரகாரம் ஆர்ஜிதமாய்க் குடுத்தது. இன்னும் விளக்கமாய்ச் சொல்லுறதெண்டால்.... அந்தக் காணிக்கு உறுதி இல்லை. அது மாதிரித்தான் அனேகமாய் அங்க எல்லாரின்ர காணியளும். இதெல்லாம் ஒரு ஒழுங்குக்கு வரவேணும். வரும். அதுக்கு கனநாளாகும். அப்பவும் பிரச்சினை பிடுங்குப்பாடெண்டு ஆயிரம் தகராறுகள் முளைக்கும். அதுமட்டும் ஆற்றயோ காணியில குடியிருக்கிற மாதிரித்தான் எல்லாருக்கும் நினைப்பிருக்கும். எங்கட காணியளில நிக்கிற தென்னை மரங்களைவிட பனை மரங்கள் கனக்க; மா பிலா வாழையளைவிட காட்டுமரங்கள் கனக்க; ஏனெண்டு நெக்கிறாய். இந்த மனநிலைதான் காரணம். அதாலதான் தனக்குத் தனக்கெண்டு ஒரு பரப்புக் காணியெண்டான்ன தேவையெண்டிற அண்ணற்ர ஆசை வந்திருக்கு.

கந்தையாண்ணையின் விருப்பத்துக்கு இப்பிடி ஒரு பின்னணி இருக்கோவென்று தேவராசன் அதிசயித்தான்.

தூர, தனங்கிளப்பு வீதியில் பஸ் ஒன்று போனது, வெளிச்ச அசைவில் தெரிந்தது.

இருள் நிறைய விழுந்துவிட்டிருந்தது தெரிந்து இருவரும் புறப்பட எழுந்தனர்.

வெறுமையாய் இருந்த புகையிரத நிலைய மேடை நிறைந்திருந்தது. அது கொழும்பு மெயில் வரும் நேரம்.

நாவற்குழித் திசையில் ரயில் கூவிக் கேட்டது.

'தறி அடிச்சாலும், அக்கறையாய் இந்த விஷயத்தைக் கவனி ரகு.' தேவராசன் சொன்னான்.

'இனி முந்தினமாதிரி இருக்கமாட்டன், ராசன். இது அண்ணையின்ர விருப்பம். முத்தையன்கட்டில, அக்கரையானல காணி குடுக்கப் போறதாய்க் கேள்வி. தம்பியன்ர பேருக்கும் சேத்து எழுதிப்போடவேணும். ஆருக்குக் கிடைச்சாலும் எங்களுக்குள்ளதான.'

இவனின் அவ்வளவு சுளுவான இசைவு தேவராசனுக்கு நிம்மதியாயிருந்தாலும் நிறைவாய் இருக்கவில்லை. அவனது அவ்வளவு கெட்டித்தனமும் அதனால் வீணாகப்போகுமென்று வருத்தமே பட்டான். 'எண்டாலும்... கசெற்றில வாற வேலையளுக்கும் எழுதிப் போடு. எங்கட தலையில என்ன எழுதியிருக்கொண்டு ஆருக்குத் தெரியும், இல்லையே' என்றும் ஆறுதலுக்காய்ச் சொல்லி வைத்தான்.

0-6

ஒரு மரணம் அப்படிச் சம்பவிக்கக் கூடாது. எவருக்கும்தான். ஒரு காலை நேரம் லொறிச் சில்லுக்குள் அகப்பட்டுச் சிதைந்து போனார் தர்மலிங்கம்.

வேகமாக எந்த வாகனம் போனாலும் அரைப்பனை உயரத்திற்கு தூசி கிளம்பி அடரும் பாதை அது. ஒரு காலத்தே மழை நீரோடும் கால்வாயாய், பின் மணல் ஒழுங்கையாய் சிலுவில் வயலையும், குருந்தடித் தரைவையையும் இணைத்துக்கொண்டு கிடந்தது அதுதான். அது தார் ரோட்டில் ஏறும் பொருத்தில் 'லொறி—பஸ் தடை' என்ற பட்டின சபையின் கனரக வாகனத்தடை அறிவிப்புக்கூட இன்னும் அப்படியே இருந்து கொண்டிருந்தது. ராமநாதனின் வீடு அந்தப் பகுதியில் இருந்ததால், லொறி அந்தப் பாதையில் போய் வரத்தான் வேண்டும். அவனும் பாம்... பாம்... என்று குழாய்க் கோணை அடித்தபடி மெதுவாய்த்தான் லொறியை ஓட்டுவான். அவரும் பதனமாக சைக்கிள் ஓடுகிற மனிதர். விபத்து எப்படி நடந்தது என்பதை எவரும் காணவில்லை. அன்று கோண் அடிக்காமலும், வேகமாகவும் ராமநாதன் லொறியை ஓட்டிவந்தானென்று சிலர் சொன்னார்கள். அதனால் என்ன, அதன் இரைச்சல் அரை மைல் தூரத்துக்குக் கேட்குமே. உண்மையில் என்ன நடந்ததென்று யாருக்கும்

தெரியவில்லை. பொலிஸ் விசாரணை நடந்தது. பின் மஜிஸ்ரேட் நீதிமன்ற நீதவான் ஒருவர் வந்து விசாரணை நடத்தினார். கொலையாயிருக்கலாமென்ற சந்தேகம் எழுந்ததோ. பிறகுதான் மயத்தை எடுக்க பொலிஸ் அனுமதித்தது.

விபத்து நடந்ததும் பரமன்தான் பார்த்துவிட்டு ஓடிப்போய் அவர் வீட்டிலே சொன்னான். வடிவு, யோகம், தவமெல்லாம் குழறிக்கொண்டு ஓடிவந்தார்கள். பின் உறவினர் ஒவ்வொருவராய்க் கேள்விப்பட்டு. வெளியூர் உறவினர்களுக்கும் வேண்டியவர் களுக்கும் ஆள்விடுதல் தந்தியடித்தல் எல்லாவற்றையும் நாகநாதி அங்கேயேதான் திட்டமிட்டுச் செய்துகொண்டிருந்தான். மாலை மூன்று மணிவரை அந்த இடம்தான் செத்தவீடாக இருந்தது.

மறுநாள் காலை பத்து மணிக்கு மேலே வீட்டிலிருந்து மய்யமெடுத்தார்கள். பசுபதி, தேவராசன் எல்லோரும் வந்திருந் தார்கள். இவனும் வந்திருந்தான். யோகம் பாத்திருப்பாளென்று சொல்ல முடியாது. அவ்வளவு கூட்டம்.

0-7

இரண்டு வாரங்கள் கழிந்த பிறகுதான் மறுபடி யோகத்துக்கு இவனை நேர்நேராய்ப் பார்க்கக் கிடைத்தது. சின்னராசா வீட்டு முடக்கில் இருட்டிவிட்டிருந்த ஒரு வேளையில் அது நடந்தது.

இவனைக் கண்டதும் அவள் நிலைகுத்தி நின்றாள். ஒரு கையால் கண்களைக் கசக்கிக்கொண்டு விம்மினாள். பாசாங்கெதுவும் அப்படிச் செய்திருக்க முடியாதுதான். கண்டு கொண்டிருக்க அப்படியே பார்வையை மறைத்து கண்ணீர்த் துளிகள் உதிர்ந்து கொண்டிருந்தன. அவள் தடுக்க முயற்சி செய்தது வெளிப்படையாய்த் தெரிந்தது. இவனால் அதற்கு மேல் விலகிப்போக முடியவில்லை. என்ன செய்வதென்று தெரியவில்லை. ஏதாவது சொல்லி ஆற்றலாமென்றால் வார்த்தைகள் கிடைக்கவில்லை. கடைசியில், ‘அழாத, யோகம். நான் முக்கியமான விஷயமொண்டு உம்மோட கதைக்கவேணும். இப்பஞ் வேண்டாம். பிறகொரு நாளைக்கு கதைக்கிறன்’ என்று மட்டும் சொல்லி வந்துவிட்டான்.

ஏன் அப்படிச் சொன்னானென்று இவனுக்கே தெரியவில்லை. அது அன்றொரு நாள் அவள் கேட்ட கேள்விக்கான பதிலின் கூறு எதனையோ கொண்டிருக்கிறதுதான். தன் தந்தையின் மரணத்தில் நிலைகெட்டு நின்றவளுக்கு, தன்னையிழக்கிற

துன்பமும் நேராமலிருக்க வேண்டுமென சடுதியாக ஒரு உணர்வுப் பிரவாகம் உள்ளெழுந்திருக்க முடியும்.

அவள் விகசித்து நிமிர்ந்த கணம், அவளை அதுநாள்வரை பெருநோய் செய்துகொண்டிருந்தது எதுவென்பதைத் துலக்கமாய்க் காட்டிற்று.

அந்தப் பதிலை இவனும் அத்தனைகாலம் தனக்குள் வைத்திருந்ததே நிஜமாகிற்று அதன்மூலம்.

ஒருநாள் சித்தன்சிவம் வீட்டு பின்வேலிக் கடவையில், இன்னொருநாள் அவர் வீட்டு முற்றத்தில், பிறகொரு நாள் வீட்டுத் திண்ணையிலென்று அவர்களது சந்திப்புகள் நிகழ்ந்து வந்தன.

காலம் விரைந்து கரைந்தது.

திங்கட்கிழமை தனக்குக் காணிக் கச்சேரி இருப்பதாகச் சொல்லிவிட்டுச் சென்ற ரகுவிடமிருந்து ஒரு வாரத்தின் பின் நடைபெற்ற காணிக் கச்சேரியில் தனக்கு அதிர்ஷ்டமிருக்கவில்லையென்றும், வவுனிக்குளத்திலுள்ள தெரிந்த ஒரு நண்பனின் கமத்தில் நின்று ட்ராக்டர் ஓட்ட வசதிவந்திருப்பதாகவும், அவனையே இனி தறியை அடிக்கும்படியும் தம்பியாருக்குக் கடிதம் வந்தது.

அந்த நீண்ட கடிதத்தில் அண்ணன் பிள்ளைகளை நன்கு கவனித்துக்கொள்ளும்படி தாயாருக்கும் சிலவரிகள் இருந்தன. அண்ணன் மனைவியோடு வாய் காட்டுவது, யாரிக்கு யாரியாய் நின்று சண்டை பிடிப்பது எல்லாவற்றையும் கட்டாயம் நிறுத்திவிட வேண்டுமென்று ராணிக்கும் எழுதியிருந்தான்.

ஒருநாள் முன்னிரவில் வீடு வந்த யோகத்துக்கு சித்தன்சிவம் சொன்னார்: 'ரகு இன்னும் திரும்பிவரேல்லயே. அவன் வவுனிக்குளத்தில நிண்டு இனி றாக்ரர் ஓடப்போறன்போல கிடக்கு. காலமை தம்பியாருக்குக் காயிதம் வந்திருக்காம்.'

அவளுக்கு ஏமாற்றமும் வேதனையுமாகிப் போனது.

அவள் பேச நிறைய விஷயங்கள் மனத்தில் அடுக்கியிருந்தன.

பகுதி VII ஆ

அத்தியாயம் பதினொன்று

0-1

யாரும் எதிர்பார்த்திருக்க முடியாது. ஒரு ஞாயிற்றுக்கிழமை காலை படலை திறந்து வந்து முற்றத்தில் நின்ற மனிதரைப் பார்த்து ஆச்சரியப்பட்டுப் போனாள் வடிவு. 'வாருங்கோ, அண்ணை' யென்று வாங்கினை அரக்கி இருக்கவிட்டாள். தறிக்கொட்டிலில் நின்றிருந்த தவம் பேச்சுச் சத்தத்தில் எட்டிப் பார்த்துவிட்டு கிட்டவந்தாள். தெரிந்தவர்போல இருந்தது. யார் என்பதுபோல் தவம் தமக்கையிடம் பாவனையில் கேட்டாள். வடிவு அதைக் கண்டுவிட்டு, 'மாமாதான்' என்றாள். 'பாத்தும் எத்தினை வருஷம். நாங்கள்தான் சந்தை தெருவில கண்ணாலையாவது கண்டுகொள்ளுறம். இதுகளுக்குத் தெரியாதுதானே, அண்ணை. யோகத்துக்குத் தெரியுமே.'

அவள் பதில் சொல்லாமலிருக்கச் சிரித்தாள்.

'எவ்வளவு நெருங்கின சொந்தம். நான் சொல்லித் தெரியுற நிலமை. நீ அடுப்பில கேத்திலை வை, யோகம்' என்று அலுத்தாலெனச் சொன்னாள் வடிவு.

'என்ன செய்யிறது. எல்லாம் காலம். நாங்கள் என்ன அடிபட்டுக்கொண்டே பிரிஞ்சு போன்னாங்கள்' என்றார் பசுபதி.

'நான் கனநாள் யோசிச்சிருக்கிறன், அண்ணை, நாங்கள் அடிபட்டுக்கொண்டே போயிருக்கலா மெண்டு. அப்பிடிச் செய்திருந்தா அடுத்தடுத்த மாசம்... ஒரு வருஷம் ரண்டு வருஷத்திலையாச்சும்... கோபம் மாறியிருக்கும். அடிபடாமல் போனபடியால்தான இந்தப் பக்கம் திரும்பி வர பதினைஞ்சு வருஷமாகியிருக்கு. என்னதான் கோபதாபம் மனசில இருந்தாலும்

அந்தாளின்ர செத்தவீட்டுக்கு வந்து ஒருக்கா முகத்தைக் காட்டியிட்டுப் போயிருக்கலாம். இவங்களும் சொல்லிக்கில்லி அனுப்பினாங்களோ என்னவோ. ஏன்ராம்பி, மாமாவுக்குச் சொல்லியனுப்பினதே...'

'மாமா செத்தவீட்டுக்கு வந்தவரம்மா' என்றான் இந்திரன்.

'நான் காணேல்லயேடா...'

'செத்தவீட்டுக்கு எனக்கொருதரும் சொல்லேல்ல. எண்டாலும் கேள்விப்பட்டோடன வந்தனான். அப்படியே சுடலைமட்டும் போயிட்டுத்தான் போன்னான். சொல்லிப் போறது கலியாண வீடு. சொல்லாட்டியும் செத்தவீட்டுக்குப் போகவேணும். எவ்வளவுதான் பரம வைரியெண்டாலும் சொந்தமெண்டால் செத்த வீட்டுக்குச் சொல்லவேணும். மாமி செத்ததைக்கூட ஒருத்தரும் எனக்குச் சொல்லாமல் விட்டிட்டியள்' என்றார் பசுபதி.

'நானென்ன செய்யேலும், அண்ணை. அவ சுண்ணாகத்தில இருக்கேக்கதான் எல்லாம் நடந்திது.'

'ம்... அதுவும் மெய்தான்.'

'நாளையிண்டைக்கு அந்திரட்டி...'

'அந்தக் கணக்கைப் பாத்திட்டுத்தான் நானும் வெளிக்கிட்டது.'

பதினைந்து வருஷ காலத்தில் அந்த ஒழுங்கை மிதிக்காதவர் பசுபதி. எத்தனை உறவுகளை, தொடர்புகளை இழந்தார். மனிதன் கிறுங்கவில்லையே. ஆனால் ஒரு மரணம் தெரிந்தபோது... மனிதர் நல்லவர்தான். அவர் சொன்னமாதிரி எல்லாம் விதிதான். அடிச்சாரெண்டா எப்பவும் அழுதுகொண்டிருந்திட்டு, கடைசியில சோறு போட்டுக்கொண்டு போய்க் குடுத்து சாப்பிடுங்கோவெண்டு சொல்லுற தங்கம்மா, அண்டைக்கெண்டு சீலையை மன்னிப் பிடிச்சுக்கொண்டு படலையைத் துறந்துகொண்டு வெளியில எதுக்கு ஓடினாளாம். விதிதானே. இந்தப் பதினைஞ்சு வருஷ காலத்திலயும் எத்தினை தடவை அவர் நினைச்சிருக்கலாம் எங்களை.

பவளத்தை விசாரித்தாள் பிறகு.

'நல்லாய் இருக்கிறாள்.'

'ஒரு பிள்ளைதானே.'

'ரண்டு.'

‘ம்... ராசனுக்கு எங்களில என்ன கோவமாம். வாய்க்கால் பக்கம் வரும். வேதக்கோயிலடி வரும். குருந்தடி வரும். சிவமண்ணை வீட்டையும் வரும். எங்கட வீட்டை எட்டியும் பாக்காது. அப்பிடி என்ன பொல்லாப்பண்ணை செய்தனாங்கள்.’

பசுபதி ஒன்றும் சொல்லவில்லை.

தேநீர் கொடுக்க குடித்துவிட்டுப் புறப்பட்டார்.

அடுத்த நாள் மாலை மூன்று மணியிருக்கும், படலை திறபட்ட சத்தம் கேட்டு திரும்பிப்பார்த்த தேவராசன் திகைத்துப்போனான். மாமி வந்து கொண்டிருந்தாள்.

என்ன அவளது மெலிவு. செத்த வீட்டில் தூரத்திலாய்ப் பார்த்திருந்தான். அதற்குப் பிறகும் மெலிந்தாள்போலவே இருந்தது. மாமா செத்ததும் இப்படி உடம்பின் தசையெல்லாவற்றையும் கழற்றி வைத்தது போல் ஆயிற்றா.

அவள் அதிகநேரம் அங்கே தங்கவில்லை. வீட்டைக் கண்ணோட்டம் விட்டாள். வளவைப் பார்த்தாள். திருப்தியாய்ப் புன்னகைத்தாள். கெற்பேலிக்குப் போகிற வழியில் வந்ததாகவும், வெளியே இந்திரன் சைக்கிளில் நிற்பதாகவும் சொன்னாள். ‘மாமாவின்ர அந்திரட்டி நாளைக்கு’ என்றாள்.

‘அய்யா சொன்னவர், மாமி.’

‘வராமல் விட்டிடாத. அய்யாவிட்டச் சொல்லு நான் வந்ததாய்.’

அவள் போனபின் யோகம், தவம், இந்திரன், நாகநாதியென்று நினைவுகளின் படையெடுப்புத் துவங்கிவிட்டது அவனிடத்தில். கடைசியில் ஊர் நிலைமை குறித்து யோசித்தான். அங்கே ஏற்பட்டுக்கொண்டிருந்த மனித வரட்சியை அவன் கவனித்துக்கொண்டுதான் வருகிறான். தகவல் குறைபாடு இருந்தது அவனிடம். பத்திரிகைகள் சஞ்சிகைகளெல்லாம் வாசிக்கத்தான் செய்தான். சமூகத் தன்மையொன்றை இனங்காணுகின்ற அளவுக்கு அவை போதுமானவையில்லை. ரகுநாதனே தெளிவு பெறாதநிலைதான் இருந்தது. தேசாபிமானி, முன்பு தொழிலாளி, எல்லாம் வாசிக்க அவனால் முடியும். வாசிப்பு என்னும் நிகழ்வு எழுத்துகளின் பரிச்சயத்திலில்லை. கருத்துக்களினதிலேயே சாத்தியமாவது. சில வாசிப்புக்களை எல்லோராலும் மேற்கொண்டுவிட முடியாது. இவனது வாசிப்பு கதைகளோடும், சிறிதாய்ப் பழைய இலக்கியங்களோடும்தான்.

திரும்ப மாமியின் கோலம் ஞாபகமாயிற்று. வலி வர எழுந்துபோய்க் குளித்துவிட்டு வந்தான்.

அந்த வருஷம் மழைக்குத் தப்பி நிறையப் பூத்துப் பொலிந்திருந்தது முற்றத்துத் தீன் முருங்கை. கிணற்றடிக் கழிவுநீர் வாழை, எலுமிச்சை, கமுகுகளுக்குப் பாய்ந்த வாய்க்கால் அதன் கரையோரம்தான் ஓடியிருந்தது. மதாளிப்பில் தோல் வெடித்து பிசின் வழிந்து கிடந்தது அடிமரமெங்கும்.

மதம் பெருகுகிறபோது வேம்பு, முருங்கைபோன்ற மரங்கள் தாமாய் வேட்கை தணிவித்துக் கொள்ளுகின்றனவோ என ஒரு யோசனை அவனில் ஓடியது.

ஒற்றை அணில் ஒரு மரக்கிளையில் அவனையே பார்ப்பதுபோல் அமர்ந்திருந்துவிட்டு, அந்த அறிமுகத்தில் குதூகலிப்பதுபோல் பின்னங்கால்களில் எழுந்து நின்றுகொண்டு முன்னங்கால்களால் சாழை கொட்டியது. பின் வீச்சாய் ஓடி மறைந்தது. சற்றுநேரத்தில் எங்கிருந்தோ தாவி மறுபடி வந்தது. அச்சம் கெட்டநிலை அது. அந்த அந்நியோன்யம் அவனுக்குப் பிடித்திருந்தது. முதல்நாள், முந்தாநாள்... இன்னும் சில நாட்களின் முன்பெல்லாம் அவன் பார்த்த அதே அணில்தானென்று அவனால் அதன் பார்வை கொண்டே அடையாளம்காண முடிந்திருந்தது. பிறகு சில கணங்கள் கழியப் பார்க்க அணில் அங்கே இல்லை.

வாழ்க்கை மிக அலுப்பாக ஆகியிருந்தது அவனுக்கு அந்த நாட்களில். காலையில் படுக்கையிலிருந்து எழுதல், சாப்பிடுதல், படுத்தல், வாசித்தல், தூங்குதலென்ற மாறாத் தொடர்ச்சி. தேடிப் போகவோ, தேடி வரவோ நிறைய நண்பர்கள் இல்லை. தெரிந்தவர்களை, நெருங்கி வருபவர்களை நண்பர்களாக்குகிற முனைப்பும் இல்லை.

ஆரம்பம் முதலே ஒரு தனிமை மூட்டத்துள் அடங்கிப் பழகியிருந்தாலும், ஓர் எல்லைக்குமேல் அதுவே விரக்தியாகி விடுகிறதைத் தவிர்க்க முடிவதில்லை. தேவராசனிடத்தில் ஏற்பட்டிருந்தது அந்த மனநிலைதான். இந்த வயதில் இப்படியெல்லாம் நேருமென்று யாரோ சொன்னதாய் அவனுக்கு ஞாபகம் வந்தது. பின் அப்படி இல்லையென்று ஒரு வாதாட்டம் எழுந்தது. ஒரு மூடுண்ட இதயத்தால் தன்னைச் சுற்றி ஒரு பெருவட்டத்தைப் போட்டுவிட முடியாதென்று அவன் நினைத்தான். பசுபதிக்குக்கூட ஒரு வெளிவட்டம் இருந்தது. சனி அல்லது ஞாயிறு இரவுகளில் ஏன் அவர் கனகி வீடு போகிறார். கனகி அவிட்டு விடும் நாலு சந்தைக் கதைகளைக் கேட்கவா. அல்லது தன் கதைகளைக் கொட்ட ஒரு இடம் தேடியா. மனிதர்களோடு பழகுவதென்பதே பகிர்வதன் ஊடாகத்தானே நிகழ்கிறது. பசுபதியின் வெளிவட்டத்தின் கேந்திரமாகவே கனகி

யுத்தத்தின் முதலாம் அதிகாரம்

வீடு ஆகியிருந்ததை அப்போது ஆரோக்கியமாய் நினைத்தான் அவன்.

அவனுக்கு மட்டும் ஏன் கையகலமாக அது சுருங்கியது. எது எப்படியாயினும், இனியும் ஒரு மூடுண்ட வட்டத்துள் தான் அடைந்து இருக்கக்கூடாதென்று நினைத்துக்கொண்டான். ஆசிரிய பயிற்சிக் கலாசாலை திறக்க எல்லாம் ஒரு மாற்றத்துக்கு ஆகுமென்று அவன் நம்பினான்.

அத்தியாயம் பன்னிரண்டு

0-1

யோகம் தறியடிப்பதை நிறுத்தி அறுந்த நூல் முடியும் பாவனையில் முற்றத்தில் நின்ற தாயாரும் வேலாயுதமும் என்ன பேசிக் கொள்கிறார்கள் என்பதைக் கிரகிக்க முயன்றுகொண்டிருந்தாள். 'ஒரு நடை எனக்காண்டியாச்சும் போய் இந்தப் பேச்சை ஒருக்காத் துவக்கிவிட வேணும்' என்று தாயார் கேட்டுக்கொண்டது ஒரு சந்தேகத்தை அவளிடத்தில் விழுத்தியது. அது எந்தமாதிரியான பேச்சென்பதை சூசகம் சொன்னது அடுத்த வந்த வார்த்தைகள். 'முறை இருக்குத்தானே. ஆரோவே யோசிக்க.'

வேலாயுதம் மேற்கொண்டு தயங்கவில்லை, 'சரி' என்று போய்விட்டார்.

தந்தை இறந்து ஒரு வருஷத்துக்கு மேலே ஆகியிருந்தது. இந்திரன் சுன்னாகம் போய் வந்த இடத்தில் தானாகவே ஒன்றோடு கொளுவிக் கொண்டு, அவ்வப்போது அங்கே வந்து போய்க் கொண்டிருந்தான். நல்ல குடும்பமென்றும், பேச் செடுக்கச் சொல்லியும் முதலிலேயே கேட்டான்தான். எங்கோ விசாரித்துவிட்டு வந்து நூறு நொட்டைகள் சொன்னான் மாமன் நாகநாதி. விரும்பி பேசி பழகி நம்பிக்கை ஏற்படுத்திய பிறகு கைவிட இயலாதென்று பெண் வீட்டோடேயே இந்திரன் போய்த் தங்கிக்கொண்டான்.

ரகுநாதன் அத்தனை காலத்தில் இரண்டு முறையோ என்னவோதான் வந்து போனான். மிகவும் மாறிப்போயிருந்தான். அவனிடத்திலிருந்த நொய்மைகள் பெருமளவு அழிந்து போயிருந்தன. மிகவும் கஷ்டப்பட்டுக் கொண்டுமிருந்தான்

என்பதும் அவளுக்குத் தெரிந்தது. குமார் குடும்பப் பொறுப்பை ஒதுக்கிவிட்டு தனக்கான தேட்டத்தில் ஈடுபட்டுள்ளதை அவன் மனவருத்தத்தோடு ஒருமுறை குறிப்பிட்டதாக சித்தன்சிவம் அவளிடம் கூறியிருந்தார். எல்லாவற்றையும்விட, அவனுக்குள் அவன் அண்ணனின் மரணம் பெரும் பாதிப்பை ஏற்படுத்தி விட்டிருந்ததென்று அவளுக்குத் தோன்றிற்று. இதனாலேயேதான் அவன் மாறினானென்றும் நம்பினாள்.

அவன், காத்திருப்பீரா? என்று போன தடவையொன்றில் வந்தபோது சந்தித்தவேளையில் அவளிடம் கேட்டிருந்தான்.

ஓம்

எவ்வளவு காலத்துக்கு.

எவ்வளவு காலத்துக்கும்.

இதால உமக்கு வீட்டில சரியான கரைச்சல் வரும்.

நான் சமாளிப்பன்.

அவன் அந்தளவு இருளுக்குள்ளும், தனிமைக்குள்ளும் நின்றிருந்தும் சிறிதுகூடக் காதலனாகாமல்தான் திரும்பிப்போனான்.

அப்படி அளந்து பழகி, இப்போதைக்கு கல்யாணத்தின் பக்கம் திரும்பிப்பார்க்கவே கூடாதென்று ஒழுகிக் கொள்பவனிடத்தில், வீட்டில் எடுக்கப்படும் கல்யாண ஆயத்தத்தை எப்படித் தெரிவிப்பது. என்ன பிரயோசனம். ஆனாலும் அந்த நிலைமை சாதாரணமானதில்லை. சொல்லாமல் வேறு வழியே இல்லை.

பசுபதி மாமாவரை விஷயம் போனால் அவர் அந்தக் கலியாணத்தை மறுக்கமாட்டாரென்பது அவளுக்குச் சர்வ நிச்சயம். இன்னும் ஒரு வருஷத்தில் றெயினிங் முடிந்தவுடன் கவர்ண்மென்ற் மாஸ்ரர், மாதச் சம்பளம், பென்ஷன்வசதி, லீவு... இப்படி எல்லாவற்றையும் சொல்லி அம்மா, அப்புத்துரையெல்லாரும் வற்புறுத்துவார்கள். இந்திரன், நாகநாதி ஆகியோர் துன்புறுத்தவும் செய்வார்கள். அவற்றிலிருந்து அவளால் தப்பிக்க முடியுமா.

அப்போதுதான் திடீரென அந்தச் செய்தி தீப்போல் பரவிவந்தது. முதலில் அது செவிவழிதான் பரவிற்று. பின்னாலே ரேடியோ பத்திரிகைகள் மூலமும். தென்னிலங்கையில், மலையகப் பகுதிகளில் அரசைக் கைப்பற்றுவதற்கான ஆயுதப்புரட்சி தொடங்கிவிட்டிருக்கின்றதாம். கேகாலையில் பயங்கரவாதிகளுக்கும் இலங்கை ராணுவத்துக்குமிடையே உக்கிரமான யுத்தம் நடந்து கொண்டிருக்கின்றதாம். செய்திகள் விரைவு விரைவாய்ப் பரவிக்கொண்டிருந்தன.

ஆயிரக் கணக்கான சிங்கள யுவர்களும், யுவதிகளும் இறந்திருக்கிறார்கள். அங்கெல்லாம் இருபத்து நான்கு மணி நேர ஊரடங்கு அமுல்படுத்தப்பட்டிருந்தது. வடக்குமாகாணம் இந்தப் பாதிப்பிலிருந்து தவறியிருப்பினும் இரவு ஊரடங்கு இருந்தது. அவ்வப்போது ஜீப்களும், ட்றக்குகளும் கெடி கலங்கப் பண்ணி பறந்து திரிந்தன. ஒரு சில நாட்களில் இரவு ஊரடங்கின் நேரம் குறைக்கப்பட்டு, பின்னர் அகற்றப்பட்டது.

அந்தநேரத்தில் கல்யாண முயற்சியெதுவும் முன்னெடுக்கப் படாதென்பது அவளுக்குத் தெரியும். அந்த இடைவெளியைப் பயன்படுத்தி யோகம் ரகுநாதனுக்கு ஒரு கடிதம் எழுதினாள். அவசரம் சந்திக்க வேணுமென்று எழுதத் துவங்கியவள் தன் தவிப்பையே விபரித்து நீண்ட கடிதமாக்கி விட்டு, ஒரு வரி பிற்குறிப்பாயும் சேர்ந்திருந்தாள்: என்மீது உண்மையான அன்பிருந்தால் கட்டாயம் வாரும்.

0-2

வீட்டுக்கு ஒருமுறை போய்வரத்தான் வேண்டுமென்று எண்ணிக்கொண்டிருந்த சமயத்தில்தான் யோகத்தின் கடிதம் வந்தது. மூன்று பக்கங்கள் நிறைய எழுதியிருந்தாள். நேரில் சந்தித்தால் எதையெல்லாம் சொல்லியிருப்பாளோ, அதையெல்லாம் எழுத்தில் அடைத்த பின் எதைச் சொல்ல கட்டாயம் வா என்கிறாளென ரகுநாதனுக்கு வியப்பாக இருந்தது. ஏற்கனவே திட்டமிட்டிருந்ததில் மறுநாள் அல்லது மறுநாள் போக அவன் அக்கறை காட்டினான்.

அக்கராயனில் அயராது உழைத்தான். உழவுக்கு அவனையே கமக்காரர் தேடினார்கள். மேலோட்டமாய்க் கிளறிவிட்டு ஓடிவிடாமல் மனம்வைத்து ஆழ உழவு செய்தான். சூடடிக்க, பாரமேற்ற அவனே வேண்டியிருந்தது. அங்கேயிருந்த ஒரு சின்ன கராஜ்சிலும் அவன் தேவைப்பட்டான். இவை அவன் அங்கே நிலைபெற போதுமான ஆதாரங்கள். அவனும் உழைப்பில் சலிப்படையாதவனாய் இருந்தான். ஆனாலும் மனத்தில் சில கிளர்வுகள் இருந்து ஒரு வேகத்தடைபோலச் செயல்பட்டுக் கொண்டிருந்தன.

அவனது நண்பர்கள் திசைக்கொருவராய்ச் சிதறிப் போனார்களென்பது இப்போது அவனளவில் சம்பவம் மட்டுமே. அவனிடத்தில் இப்போது கோபமில்லை. அதன் காரணம்தான்

முக்கியமாகிப் போனது. அதை மேலே யோசிக்க பல தரவுகள் வேண்டியிருந்தன. அவை அவனுக்கு இனிமேல் அடைதற் சாத்தியம் குறைந்தவை. அதனால் ஒரு சுழிக்குள் அவனது சிந்தனை சுழன்று கொண்டிருந்தது. 'சேகுவேரா' இயக்க கலவர காலத்திலும் பின்னும், தான் தமிழன் என்பதினாலேயே தன் கஷ்ரங்களெல்லாம் தன்மீது பதிவிறக்கமாயினவோ என்ற கேள்வி அவனில் வலுவடையலாயிற்று. சிறுபான்மைத் தமிழனாய்த் தன்னை உணர்ந்துகொண்டிருந்தவன் அந்த மண்ணில் சிறுபான்மை இனத் தமிழனாய்த் தன்னை உணர ஆரம்பித்தான். அதேவேளை, சிறுபான்மைச் சமூகத்தவனாய் ஒருநாள் ஒரு உயர்சாதியானிடம் அடைந்த அவமானத்தைத் தாங்க முடியாதவனாயும் இருந்தான். அதை இறக்கிவைத்து ஏக்கம் தீர்க்கும் ஒரு தருணம் அவனது ரகசிய இச்சிப்பாய் இருந்துகொண்டிருந்தது.

இத்தகு தருணத்தில் யோகத்தின் நிலைமைகள்மீது அவன் பெரும் அவஸ்தைப்பட ஏதுமிருக்கவில்லை.

திட்டமிட்டபடி ஒருநாள் அதிகாலை தென்மராட்சி புறப்பட்டவன் மூன்றாவது பஸ்ஸெடுத்து வீடு வந்து சேர இரவு பத்து மணியாகிவிட்டது. வீட்டில் எல்லோரும் விழிப்பாகவே இருந்திருந்தாலும் பெரும் மௌனமே விழுந்திருந்தது. அது ஓர் இயக்கமின்மையின் மௌனம்தான். உறைய வந்த மௌனமல்ல.

கடையிலே சாப்பிட்டு வந்ததாகச் சொல்லி தேநீர் மட்டும் கேட்டான். தாயார் போட்டு வந்து கொடுக்க திண்ணையிலிருந்து குடித்தான். நாகி பெட்டி இழைத்துக் கொண்டிருந்தாள். ஒருமுறை நிமிர்ந்து பார்த்தாள். அடுக்கி வைக்கப்பட்ட ஒரு புத்தகக் குவியலைப் பார்ப்பதுபோன்ற வெறுமையுடன் அல்லது லேசான வெறுப்புடன். பின் குனிந்துகொண்டு கருமத்தில் கவனமானாள்.

ரகுநாதனுக்கு திரேகமெல்லாம் எரிவது போலிருந்தது சட்டென. எவ்வளவு நெருப்பை நாகி மச்சாள் மனத்துக்குள் வைத்துக்கொண்டிருந்தால் பார்வையிலேயே இத்தனை கங்கு பறந்திருக்கக்கூடும். தான் வாழ்ந்ததே இல்லைப்போல எவ்வளவு சோகதாரியாய் இருக்கிறாள். இவளுக்கென்று ஒரு காணியை, ஒரு வீட்டை அவனால் எப்படி சொந்தமாக்கிக் கொடுக்கமுடியும். இந்த இரண்டு பெண் குழந்தைகளையும் ஓலைப்பெட்டி, பாய் இழைப்பதின் மூலமாகவே வளர்த்தெடுத்துவிட முடியுமா. அவளது காதில், மூக்கில், கழுத்தில் ஒரு குண்டுமணி தங்கப்பவுண் இல்லை. காதுத் துளை தூர்ந்து போய்விடக்கூடாது என்பதற்காய் பிள்ளைகள் காதிலும் காய்ந்த வேப்பங்குச்சிகளை முறித்துக்

சொருகியிருக்கிறாள். அப்படியேதான் எப்போதும் அவர்களை அவன் பார்த்திருக்கிறானா. தன் காரணமாய் அண்ணன் விளையவிட்ட சோகமா அவள்.

வாழ்க்கை எந்த அம்சத்தைப் போற்ற வேண்டுமோ, அதையே தின்று வளர்வது எவ்வளவு பெரிய அநீதி. பூனை தன் ஈற்றில் ஒரு குட்டியைத் தானே தின்றுவிடுமாம். அவன் அவர்களைத் தின்று வளர்ந்தவனாக இருக்கக்கூடாது. மொத்தத்தில் அவனுக்கு ஒன்று தீர்மானமாகிற்று: தனக்காக அப்போதைக்கு அவனால் வாழ்ந்திட முடியாது.

0-3

மறுநாள் காலை, அன்று இருட்டிய பிறகு யோகத்தை வேதக்கோயிலடிக்கு வரும்படி செய்தி அனுப்பிவிட்டு வந்தான். அதிகமான பொழுதை வீட்டிலேயே கழித்தான். திண்ணையிலிருந்து பார்க்க மின்கம்பங்கள் நடுகிற பணி தொடங்கியிருப்பது தெரிந்தது. ஓ... அந்தக் கிராமத்தினூடாய் மின்சாரம் ஓடப் போகிறது. மாலையானதும் வெளிக்கிட்டுக்கொண்டு வெளியே நடந்தான். கடையில் நின்று பின்னேரப் பேப்பர் பார்த்து சிறிது பொழுதைப் போக்கிவிட்டு இருள, வேதக் கோயிலடிக்கு நடந்தான். ஒழுங்கையில் வரக்கூடியவர்களின் கவனம் கவரப்பட்டுவிடாத மாதிரி கோவில் பக்கம் நகர்ந்து திண்ணையிலேறிக் காத்திருந்தான்.

சிறிது நேரத்தில் யோகம் வந்தாள்.

எவராலும் இனங்காணப்படுவதிலுள்ள பிரச்சினையை இருவரும் அறிந்தே இருந்ததில் இன்னும் இருள் திணிந்த இடமாய் நகர்ந்தனர்.

‘என்ன அவ்வளவு அவசரம்.’ அவன் கேட்டான்.

அவள் மெதுவாக தன் கல்யாணப் பேச்சை வீட்டார் எடுத்திருப்பதைச் சொன்னாள்.

அவன் எரிச்சல்பட்டதுபோல, ‘பச்’ என்றான். ‘சொந்தத்துக்குள்ளயோ ?’

அவள் சொன்னாள்: ‘ம்.’

‘ஆர்.’

அவன் அசண்டையீனமாய்க் கை வைக்க கதவு கிரீச்... என்று திறந்தது. வருஷா வருஷம் பெருநாள் பூசை நடக்கிற ஆலயமாக மட்டும் அது ஆகியிருந்தது. ஒரு கால் நூற்றாண்டுக்கு முன் பெரும் மகத்துவம் பெற்று ஓங்கியெழுந்த மாதாகோயில் அது. அப்போது ஞாயிறு பூஜைகள்கூடக் காண்பதில்லை. ஏதோ ஒரு வளர்ச்சியில் விழுந்த தேய்மானமா அது.

வௌவால்கள் சில வந்து தொங்கிக்கொண்டிருந்து அந்த மாதிரித்தான் அமைதி கலையும் நேரத்தில் பறந்தடித்து மிகுந்த ஆரவாரம் செய்யும். அப்போது அவை எழுப்பிய சத்தத்தில் அவள் திடுக்குற்றாள். பயம் அவளை மெல்ல விழுங்கத் துவங்கியது.

அவனுக்கு அந்த இடத்திலும் இருட்டிலும் நம்பிக்கை இருந்தது.

'முதல்ல இந்த நெட்டி முறிக்கிற பழக்கத்தை நிப்பாட்டும். வௌவால் எழுப்புற சத்தத்தைவிட எனக்கு இந்தச் சத்தம்தான் பயமாய்க் கிடக்கு. நெட்டி முறிச்சு முறிச்சு மொழியளும் பெரிசாய் வந்திட்டுது' என்று அவள் கையைப் பற்றி ஆறுதலாய் விரல்களைத் தடவிச் சொன்னான் அவன்.

அந்த அனுபவத்தில் தான் திளைப்பது அவனுக்குத் தெரியாமல், 'அது கிடக்கட்டும். இப்ப இதுக்கு என்ன செய்யிறதெண்டு சொல்லும்' என்றாள்.

'அதுக்கு ஏன் இப்ப பதறுறீர்' என்று பதட்டமின்றிக் கேட்டான் ரகுநாதன். 'இஞ்ச பாரும், ராசன்ர றெயினிங் கொலிஜ் படிப்பு முடிய ஒரு வருஷமிருக்கு. அது முடிஞ்சு ஏதாவது நல்ல பள்ளிக்குடமொண்டில வேலை கிடைக்க இன்னும் கொஞ்சக்காலம் ஆகும். அது மட்டுக்கும் நீர் பயப்பிடத் தேவையில்லை. நீர் சம்மதிச்சாலும் ராசன் சம்மதிக்கமாட்டான். ராசனை எனக்கு நல்லாய்த் தெரியும்.'

'நான் ஏன் சம்மதிக்கப்போறன்' என்று அவள் சிணுங்கினாள். பிறகு, 'சிலவேளை... இப்ப கலியாண எழுத்தை முடிப்பம், பேந்து கலியாணத்தைப் பாத்துக்கொள்ளலாமெண்டு எதாவது ஏற்பாடு நடந்தா...?' என்று சாத்தியங்களை அவள் கேள்வியாக்கினாள்.

'அதைத் தடுக்கிறது உம்மட பொறுப்பு. உம்மட பொறுப்பு எண்டு நீர் முந்தியே சொல்லியிருக்கிறீர்.'

'மெய்தான். எண்டாலும்... எனக்குப் பயமாயிருக்கு, ரகு.'

'யோகம்... நான் உம்மை நேசிக்கிறது நூற்றுக்கு நூறு சத்தியம். முழு மனத்தோடைதான் நான் உம்மை விரும்ப ஆரம்பிச்சதும். உம்மட வில்லங்கத்துக்காக நான் விருப்பம் வைக்கேல்லை. அதுக்காக வீட்டில எனக்குப் பிரச்சினையாயிருக்கு,

எங்கையாச்சும் என்னைக் கூட்டிக்கொண்டு போயிடும் எண்டமாதிரி ஒரு அய்டியாவோடை என்னிட்ட நீர் வரக்குடாது, சொல்லிப்போட்டன். நான் கலியாணஞ் செய்யிறதுக்கு முந்தி, என்ர வீட்டுக்காறருக்கெண்டு செய்ய எனக்குக் கொஞ்சம் கடமையள் இருக்கு. அதுகள முடிக்காமல் எதுக்காண்டியும் என்ர வாழ்க்கையைப்பற்றி நான் யோசிச்சும் பாக்கமாட்டன். என்ன, இப்பிடிச் சொல்லுறனேயெண்டு யோசிக்காதயும். எனக்குக் கலியாணமெண்டு ஒண்டு நடந்தால், அது உம்மோடதான். ஆனா அதுக்குச் சரியான காலம் வரவேணும். என்ன, நான் சொல்லுறது விளங்குதே.'

அவளது 'ம்' சற்றுத் தாமதாய் வந்தமாதிரித் தெரிந்தது. அவளது கையை அவன் இன்னும் பற்றியே இருந்தான்.

ஒரு கிறக்கத்தில் இருந்தவள் டக்கெனப் பிரக்ஞை அடைந்தாள். பின், 'நேரஞ் செண்டுபோச்சு' என்று சொல்லிக் கொண்டு அவனிடம் விடைபெற்றாள்.

அவள், சின்னராசா வீட்டையடைந்து வெகு நேரமில்லை, 'காணேல்லயெண்டு தேடி வாறன். குளவிக் கூட்டுக்கு நெருப்பு வைக்கப் போறாங்களாம், வா கெதியா' என்று படலையில் நின்று இரைந்தாள் வடிவு.

'எந்தக் குளவிக் கூட்டுக்கம்மா.'

'இலுப்பையடிச் சந்திப் பனையில இருக்கிற குளவிக் கூட்டுக்குத்தான்.'

'குளவி அங்கயிருந்து இஞ்சகாணப் பறந்து வருமோ.'

'சரியாய் நெருப்பு வைச்சு விழுத்தியிட்டா வராது. இல்லாட்டி வீட்டுக்குள்ள வந்தும் குத்தும்...'

'அம்மா...'

'சும்மாஞ் கத்தாமல் வா, பிள்ளை.'

யோகம் சென்ற பின்பும் வெகுநேரம் அங்கேயே நின்றிருந்தான் ரகுநாதன். யோகம் வீடு போயிருப்பாள், இனி போகலாம் என்று அவன் ஒழுங்கையில் இறங்கினான்.

வானத்துக்கு நெருப்பு வைத்துவிட்டதுபோல் வெளியெங்கும் மஞ்சள் வெளிச்சமடித்தது. கூச்சல்களும் எழுந்தன.

வீடு ஏதாவது தீப்பிடித்துவிட்டதோ.

அவன் இலுப்பையடியை நோக்கி ஓடினான்.

யாரோ இருட்டில் நின்று பின்னால் கத்தினார்கள்: 'குளவிக் கூட்டுக்கு நெருப்பு வைச்சிருக்கு. ஒருதரும் இலுப்பையடிப் பக்கம் போகாதயுங்கோ.'

அவன் காதில் விழவேயில்லை. பாதி தூரம் கடந்த பிறகுதான் குளவிப் பனை தீப்படித்து எரிவதைப் பார்த்தான். முடக்கில் நின்ற யாரோ என்ன கத்தினார்களென்பது அப்போது விளங்கியது.

அவன் அவசரமாய்த் திரும்பினான்.

ஆனாலும் தாமதம் தான்.

ஆ....

அந்த அலறல் முடியுமுன் அடுத்த குளவி கொட்டியது.

முகத்தை இறுக்கமாய்ப் பொத்திப்பிடித்தபடி ரகுநாதன் வீட்டுக்கு ஓடினான். உயிரைப் பிடுங்கிக் காற்றில் விட்டு விடுவதைப்போல் கடுப்பு. 'குளவி குத்திப்போட்டுது, ஆச்சி.' அவன் படலையடியிலேயே கத்தினான்.

'வா இஞ்சால... ராணி, உந்தக் கைவிளக்கைக் கொண்டுவா... குளவிக் கூட்டுக்கு நெருப்பு வைக்கப் போறதாய் பின்னேரத்தில யிருந்து சொல்லிக்கொண்டிருந்தாங்கள், நீ கேக்கேல்லையோ, ரகுவா.' கடிவாய் பார்த்து சுண்ணாம்பு பூசிவிட்டபடி கேட்டாள் தாயார்.

சூடு பட்ட வலியுடனும், கூடு கலைந்த ஆக்ரோஷத்துடனும் பிய்த்துக் கொண்டு பறந்து வந்த குளவிகளின் கொட்டுகையாதலால் கடுப்பு தாங்க முடியாததாய்த்தான் இருக்கும். ரகுநாதனுக்கு அன்றைய தூக்கம் சிரமப்பட்டது.

0-4

அடுத்த நாள் பார்க்க பயம் பிடிக்கிற அளவுக்கு ரகுநாதனின் முகம் வீங்கியிருந்தது. அன்று மாலை யார் மூலமோ கேள்விப்பட்டு சங்கக்கடைக்கு வந்து போகிற வழியில் ரகுநாதனைப் பார்த்துப்போனாள் யோகம். அடக்கி அடக்கிச் சிரித்துக்கொண்டு போனதுமாதிரியே தோன்றியது பின்னாலிருந்த இவனுக்கு. ஒருநாளில் திரும்புகிற அவசரத்தோடு வந்தவனுக்கு நான்கு நாட்கள் தங்கும்படி ஆயிற்று. மறுநாள் அக்கராயன் செல்லத் தீர்மானித்துக்கொண்டு, மாலையில் சித்தன்சிவம் வீடு போனான். அவர் சொல்லித்தான் குளவிக்கூடு கொளுத்திய நாளில் மொத்தம்

ஏழு பேருக்கு குளவி குத்தின விஷயம் தெரிந்தது. சிரித்தான்.

நேரத்தைக் கழிக்கவென்று போனவன் குறிப்பிட்டு இதைத்தான் என்றா பேசுவான். எல்லாவற்றையும்பற்றிப் பேசினான். அவரும் அப்படி. ஒருபோது அவர் சொன்னார்: 'அடுத்த மாசம் அரியாலை விளையாட்டுக்கழகம் மின்னொளி செற் அப் வொலிபோல் மாச் நடத்தப்போகுதாம்...'

'இந்த முறை மோகனதாஸ் என்னமாதிரி.'

'பங்கு கொள்ளப் போறதாய்த் தங்கன் சொன்னான்.'

'ரீம் எப்பிடியிருக்கு.'

'இந்த முறை நல்ல ஒரு ரீம் அமைஞ்சிருக்கெண்டுதான் எல்லாரும் சொல்லுகினம். மகான் சொன்னான் இந்த முறை கப் தங்களுக்குத்தானெண்டு.'

'ஓ. அரியாலை ரூணமென்றுக்கு நேவி, பொலிஸ், வல்வெட்டித்துறையெல்லாம் வருமெல்லே...'

'அண்டைக்கு நானே நிண்டு பாத்தன்... நல்லாய்த்தான் அடிக்கிறாங்கள். உன்னைமாதிரி ஓராள் இன்னும் இருந்திட்டாப் போதும், கப் எங்களுக்குத்தான், ரகு.'

'நான் நாளைக்கு அக்கரையான் போறன் சிவத்தார். அதைச் சொல்லத்தான் வந்தனான்...' என்றுவிட்டு மெல்ல நழுவினான் ரகு அங்கிருந்து.

ரகுநாதன் ஒழுங்கையில் நடந்து கொண்டிருக்கையில், நேர் குறுக்கே கிடந்த வீதியில் யாருடனோ பேசிச் சிரித்தபடி போய்க் கொண்டிருந்தான் தேவராசன்.

ரகுநாதனின் முகம் சுண்டியது. மனத்துள் ஏனோ நறுக்கென்று முள் குத்தியதுபோல் ஒரு வலி. அவன் நேரே வீட்டுக்கு வந்தான். யாரோடும் பேச, எதைப்பற்றியாவது யோசிக்க முடியாதிருந்தது. தேவராசன் —யோகம்— தான் என்ற முக்கோணத் தளத்தில் தவிர்க்க முடியாதபடி அவனது மனம் சிக்கலான ஒரு பயணத்தை மேற்கொண்டது.

தேவராசன் யோகம் வீட்டுக்கு, யோகத்தைக் காணத்தான், போய்க் கொண்டிருக்கிறானென நிச்சயமாகத் தெரியாத நிலையிலும், ஏன் அந்த எரிச்சல் அவனுக்குள். மட்டுமில்லை. தான் வீட்டில் இல்லாத வேளை தன் மனைவியைக் காணச்செல்லும் ஒரு துரோகம்போலும் ஏன் தோன்றவேண்டும். நீண்டகாலத்துக்குப் பிறகு அவனைக் காண்கிறான். அந்த முதல் பார்வையில் அவன்

அடைந்திருந்த மலைநாட்டுக் குளிரின் உடற்செழுமை, நிறம் எல்லாம் ரகுநாதனை மனவிறக்கம்கொள்ள வைத்துவிட்டனவோ. தேவராசன் அவளுக்கு உறவினனாய் இருக்கிறவகையில் அவளது வீடு போய்வருவதற்கு மிக இயல்பான காரணங்கள் இருக்கின்றன என்பதைக்கூட ரகுநாதன் அப்போது எண்ண மறந்ததற்கு வேறு காரணம் இருக்கமுடியாது.

அவனுக்கு அப்போது ஆண்டுகள் பலவற்றின் முன் நடந்த சம்பவமொன்று ஞாபகமாயிற்று.

ஒருநாள்... மத்தியான லீஸருக்கு கந்தர்மடம் பள்ளியெங்கும் சரசாலையான் காட்டுக்குள் விமானமொன்று நொருங்கி விழுந்துவிட்டதான செய்தியொன்று புயல்வேகத்தில் பரவுகிறது.

பின்னேர முதலாம் பாடம் நடந்துகொண்டிருக்கிற வேளையில் ஆவலை அடக்கமுடியாத ரகுநாதன் தன் நண்பனும், ஒரே வாங்கில் இருப்பவனுமான தேவராசனைக் கேட்கிறான், 'பிளேனைப் போய்ப் பாத்திட்டு வருவமா' என்று. அவனும் அதே ஆவலில் இருந்திருப்பான்போல. சாத்தியம், பின் விளைவுகளை யோசிக்காமலே சம்மதித்து விடுகிறான். 'இப்பவேயா.'

'இல்லை. அடுத்த பாடம் முடிஞ்சு மணி அடிச்சோடன ட்றில் பழக கிறவுண்டுக்குப் போகாம, அப்பிடியே பின் வேலிப் பொட்டுக்கால நாங்கள் வெளிய போயிடுவம்.'

கடைசிக்கு முந்திய பாடம் முடிந்து மணி அடிக்க, பள்ளி பாட மாற்றங்களின் அசைவு பெறுகிறது. அய்ந்தாம் வகுப்பு, புத்தகங்களை எடுத்துக்கொண்டே மைதானத்துக்கு ஓடுகிறது. இவர்கள்மட்டும் மசுந்தி மசுந்தி பள்ளிக் கட்டிடத்தோடுள்ள வாய்க்கால் வேலிக்கு நகர்கிறார்கள். பின்னர் பொட்டுக்குள்ளால் நுழைந்து வெளியேறி ஓடுகிறார்கள்.

புத்தகங்களை மறுநாள் எடுக்கலாமென ஒரு புதருள் மறைத்து வைத்து, மேலும் பாதுகாப்புச்செய்ய காவோலை எடுத்து வந்து போட்டு மூடியுமாயிற்று. கைவீசிக்கொண்டு விரைந்து நடக்க முடிந்திருந்தது. யாரையும் தெருவில் காணவில்லை. அது உறங்கிக்கொண்டு இருக்காவிட்டாலும்தான் கிராமத்துக்கு உறக்க நேரம். பிரச்னையின்றி குருந்தடி தாண்டினர்.

எங்கும் வெளியும், பனங்கூடலும், தரைவை நீருமாய் அமானுஷ்யம் கொடிகட்டியிருந்தது செல்லும் இடம்.

கிறவல் தெருவில் மாலை பஸ் வருகிறது சாவகச்சேரி நோக்கி. அதுதான் பருத்தித்துறையிலிருந்து வருகிற கடைசி பஸ். அது

வந்து திரும்பினால் அன்றைக்கு வேறு பஸ் இல்லை. வேறு வாகனங்களும் பிறகு அபூர்வம்தான். ஓட்டமாய் ஓடி அய்ந்து சந்தியில் வழிதெரியாது தடுமாறி, விவரமில்லாதவர்போல் தோன்றிய ஒருவரிடம் விசாரித்துக்கொண்டு ஓடி காட்டைச் சமீபிக்க சூரியன் விழத்துவங்குகிறது. வானம் சிவந்து அச்சம் விளைகின்றது.

காட்டின் ஓரத்தில் அதன் குணாம்சங்கள் சிறிதேனும் தெரியாத இரு சிறுவர்களும் தறபுறவென்று முழுசுகிறார்கள். கொஞ்சம் துணிவோடு நின்றது ரகுநாதன் மட்டும்தான். ஆடு மாடு மேய்த்துவிட்டுத் திரும்பிக்கொண்டிருப்போர் தவிர மனித நடமாட்டம் ஏதுமில்லாதிருக்கிறது வெளி. விழுந்த ஏறோப் பிளேனைப் பார்க்க காட்டோரத்திலும் உள்ளேயும் நிறைய சனம் போய் வந்து கொண்டிருக்கும், அவர்களோடு போய் விமானத்தைப் பார்த்துவிட்டு இலகுவாகத் திரும்பி வந்துவிடலாமென எண்ணியிருந்தவர்கள் ஏமாறிப்போகிறார்கள். அப்படியானால் விமானம் காட்டின் நடுவே விழுந்திருக்கவேண்டும். அங்கே சனங்களும் இருக்கலாம்.

இருண்மையின் கூறுகள் கவியத் துவங்கி, நிசப்தத்தின் இறுக்கம் அதிகரித்தது. ‘பாக்காமல் போகேலாது, வா’ என்றுவிட்டு ரகுநாதன் காட்டுக்குள் சென்ற ஒற்றையடிப்பாதையில் இறங்குகிறான். தேவராசனின் நடை பின்னடைய அவனது கையைப் பிடித்துக்கொண்டு விரைகிறான். திரும்பிவிடலாம் என்ற எண்ணமும், பறக்கும் அந்தப் பொறி நொருங்கிக் கிடப்பதைக் காணும் ஆசையும் ஒவ்வொரு முனைகளில் ஆட்சி செய்ய சென்றுகொண்டிருக்கிறான் தேவராசன்.

காடு அடர்த்தியாகிறது. ஈஞ்சுகள், கரும்பைகள், வேறும் முட்செடிகள் நடைவேகத்தைத் தடுக்கின்றன. புகுந்தும் விலகியும் கடந்துமாய் தேவராசனை இழுத்துக்கொண்டு ரகுநாதன் முன்னேறுகிறான்.

கூடடையும் பறவைகள் கலகலத்த ஒலி. தொலைதூரத்தில் மாடு ஒன்று கத்திக் கேட்கிறது. தொலைவையும் அகாலத்தையும் பிரக்ஞை கொள்ளும் தேவராசன், ‘ரகுவா... ரகுவா... திரும்பிப் போயிடுவமே’ என்கிறான். அவனுடன் இழுபட்டுப் பின்னே செல்ல முரண்டு பிடிக்கிறான்.

‘வா... இவ்வளவு தூரம் வந்தனாங்கள்... பாத்திட்டே போயிடுவம். இனிமேலைக்கு ஒரு பிளேன் விழுந்து எப்ப நாங்கள் பாக்கிறது, ம்.’

‘இனிமேலுக்கும் விழும் ரகு, அப்ப பாப்பம், வா.’

‘சரி, எதுக்கும் இன்னும் கொஞ்சத்தூரம் போய்ப் பாத்திடுவம். ஒருவேளை கிட்ட விழுந்திருந்திட்டா, இவ்வளவு கஷ்ரப்பட்டு வந்ததெல்லாம் வீணாய்ப் போயிடுமெல்லே’ என்று சொல்லிக்கொண்டு விரைகிறான் ரகுநாதன்.

ஒன்றும் செய்ய, சொல்ல முடியாது போகிற தேவராசன் ஒரு கட்டத்தில், ‘அம்மா...ஆ...’ என அழத்துவங்குகிறான்.

ரகுநாதனுக்கும் அந்தளவில் திரும்புவதே உசிதமாகப்படுகிறது. ஆனாலும் அது தன்னால் நிகழ்வதாக இருக்கக் கூடாதென்பதிலும் மிகத் தெளிவாக இருக்கிறான். தேவராசன் அழுவது அவனுக்குச் சாதகமாகி விடுகிறது. ‘அப்ப... உனக்கு ஏறோப் பிளேன் பாக்கிற ஆசை இல்லையோ.’

‘சனிக்கிழமை வந்து பாப்பம்.’

ரகுநாதன் சிறிது நேரம் யோசிப்பதுபோல் நின்றுவிட்டு, ‘சரி. உன்ர விருப்பம். சனிக்கிழமை காலமை வாறதும் நல்லதுதான்’ என்று சொல்லி திரும்பி நடக்கக் கூறுகிறான்.

அன்று இருவரும் காட்டில் வந்து வழி தெரியாது திணறி, பின் வாகனமொன்று பருத்தித்துறை வீதியில் இரைந்து செல்ல, அந்த சத்த திசையில் நடந்து, முட்கள் வெறும் பாதங்களில் தைத்துப்பட்ட அவதியெல்லாம் ஒரு பாரதம்.

ரோட்டில் ஏறிய பிறகு வீடு செல்லச் சிரமமிருக்கவில்லை. இலுப்பையடி, வேதக்கோயிடியெல்லாம் ஆட்கள் கூடி பள்ளி சென்ற இரண்டு பிள்ளைகளைக் காணவில்லையென்று பெரும் பரபரப்பாகி விட்டிருந்தது. எட்டு மணியளவில் வீடு வந்த அவர்களை யாருமே அடிக்கவில்லை. ஏறோப்பிளேன் பாக்கப்போனமென்று உண்மை சொன்னதும் பாதிச் சிரிப்போடு பேசாமல் விட்டுவிட்டார்கள். அதுபற்றி இவன் யோசிக்கிறபோதெல்லாம் ஒரு சந்தேகம் துளிர்க்கும். உண்மை சொன்னதால் விட்டார்களா. அதில் சிலராவது தாமும் அதுபோல் சென்று ஏமாறிய வலி தெரிந்ததால் விட்டார்களா.

தேவராசனின் இந்த நெஞ்சுரமற்ற நிகழ்வை அவன்மீது கோபம் பொறாமைகள் பட்ட சின்னவயதுக் காலத்திய தருணங்களிலும் ரகுநாதன் நினைத்து வலி ஆறியிருக்கிறான். யானையில் அம்பாரிச் சவாரி செய்வதான பெருமிதத்தில் தேவராசன் வண்டியின் உச்சத்திலிருந்து ஊரைவிட்டுப் போனபோது, இவன் நீர்ச்சிரங்குக் காலுடன் கெந்திக்கெந்தி நடந்தபடி இதை நினைத்துச் சிரித்துத்தான் வேக்காடு தணிந்தான்.

அதெல்லாம் அப்போது அவனது ஞாபகத்துக்கு வந்தன.

0-5

ரகுநாதன் அக்கராயன் குளம் புறப்படவிருந்த அன்றைய காலையில் அவனுக்கு தவசிப்பிள்ளையென்று மாமா முறையான ஓர் உறவினர் புத்தூரிலிருந்து வந்திருந்தார்.

பொதுவாக கெட்டு வருகிறவர்கள் காலத்தைத்தான் குறைசொல்லிக்கொண்டு நிற்பார்கள். அவர் அப்படியில்லை. தேத்தண்ணி குடிக்கும்வரை சம்பிரதாயமாய் பல விஷயங்களிலும் படர்ந்த அளவளாவல் பின்னால் தன்னிலை விளக்கமாக மாறியபோது அவர் தன்னில்தான் பிழைகளை ஏற்றினார்.

தான் ஊதாரித்தனத்தில் ஈடுபடாமலே பெரும் சொத்தை அழித்ததாகச் சொன்னார். யாவாரமெண்டா ஒருக்கா வரும், ஒருக்காப் போகும், இதையெலலாம் பாக்கேலுமோவென்று இருந்துவிட்டது தனது பிழைதானென்றார். கடைசிச் சொத்தாக குடியிருந்த வீடும் வளவும் அறுதியாகிற வரையில் தான் உசும்பாதது தனது மடத்தனமென அவர் மறுகினார்.

தட்டிவான் ஓட்டிக்கொண்டிருந்தவர், மேலும் ஒரு தட்டிவான் வாங்கி கூலிக்கு ட்ரைவர் வைத்து ஓட விட்டார். பின் லொறி வாங்கினார். தொடர்ந்து இன்னுமொன்று. யாழ்ப்பாணத்துக்கும் – கொழும்புக்கும் – யாழ்ப்பாணத்துக்கும் காய்கறியென்றும், சீமெந்து என்றும், மா மூடையென்றும் மீனென்றும் லொறிகள் இழுத்துப் பறித்தன. ஒரு மொறிஸ் மைனர் கார் வாங்கி சொந்தப் பாவிப்புக்கு வைத்துக்கொண்டார். காலம் மறுபுறம் புரண்டது. முதலாவது லொறி இயக்கச்சி மூலையில் தடம் புரண்டது. இரண்டாவது அனுராதபுரத்துக்குக் கிட்ட விபத்தானது. மேலே அவருக்கு ஒன்றும் நன்றாக அமையவில்லை. அறுபத்தைந்தாம் ஆண்டிலிருந்து பட்டுக்கொண்டிருக்கிறார். ‘ஒண்டும் முடியேல்லை, தம்பி. இப்ப இதுதான் ஒதுங்க எனக்கிருக்கிற ஒரே வழி’ என்றார்.

உள்ளே எவ்வளவு எரிந்து போயிருக்கிறார்.

அவருக்கு ஆறுதலளிக்கும் வார்த்தைகளாய்ச் சொல்லவே ரகுநாதனுக்கு விருப்பமாயிருந்தது. இனியும் அவர் ஏமாறக்கூடாது. அதனால் உண்மை நிலைமையைச் சொல்லியே நம்பிக்கையளிக்க நினைத்தான். ‘அங்க சில இடங்களில காணி வைபோஸாய் வெட்டுறாங்கள்தான். ஆனா தெரிஞ்சவுடன காட்டு ஓவஸியர்மார் வந்து பொலிஸை வைச்சுக் கலைச்சிடுறாங்கள். நானும் எவ்வளவோ படிச்ச வாலிபர் குடியேற்றத் திட்டங்களுக்கு எழுதிப்போட்டுப் பாத்திட்டன். ஒண்டும் சரிவரேல்லை. இவ்வளவுக்கு என்ர கூப்பனே அங்கதான்

மாத்தியிருக்கு. எல்லாத்துக்கும் பொசிப்பு வேணுமெண்டு சொல்லறது இதுக்குத்தானாக்கும். எனக்கே ஒரு எண்ணமிருக்கு, நல்லதாயும் பிரச்னையில்லாமலும் ஒரு இடம் கிடைச்சா வெட்டுறதுதானெண்டு. நல்ல ஆக்களும் சேரவேணும். கட்டாயம் அப்ப உங்களுக்கும் சொல்லியனுப்புறன்.'

அவர் போக எழுந்தபோது, அவருள் எரிந்த பகுதி மறுபடி தெரியவில்லை.

அத்தியாயம் பதின்மூன்று

0-1

அன்று பசுபதி தேவராசனோடு இப்படித்தான் பேச்சைத் துவங்கினார்: 'மாமா செத்தும் ஒரு வருஷத்துக்கு மேல ஆச்சு. இந்திரனும் கலியாணஞ் செய்துகொண்டு போயிட்டான். ரண்டு பொம்பிளைப் பிள்ளையள வைச்சுக்கொண்டு என்ன செய்யப்போறா மாமி. யோகத்துக்காச்சும் முடிச்சிட வேணுமெண்டு பாக்கினம்.'

'ம்.'

'உன்னைத்தான் மாமி நினைச்சிருக்கிறாபோல. கேட்டு ஆளொண்டு வந்து பேசியிட்டுப் போயிருக்கு.'

'இப்ப என்னய்யா அவசரம் அதுக்கு. இன்னும் ஒரு வருஷம் இருக்கு றெயினிங் கொலிஜ்ஜால வர. அதுக்குப் பிறகு நல்ல பள்ளிக்குடமாய்க் கிடைக்க வேணும்...'

'அதெல்லாம் நான் பாத்துக்கொள்ளுவன். உன்ர விருப்பமென்ன, அதை முதல்ல சொல்லு.'

அவன் தாமதித்தான். அவனுக்கு அபிப்பிராய மேதும் இல்லை. அவன் கனவுகளை யதார்த்தமாக்க என்றுமே முனைந்தவனில்லை. யதார்த்தம் வாழ்க்கைக்காகவும், கனவு கனவுக்காகவுமென இருப்பவன்.

அவனது தாமதத்தை பசுபதி எப்படிப் புரிந்தாரோ. 'அண்டைக்கு மாமி வீட்டை போனதாய்ச் சொன்னியே, யோகத்தைக் கண்டியோ.'

'யோகம் நூலெடுக்கப் போயிருந்துதாம்.'

‘சரி, நாளைக்கு அங்கையொருக்காப் போட்டு வந்திடு. யோகத்தைப் பார். பிறகு யோசிச்சு நிதானமாய் முடிவைச் சொல்லு. எதுக்கும் காலமை போலயே போ.’

மறுநாள் காலையில் அவன் புறப்பட்டான். வழிநெடுக அதே யோசனையாக இருந்தது. மெலிந்து உயர்ந்து அடங்கிய யோகத்தின் தோற்றம் மனத்திரையில் விரிந்து கொண்டிருந்தது. ஆனாலும் முடிவெடுக்க முடியாமலிருந்தது. தர்மலிங்கம் இறக்கும்வரை, ஒரு நாள் தனக்கு மாம்பழத்தைப் பிடித்திருக்கிறதோவென தகப்பன் கேட்பாரெனவே நினைத்துக் கொண்டிருந்தான். யோகம் விஷயத்தில் அவனால் ஒரு தீர்மானத்துக்கு வரமுடியாமலிருந்தது. மிக நொய்த மனவுணர்வு சார்ந்த விஷயம் அது. மனத்தின் ஆழமான சிக்கல்களோடும் கூடியது. அதீத கனவுகளின் ஆட்சி அப்போதெல்லாம் கடூரம் குறைந்திருந்தாலும் இன்னும் இருந்து கொண்டிருந்தது. தனக்குள் மட்டுமானதால் அவனளவில் அதற்கொரு ரகசிய அங்கீகாரம் இருந்தது. ஒருத்தியின் முகத்தைக்கொண்டு போய் இன்னொருத்தியின் உடலில் பொருத்திவிட்டு கனவு பண்ணலாம். இல்லறம் நடத்த முடியாது. மாம்பழத்துக்காகக் கேட்டிருந்தால் அவனுக்கு அவ்வளவு பிரச்சினை ஏற்பட்டிருக்காது என்றே தோன்றியது. சரி, யோகத்தைப் பார்க்கச் சொன்ன வேலையை முதலில் முடித்துவிட்டு மற்றதுகளைப் பிறகு யோசிக்கலாமென நடந்தான். இடையே சைக்கிள் ஒன்று வர கேட்டு தொற்றிக்கொண்டு போய் இலுப்பையடியில் இறங்கினான்.

இலுப்பை இல்லாமற் போய் வெகுகாலமில்லை. பெயர்மட்டும் இருந்தது. இனி பெயரும் போய்விடும். என்றாலும் அய்ந்து பத்து வருஷங்களுக்குள் போகாது.

பதினைந்து வருஷங்களுக்கு முன்னால் அந்த இடத்தில் அந்தப்பகுதியின் காலைச் சந்தை கூடியிருக்கிறது. தரைவை வீச்சுக்குப் போவோரும், குளங்களில் தூண்டில் போடப்போகிறவர்களும் அந்த இடத்திலே கூடித்தான் மீன் வியாபாரம் செய்தார்க்ள். இரவிலே கள்ளுக் கொட்டிலிலிருந்து திரும்புவோர் அகாலம் வரை ஞாயம்புறித்த இடமும், துளவாரம் புடுங்கின இடமும்கூட அதுதான். முற்றித் தெறித்த அந்த இலுப்பையில் ஒரு வரட்சி தெரியத்தான் செய்யும் அவ்வப்போது. ஆனால் அடுத்த மாரிக்கு துளிர்த்து சடைத்து அந்திமம் தவிர்ந்து விடும். அந்தச் சந்தியிலிருந்த நான்கு வளவுகளின் மூலைக்கும் அது நிழல் கொடுத்திருக்கிறது. புரட்டாதி அய்ப்பசியில் இலுப்பை பூக்கும். அந்தப் பெருமரம் பூத்துதிர்ந்த பூம்படுகை மீது காலையிலே இவன் வெறுங்கால்களுடன் பள்ளிக்குப் போயிருக்கிறான். அதை

நினைக்க அப்போதுகூட தன் கால்களுக்குள் இலுப்பையின் வெள்ளைக் குண்டுப் பூக்கள் நசுங்குவதான பிரமையேற்பட்டது. மாசி பங்குனியில் மரம் பழுத்தால் நூற்றுக் கணக்கில் வவ்வால்கள் வந்து கொட்டும். மரம் காய்த்து முற்றத் துவங்கினால் கிளைகள் தாங்கா. பதிந்து பதிந்து உடைவதற்கு முன்னான படிநிலையில் கர்ப்பிணிப் பெண்ணின் அவஸ்தையோடு ஆடிக்கொண்டிருக்கும். நன்கு பழுத்தால் உதிரும். வவ்வால்கள் வந்து விழுவது அந்த உதிர்கிற காலத்தில்தான். பிறகுதான் மரம் ஆசுவாசம் பெறுவது. காலையில் நூறுநூறான சிப்பிபோன்ற விதைகள் கீழே கிடப்பதைப் பார்க்கவேண்டுமே. அவற்றைப் பொறுக்க ஒரு சிறு கூட்டம் காலங்காத்தாலேயே வந்திருக்கும். பெத்தாவோடு சந்தை போகையில் சின்னத்தேவராசன் பார்த்திருக்கிறான். அந்தக் காலத்தில் ஒரு கொத்து இலுப்பைக் கொட்டை மூன்று சதமென்று பெத்தா சொல்லியிருக்கிறாள்.

நடந்து போய்க்கொண்டிருந்தவன் ஏதோ ஒரு நினைவில் திரும்பி இலுப்பை வளவைப் பார்த்தான். நூறு வருஷம்போல் இருந்துகொண்டிருந்த அந்த மண்வீடு அங்கே இல்லை. அவன் மனத்தை அது என்னவோ செய்தது. கொசுகி போய்விட்டாள்!

அவள் அந்த வட்டாரம் கிராமத்தின் எழுதப்படாத வரலாறு. அந்த முது இலுப்பையும், முது கிழவியும் இடைவெளியற்றுப் போயிருக்கவே வாய்ப்பு. யாரிடமாவது கேட்க வேண்டுமென எண்ணிக் கொண்டான். சித்தன்சிவத்துக்கு நிச்சயம் தெரிந்திருக்கும். அந்த இடத்தை ஓர் இழப்பின் சோகத்தோடு கடந்தான்.

கொசுகியின் மறைவோடு பார்க்க, வட்டாரமும் மாறிப்போயிருந்தது தெரிந்தது. தனக்குப் பொருந்தாத ஒரு கிழத்தை அதுவாயே உதைத்து வெளியேற்றியதுபோல் ஒரு உணர்வோட்டம். தாழ்க்கப்பட்டிருந்த மின்சார தூண்கள் ரோடு ஒழுங்கையோரங்களில் நிமிர்ந்து வயர்களின் தொடுப்புக்குக் காத்திருந்தன.

எங்கும்....

சடக்குச் ...... சடக்கு.

வாழ்க்கையின் வடிவம் அங்கே மாறிவிட்டது. பசி, பட்டினி, அரை நிர்வாணமென்று ஒரு வடிவம் அதற்கு முன்பிருந்தது.

இப்போது அப்படியில்லை.

இப்போது அப்படியில்லையென்பதில் நியாயமாகப் பார்த்தால் அவன் மகிழ்ச்சி அடைந்திருக்கவேண்டும். ஆனால் ஒரு நிம்மதியின்மைதான் அவனுள் விழுந்திருந்தது.

யுத்தத்தின் முதலாம் அதிகாரம்

எதிரே சித்தன்சிவம். சுழிக்கச் சுழிக்க அந்தளவு மணலுக்குள்ளும் சைக்கிளை ஓடி வந்துகொண்டிருந்தார். அவனைக் கண்டு இறங்கினார். விசாரிப்புகளின் பின் கொசுகாத்தைப்பற்றிக் கேட்டான் தேவராசன்.

'ஏன், மனிசிதான் செத்துப்போச்சே. ஏழெட்டு மாசமாகுது இப்ப. மனிசிக்கு வந்தது ஒரு அருமையான சாவுதான், ராசன்.'

'அப்படியென்ன.'

'சந்தியில நிண்ட இலுப்பை மரம் திடீரெண்டு ஒருநாள் இலையெல்லாம் கொட்ட ஆரம்பிச்சுட்டுது. ஒரு கிழமையில மொட்டை மரமாய்ப்போச்சு. மனிசி சந்தியில குந்தியிருந்து போற வாற ஆக்களையெல்லாம் கேக்கத் துவங்கியிட்டுது, மரத்துக்கு ஏதோ சுகமில்லைப்போல, ஆரேண்டான்ன என்ன செய்யலாமெண்டு ஆரையெண்டான்ன கேட்டுச் சொல்லுறியளோ எண்டு. அடுத்தடுத்த நாள் பாத்தா அந்த அடிமர வேருக்குள்ள இருந்தபடியே அழகாய்ச் செத்திருந்திது கிழவி.'

'ஓ. அதுக்குள்ள ஏதோ அத்திவாரம்போல வெட்டியிருக் கிறதைப் பாத்தன்.'

'ஆரோ மில் கட்டப்போகினமாம். கரண்டு வந்திட்டுதெல்லே.'

'கிழவியின்ர சொந்தக்காறரோ.'

'அப்பிடித் தெரியேல்லை. கொசுகாத்தை பெருநிலச் சொந்தக்காறி, ராசன். நூறு இருநூறு பரப்புக் காணிக்கு மேல சொந்தக்காறி. கிழவிக்கு ஏழும் ஆம்பிளைப் பிள்ளையள். தாய் சொல்க் கேளாத பிள்ளையளாய்த்தான் எல்லாம் வளந்திதுகள். தலைமறைவும் மறியலுமாய் கொஞ்சக் காலத்தில எங்கயெண்டே தெரியாமல் அழிஞ்சு போனாங்கள். கொஞ்சம் கொஞ்சமாய்க் காணியளயெல்லாம் கோயிலுக்கு எழுதி விட்டுட்டுது மனிசி. கடைசியாய் மிஞ்சினது அந்த குடியிருந்த காணி மட்டும்தான்.'

'உங்களுக்கு மனிசியோட நல்ல தொடுப்பினை இருந்ததெல்லோ.'

'தொடுப்பினை என்ன, பேச்சுத் துணைக்குக் கூப்பிட்டா போயிருந்து பேசியிட்டு வருவன்.'

அடுத்தகிழமை வீட்டுக்கு வருவதாகச் சொல்லிக்கொண்டு தேவராசன் மாமி வீட்டுக்கு நடந்தான்.

ஒரு மரணத்தின் மகிமை மனசெல்லாம் ரீங்காரித்துக் கொண்டிருந்தது அவனுக்கு.

மாமி வீட்டில் யாரும் இருக்கவில்லை அவன் போனபோது. ரத்னேஷ்மட்டும் தறி அடுத்துக்கொண்டிருந்தாள். 'கோயிலுக்குப் போயிருக்கினம், வந்தால் இருக்கச் சொன்னவை, வாற நேரம்தான்' என்றாள்.

அவன் தறிக்கொட்டிலுக்குப் போய் தறிகளைப் பார்த்தான். தறி அடித்த பெண்ணை சின்ன வயதில் தெரிந்திருந்தான்போலவே இருந்தது. ஆனாலும் புள்ளி வைத்ததுபோல் ஞாபகங்கொள்ள முடியவில்லை. அவனோடு அவள் பேச்சுகளை விலக்கினாள்போலத் தோன்றவே அவன் மேலே அங்கே நிற்கவில்லை. விறாந்தைக்கு வந்து வாங்கில் அமர்ந்தான்.

பெத்தாவின் போட்டோ சுவரில் தொங்கியது. படத்தை தேமல் கணக்கில் பூச்சி அரித்திருந்தது. இளைய சீதேவி. அழகாய் இருந்தாள். கண்களும் அந்தச் சிரிப்பும்...

வாழ்வு அநித்தியமெனினும் ஒரு வகையில் நித்தியம். வம்சங்கள் அதைக் காப்பாற்றி வருகின்றன.

பாட்டியின் நிழலாய்த் தங்கம்மா இருந்ததுபோல், தங்கம்மாவின் நிழலாய் இவன். இவன் நிழலும் வளருவது சாத்தியமே.

அவளை நேரில் காணும் பிரமையாகி கண் கலங்கிவந்தது அவனுக்கு. அவளது பிரிவில் இன்றைக்கும் எப்படி உருக முடிகிறது இவனால். அவள், தாயை விடவும் அணுக்கமாய் இருந்தவள். அந்தக் காலமும், அவளது அன்பும் பேச்சும் உருவமும் சிரிப்பும் இவனிடத்தில் மறதியாகவேயில்லை.

மணல் ஒழுங்கையில் புளி, வாகை, வேம்பு, நாவல் மரங்கள் சடைத்து குடை பிடித்து நிற்கும். அப்போதெல்லாம் சின்னத்தேவராசன் தன்னொத்த சிறிசுகளுடன் புழுதியில் விளையாடுகையில்... நீ வெள்ளைத் தம்பியெல்லே, இப்பிடிப் புழுதி விளையாடினால் கறுத்தத்தம்பி ஆயிடுவியே அப்பு...! என்று சாதுர்யமாய்ச் சொல்லித்தான் அப்போதைக்கு அவனது மண் அளைவை பெத்தா தடுத்திருக்கிறாள். அவள்தான் வெள்ளைத்தம்பி... வெள்ளைத்தம்பியென்று அழைத்து சின்ன வட்டன்களெல்லாம் அவனை வெள்ளையா வெள்ளையா என்றழைத்துக் கேலி பண்ணக் காரணமாயிருந்தவள். தனது கனத்த சரீரம்போல், கனத்த குரல்போல், கனத்த பாச்சிகள்போல் அவள் அவன்மீது வைத்தும் கனத்த அன்புதான். அதனால்தான் அவள் ஞாபகமும் அவனில் கனத்ததாய்.

யோகம் தவம் வடிவு மூவரும் ஒழுங்கையில் வருவது வேலி மேலால் தெரிந்தது. படலை திறந்து வந்த வடிவு விறாந்தையில்

ராசன் இருப்பதைப் பார்த்துச் சிரித்தாள். தவம் சேலையில் வெட்கப்பட்டு வந்தாள். யோகத்தின் கண்களில் மட்டும் அந்தச் சிரிப்பினுள்ளும் மெல்லியதாய் ஒரு துணுக்கம். அம்மா அன்றைக்கு கண்டிப்பாய்ச் சேலை கட்டித்தான் கோயிலுக்கு வர பிடிவாதம் பிடித்ததில் ஏதேனும் இருக்கிறதா.

மாமியைப் பார்த்துத் திடுக்காட்டமாகி விட்டது தேவராசனுக்கு. அவள் நாளுக்கு நாள் தேய்ந்துதான் வந்து கொண்டிருந்தாள். அதோடு இன்னோர் அதிர்ச்சி. யோகம் ஏறக்குறைய மாமியளவுக்கு... மாமியாகவேஞ் வளர்ந்திருந்தாள். அவனின் அடிமனக் கசடுகளைக் கழுவி பரிசுத்தமாக்குகிற புனிதநீராய் அவளை ஆக்கிக்கொள்ள முடியும்.

அவனுக்குள் தீர்மானம் உருவாகிற்று.

நின்று சாப்பிட்டுப் போகச் சொல்லி வடிவு வற்புறுத்தினாள். அவன் இன்னொரு நாள் பார்க்கலாமென்று தேநீரோடு புறப்பட்டான்.

பின்னால் யாரோ ஓடிவருவதுபோலத் தெரிய திரும்பிப் பார்த்தான். ரத்னேஷ்தான். ஏதோ கேட்கவோ சொல்லவோ வந்ததுபோன்ற அவசரம் தெரிந்தது. ஆனாலும் நிதானமாக பக்கத்தில் நடந்துகொண்டு, ‘என்னை ஞாபகமிருக்கோ’ என்றாள் சிரித்தபடி. ‘முந்தி நாங்களெல்லாம் ஒண்டாய் விளையாடியிருக்கிறம்.’

அவனுக்கு மெல்ல ஞாபகமாயிற்று. ‘குணத்தின்ர...?’

‘ஓமோம்... குணத்தின்ர தங்கச்சிதான். ரத்னேஷ்.’

‘ஓஓ... இப்ப நல்லாய் ஞாபகம் வருகிது. குணம் சின்ன வயசிலயே தவறிப் போச்செல்லே.’

‘மங்கமாரி வந்து போனது.’

பிறகு அதிகமாகவும் நெசவு விஷயங்களைப்பற்றியே விசாரித்தான். அவளும் உற்சாகமாகவே பேசினாள்.

‘நீர் ஏன் தறிபோடேல்லை. இஞ்ச ஒரு வீட்டுக்கு ஒரு தறியெண்டான்ன இருக்கு இப்ப.’

‘முட்டுப்பட்ட ஆக்கள் அவ்வளவுக்கு ஆசைப்படேலாது.’

‘கூலிக்குத் தறி அடிக்கிற ஆக்கள் இப்பிடிக் கனபேரா.’

‘கொஞ்சந்தான். அவையும் மெல்ல மெல்ல சொந்தத்தறி போட்டுக்கொண்டு நெய்யத் துவங்குகினம். எங்களால நினைச்சுக்கூடப் பாக்கேலாது.’

'அவையால முடியுதெல்லே.'

'மெய்தான். ரண்டு பேர் உழைச்சால் ஒரு ஆளின்ர கூலியை மிச்சம்பிடிக்கலாம். சீட்டு அது இது எண்டு கட்டித்தான் கன சனம் இஞ்ச நல்லா வந்தது. எல்லாத்துக்கும் மிச்சம் பிடிக்கத் துவங்கவேணும். நூத்துக்கு மேல போனா ஊத்து எண்டு வாய்க்கால்ப் பக்கத்தில சொல்லுவினம். மிச்சம்தான் முதல்... மூலதனம்.'

வீடு சமீபிக்க அவள் சொல்லிக்கொண்டு போனாள்.

அவன் தெரிந்துகொண்ட அச்சமூகத்தின் சிந்தனைத் திசை அவனைத் திடுக்கிட வைத்தது. நூற்றுக்கு மேலே ஊற்று. வாய்க்கால் சமூகம்போல் அதுவும் முதல், மூலதனம் கண்டு விட்டிருக்கிறது. இனி அது அதைப் பெருக்குகிறதையே கடமையாய்க் கொள்ளும்.

அவனுக்குப் பொருளாதாரம் தெரியாது. ஆனால் அந்த முரண் தெரிந்தது. அவையே அவன் வரும்போதிருந்த சந்தேகங்களுக்கான விடைகளும். மேலும் ரத்னேஷ் சொல்ல வந்த எதையோ சொல்லாமல் போவது போலும்கூட அவன் அப்போது உணர்ந்து கொண்டிருந்தான்.

பகுதி VIII
1972க்குப் பின்

அத்தியாயம் பதின்நான்கு

0-1

அன்பு நண்பன் ராசனுக்கு,

கொழும்பு சி.ரி.ஓ.விலிருந்து மாற்றலாகி நான் யாழ்ப்பாணம் தபால் கந்தோருக்கு வந்து இரண்டு மாதங்களாகின்றன. வந்ததும் உன்னைத்தான் விசாரித்தேன். ஆசிரிய பயிற்சிக் கலாசாலையிலிருந்து நீ வெளியேறி இப்போது இராமநாதபுரம் மகாவித்தியாலயத்தில் நியமனம் பெற்றிருப்பதாகத் தெரியவந்தது. சந்தோஷம். அப்போதுதான் உன் தந்தையின் மரணம்பற்றியும் நான் அறிந்தது. அதிர்ச்சியாகவே இருந்தது. எப்படியான மனிதர்! போய்விட்டார். உன்னால் தாங்குவது கடினம்தான். காலம் உன் மனத்தை ஆற்றவேண்டும். அது வார்த்தைகளில் அடங்காது.

நீ கண்டியிலும், நான் கொழும்பிலும் இருந்த போதைவிட இப்போது அதிகமாகச் சந்திக்கமுடியும். இந்தத் தகவலை குறைந்த தாமத்திலேனும் உனக்கு அறியத் தராததுபற்றி குறை நினைக்காதே. எங்கள் தந்தையார் சுகவீனமுற்றிருந்ததே அதன் காரணம். அண்மைக் காலத்தில் அவரது உடல்நிலை வியக்கத்தக்க அளவு நலிந்துவிட்டது. ஏனென்று தெரியவில்லை. ஆரம்பத்தில், இங்கே பக்கத்தில், பரியாரியிடம்தான் காட்டினோம். அவரது ஆயுள் வேதமும் அலோபதியும் கலந்த வைத்திய முறைதானே. அவரும் தந்தையாரின் உடல் பலவீனமாக இருக்கிறதென்று செந்தூரம், சூரணம், குழம்பு என்று தேனிற் குழைத்தும், பாலிற் கலந்தும் குடிக்க ஏதோதோ கொடுத்தார். அதில் உடல்நிலை சற்றுத் தேறியதாகத்தான் தோன்றிற்று. அவரும் இயல்பில்போல் நடமாடிக்கொண்டிருந்தார். குணமடைந்து விட்டதாக நாங்களும்

நம்பியிருந்தோம். அப்போதுதான் அவர் திடீரென்று பாயில் விழுந்தது. ஒருநாள் மாலை, அடிவளவுக்குள் கட்டிநின்ற ஆட்டை அவிழ்த்துவரப் போனவர் நீண்ட நேரமாகியும் திரும்பி வராது போக, சுகந்தி தேடிப் போனாள். அவள் போட்ட சத்தத்தில் அக்கம் பக்கம் கூடிவிட்டது. வாய்க்கால் சமூக அமைப்பு உனக்குத் தெரியும். வேற்றுச் சமூகங்கள் இடையிடையே கலந்திருந்தாலும், ஒட்டுமொத்தமாக அதைத் தனியொரு சமூகமென்று சொல்லலாம். ஆனாலும் சுகந்தி போட்ட கூச்சலுக்கு எம்மவர்களைவிட பிற சமூக மனிதரே உடனடியாய் ஓடிவந்து உதவிக்கு நின்றார்கள். மனித உறவு நிலையின் — உணர்வு நிலையின்— உன்னதங்களை இங்கே கண்டு நான் வியந்து நிற்கிறேன். அவர்கள்தான் கார் பிடித்து உடனடியாகவே பெரியாஸ்பத்திரிக்குக் கொண்டுபோக உதவினார்கள். அப்போது பொறுப்பிலிருந்த டொக்டர் அய்யாவுக்குப் பழக்கமானவராம். மிக அக்கறையாக வார்ட்டில் தங்கவைத்து பரிசோதனையெல்லாம் செய்து பார்த்திருக்கிறார். எனினும் நோய் என்னவென்பதைக் கண்டுபிடிக்க முடியாமலே இருந்துவிட்டது. ஏதாவது பயங்கரமான நோயாக இருக்குமோவென்று மனம் அல்லற்படுகிறது.

அய்யா இப்போது வீட்டில்தான் படுக்கையில் இருக்கிறார். அவர் அதை எதிர்பார்த்திருத்தல் என்று சொல்கிறபோதெல்லாம் நெஞ்சை முறுக்கிக்கொண்டு வேதனை வெடிக்கிறது. இந்த நேரத்தில் அவ்வப்போது கந்தோருக்கு லீவு போட்டுவிட்டு கூடவிருந்து அவரது தேவையைத்தான் கவனிக்கிறேன். அந்தக் கவனிப்பு மிகவும் அவசியம். எங்களுக்கும், அவருக்குமிடையில் வெறுமனே தந்தை — மக்கள் உறவு மட்டுமில்லை. ஒத்த வயதுடையவர்கள்போன்ற ஒரு சினேகிதமே இருக்கிறது. நாங்கள் என்னென்ன விஷயங்களைப் பற்றியெல்லாம் கலந்துரையாடுவோம் என்பது உனக்கும் தெரியும். பழைமைக்கும், மாறும் உலகத்தின் புதுமைக்குமிடையே அவர் ஒரு பாலமென்று பலருமே வியந்திருக்கிறார்கள். கொழும்புப் பகுதியிலுள்ள ஒரு இந்திய வம்சாவழிப் பெண்ணை நான் தீவிரமாய் விரும்புவதாகத் தெரியவந்தபோது, ஜாதி கேட்காமல் மதம் கேட்காமல், 'நல்ல பிள்ளைதானே' என்று மட்டும் கேட்டவர் அவர். குடுமி, முன்நெற்றிச் சவரம், திருநீற்றுப் பூச்சு, கந்தபுராண உச்சாடனம், வெள்ளை வேட்டி நாஷனலில் இருந்துகொண்டும் புதிதாக வார்பட்டுக்கொள்ள எத்தனை பேரால் முடியும்? அவர் தமிழ் படித்தவர். தமிழ்தான் படிப்பித்தவரும். இவை எல்லாவற்றையும்விட தமிழாய் இருந்தவரென்பதே என்னளவில்

முக்கியமாய் இருக்கிறது. அவர், உன் தந்தைபோல்தான். அதிகம் பேசாதவர். பிரம்பில்லாமல் வகுப்புக்குச் செல்கிற ஆசிரியர்கள் இல்லாத காலத்தில் அவர் கோபித்துக் கத்தாமல், அடிக்காமல் பாடம் நடத்தினார். நீ அவர் பாடம் நடத்தியதைப் பார்த்தாவது இருப்பியே? நல்லது. நீயும் இப்போது ஆசிரியத்தொழிலில் இருக்கிறாய். கற்பித்தல் கற்றலுமாகுமென்று யாரோ சொல்லியிருக்கிறார்கள். யார்? போகட்டும், அதைவிடு. எப்படிப் படிப்பிக்கிறாய்? நீ, எவரும்தான், மாதிரியாகக் கொள்ளக்கூடிய ஆசிரியர்தான் அய்யா. இப்போது ஒய்வூதியம் வருகிறது. பெரிதாக வாழ்வில் எதையும் அடைந்து விடவில்லை அவர். ஆயிரமாயிரம் மாணவர்களை உருவாக்கியதே தன் திருப்திக்குப் போதுமென்கிறார். எங்களை அவர் வளர்த்தது, படிப்பித்தது எல்லாம் எத்தகைய திடசித்தத்தின் வெளிப்பாடுகள்! அவர் அரிதுகள் செய்தவர். அவரை இழந்துவிடுவமோ என்று நான் தம்பி தங்கைகள் சுகந்தி எல்லோருமே பயப்படுகிறோம். நீண்ட நாட்களாக எழுதாமல் விட்டதற்கும் சேர்த்து இப்போது எழுத ஆசை. இப்போது நேரம் *23:15* மணி, வைகாசி 11ம் தேதி. தூக்கம் அனுமதிக்கும்வரை எழுதுவேன். நீ இராமநாதபுரத்தில் போய் ஒதுங்கிவிட்டதால் இங்கு நடைபெறும் முக்கியமானதும், பத்திரிகைகளின் பார்வைக்குத் தப்பிவிட்டதுமான விஷயங்களை உனக்கு எழுத நினைக்கிறேன். இவை சாதாரண செய்திகளல்ல. வாழ்வின் ஆதாரங்களாக இருப்பவை. சில அந்த ஆதாரங்களைச் சிதைப்பதனால் முக்கியத்துவம் பெறுபவை.

தீண்டாமை ஒழிப்பு வெகுஜன இயக்கம் இப்போது பழைய கதை. ஆனால் அதன் செயற்பாடுகள் அவசியமில்லாதவையென்று யாராவது சொன்னால் நீ என்ன நினைப்பாய்? அது போராடத் தொடங்க, பல ஆலயக் கதவுகள் அடைபட்டன. அது அடங்கியபோது மூடியிருந்த ஆலயங்கள் பல கதவைத் திறந்துவிட்டன. அது சட்டரீதியான நடவடிக்கைகளின் விளைவு. எனக்கும் இந்தக் கருத்தில் உடன்பாடு உண்டு. ஆனால் வேறொரு எதிர்பாராத நன்மை விளைந்தது. அதை நான் வெகுவாய்ச் சிலாகிக்கிறேன். போராட்டத்துக்கான தீரத்தை அது தமிழ் மக்களிடையே விளைத்தது. சத்தியாக்கிரகமும் தீரத்தை வேண்டுவதுதான். ஆனால் அது புறவுலகின் பலமும் சார்ந்தது. இந்தப் போராட்டதுக்கானதோ தன் தீரமும், பலமும் சார்ந்தது.

இதன் கைமேற் பலன் குடியேற்றத் திட்டப் பிரதேசங்களில் விளைந்தது. போன ஆண்டு மாசி நான்காம் தேதி இலங்கை சுதந்திர தினத்தின் வெள்ளி விழாக் கொண்டாட்டம் ஏனைய

வருடாந்திர கொண்டாட்டங்களைவிட வெகு சிறப்பாகக் கொண்டாடப்பட்டதென யாழ்ப்பாண அரசாங்க அதிபர் அடித்துக் கொளுத்தினார். பத்திரிகைகளில் நீயும் பார்த்திருப்பாய். தென்னிலங்கையில், குறிப்பாக கொழும்பில்கூட, அப்படி இல்லை. வடக்கிலே விழாவைச் சிறப்பாகக் கொண்டாட அரச அதிகாரிகளும், ஸ்ரீலங்காக் கட்சி வால்பிடிகளும் பெரும் பிரயத்தனம் பண்ணினார்களாம். ஆயினும் தமிழ் மக்களின் ஆதரவு பெற்ற விழாவாக அது அமையவில்லையென்பது கவனிக்கத்தக்கது. விழாவையொட்டி முன்னதாக நடந்த நாடகப் போட்டியில் முதலாம் இடம்பெற்ற அரியாலை கலைமகள் நாடக மன்றத்தினரின் நாடகம் யாழ் திறந்தவெளி அரங்கில் விழாநாள் மாலை இடம்பெற்றது. பௌர்ணமி தின இரவுக்கலை நிகழ்ச்சிகளைக் காணக்கூடும் கூட்டமே அன்று கூடவில்லையாமே. இதைவிட முக்கியமான விஷயம் ஒன்றுண்டு. அன்றைய நாளைத் துக்கதினமாக அனுட்டிக்கவிருந்த தமிழ் மக்களின் திட்டத்தை முறியடிக்க ராணுவமும், பொலிசும் எவ்வளவோ முயற்சித்தன. கொழும்புத்துறையிலும், வல்வெட்டித் துறையிலும் லேசான படையினர் – பொதுமக்கள் கை கலப்பு வேறு நடந்திருக்கிறது. பரந்தன், கிளிநொச்சி, கண்டாவளைப் பகுதிகளில் மின்விநியோகமே சைக்கிள் செயின் எறிந்து தடை செய்யப்பட்டுள்ளது. இவைபற்றி நீ அந்தப் பகுதியிலே இருந்தாலும்கூட அறிந்திருக்க முடியாது. இல்லையா? இவையே தீண்டாமை ஒழிப்பு வெகுஜன இயக்கத்தின் செயற்படு தோல்வியின் பின்னாலுள்ள நன்மையான பக்க விளைவுகள். இவற்றை இலங்கைத் தமிழினம் முக்கியமான காலகட்டத்தை நோக்கி நகர்வதின் அடையாளங்களாக நான் காண்கின்றேன். நீ சாந்தக்காரன். ஏற்றுக்கொள்ளமாட்டாய். ஆனாலும் பூனை கண்ணை மூடிவிட்டால் பூலோகம் இருண்டுவிடாது. நேரில் சந்திக்கிற நாளுக்குக் காத்திருக்கிறேன்.

உன் அன்பு நண்பன்,
கேதீசன்.

0-2

அன்பார்ந்த கேதீசனுக்கு,

உன் கடிதம் கிடைத்தது. மிக்க மகிழ்ச்சி. கடிதம் எழுதா விட்டாலும் அடிக்கடி உன்னை நினைத்துக் கொண்டிருந்தேன் என்றெல்லாம் எழுதமாட்டேன். மறந்துதான் போனேன். என் சோகங்களுள் மூழ்கி மூழ்கி, என் பலவீனங்களுள் அழுந்தி அழுந்தி உன்னை, மற்றைய நண்பர்களை, என் அயலையெல்லாம்கூட நான் மறந்து போயிருந்தேன்தான்.

உனக்கு உன் தந்தை எப்படியோ அப்படியே எனக்கு என் தந்தை. இன்னும் அவர் எனக்கு அதிகமென்றும் சொல்லலாம். உங்களை உன் தந்தை வளர்த்தெடுக்க ஒரு தளம் இருந்தது. என் தந்தைக்கு அது இல்லை. இல்லாமலேதான் நான் இந்த நிலைமைக்கு அவரால் வளர்க்கப்பட்டேன். அவர் என்னுள் இருக்கிறாரென்பது ஓரளவு சரிதான். அதுவே என் மீட்சிக்கும் உபாயமாக இருக்கிறது. உன் தந்தை எனக்கு ஒருவகையில் ஆசான். அவரது ஆதரவு, அன்பு எல்லாம் மிகத் தேவையான தருணங்களில் எனக்குக் கிடைத்தன. என் வளர்ச்சியின் ஒரு கட்டம் அவர். அவரை நன்கு கவனிக்க வேண்டும்.

பல விசயங்களை நீ இந்தக் கடிதத்தில் எழுதியிருந்தாய். என் பார்வையில் அவற்றுக்கு வேறு விளக்கமும், வேறு தர்க்கங்களும் உண்டு. ஆனால் அதை இப்போது நான் சொல்லப்போவதில்லை. என்னைப்பற்றி இதில் எழுதப்போகிறேன். என்னைத் தணிவிப்ப தற்கான ஒரே வழி இது என்பதோடு, உனக்குத் தெரிவிப்பதும் அவசியமென்று நினைத்து எழுதுகிறேன்.

ஆண்மையென்பது இந்தச் சமூகத்தின் மகா கௌரவம். அதன் குறைபாடுகளைத் தமிழ்ச்சமூகம் மிகக் கேவலமாய்க் கருதும். உடல்சார் குறைபாடு மட்டுமே ஆண்மைக் குறைபாடாக இங்கே எடுத்துக் கொள்ளப்படுவதில்லை. ஒருவனது மனைவியின் ஒழுக்கம்கூட ஆண்மையின் அங்கமாய்க் கருதப்படுகிறது. பண்டைய காலத்திலிருந்தே இது.

எனக்கும் என் மாமா பெண் யோகத்துக்கும் அய்யா இருக்கும்போதே கல்யாணம் செய்வதென்று பேச்சளவில் நிச்சயமாகியிருந்தது. எந்த நினைப்பும் இல்லாதிருந்த என் மனத்தில் மெல்ல மெல்லமாய் அவள் மீதான விருப்பம் ஆழமாய் விழத் துவங்கியது. காதலாகிற அளவுக்கும் அது சென்றது. அதில் வேறொரு அனுகூலம் இருந்ததனால் அதை ஒரு பற்றுக்கோடாகக்

கொண்ட தீவிரமும் என் விருப்பத்தில் இருந்தது. எதுவித மறுப்பும் இல்லாததால் அவளும் என் நிலைமையிலிருப்பதாகவே நான் கருதிவிட்டேன். இப்போது திடீரென்று என் செவிக்கு ஒரு செய்தி வந்திருக்கிறது. எனக்குத் தெரிந்த, அவளோடும் நெருங்கிப் பழகும் ஒரு சிநேகிதி அதைச் சொன்னாள்.

ரகுநாதனை உனக்குத் தெரியுமல்லவா? பந்தடிகாரன். இப்போது அக்கரையானிலோ, வவுனிக்குளத்திலோ இருக்கிறானென நினைக்கிறேன். எனக்கும் நண்பன்தான். ஆனால் முந்தியைப் போலில்லை. தானே அறுத்துக்கொண்டது போலத்தான் அவன் இந்த இடைவெளியை விழுத்தினான். அய்யாவின் மரணத்துள் நான் வருந்திக் கிடந்ததில் இதைப் பெரியதாக எண்ணவில்லை. ஆனால் இப்போது எண்ண எரிகிறது என் தேகம். அவனே திட்டமிட்டு விலகியதை இப்போது நான் புரிகிறேன். அவனுக்கும் யோகத்துக்கும் தொடர்பு இருக்கிறதாய்த் தெரியவந்துள்ளது. எவ்வளவு பெரிய அவமானம்! என் சகல பலங்களும், பௌருஷங்களும் அடிபட்டுப் போனதுபோல் உணர்கிறேன். இந்த எல்லா ஞாபகங்களையும் விரட்டுவதற்காகவே ஆனையிறவு தாண்டி வராமல் இங்கேயே கிடக்கிறேன். எவருக்கும் சொல்லவும் முடியவில்லை என் நிலைமையை. இப்போது எழுதவாவது நீ கிடைத்திருப்பது பெரிய வரம் கேதீசா. இல்லாவிட்டால் வெடித்துச் சிதறிவிடுவேனோவென்று பயந்துபோயிருந்தேன்.

நான் என்ன செய்யட்டும் கேதீசா. மறந்துவிடலாம் அவளையென்று சொல்லுவதிலுள்ள சுலபம் செய்வதிலில்லை. இது ஒருத்தியை மறப்பதிலான கடினம் மட்டுமில்லை. இன்னொருத்தியை நினைக்காமல் இருப்பதிலான கடினமும் இதில் உண்டு. இதை விளக்குவது மிகவும் கஷ்டம். எனக்குள் அழுகியிருக்கும் சின்னவயதுக் காயங்களின் வலி அது.

இந்த நிலைமைகளை வென்றுவிட வேண்டும் என்பதே என் பெருமுயற்சி. சிலவேளை நேரில் பேச நேரிட்டால் இதை நான் உனக்கு இன்னும் விளக்கக்கூடும்.

ரவீந்திரனைச் சந்திக்கிறாயா? தொடர்பு வைத்திருக்கிறாயா? என்ன செய்கிறான்? வேலைக்கு முயற்சி பண்ணுகிறானா? உன் வீட்டில் எல்லோருக்கும் என் அன்பைக் கூறு. நலத்தைத் தெரிவி.

இப்படிக்கு உன் நண்பன்.
ராசன்.

0-3

அன்பான ராசனுக்கு,

போன கடிதத்திலேயே ரவீந்திரனைப் பற்றி எழுத நினைத்திருந்தேன் விடுபட்டுப் போனது.

ரவீந்திரன் இப்போது தமையனோடு கொழும்பிலேதான் நிற்கிறான். தாயைப் பார்க்க வந்திருந்தபோது ஒருமுறை பஸ்ஸிலும், ஒருமுறை வீட்டிலுமாய் இரண்டு தடவைகள் சந்தித்தேன். அவன் சொன்ன கதை என்னை மிகவும் அதிர்ச்சிக்குள்ளாக்கியது. அவனை வியப்பதா, அவனுக்காக வருத்தப்படுவதா என்றே தெரியாமலிருக்கிறது.

பேராதனையில் படித்த காலத்தில் ஒரு சிங்களப் பெண்ணோடு அவனுக்கு காதல் இருந்திருக்கிறது. உனக்கும் இந்த விஷயம் தெரியுமென்று சொன்னான். அப்போதெல்லாம் அவளை மிஸ். நானயக்கார என்றுதான் குறிப்பிட்டான் என்பது உனக்கு ஞாபகமல்லவா? பிறர் தன் காதலியின் பெயரை உச்சரிப்பதைக்கூட மறுக்கும் அவனது அன்பின் வெளி எனக்குக் கலவரமாயே இருந்தது. அந்தக்காதல் நிறைவேறாது போகிற வேளையில் அவன் முடிவு என்னவாகும் என்கிற கேள்வியில் என்னை அதிரவைக்கும் அந்தப் பயம் பிறந்தது.

இந்தமுறை சந்தித்தபோது அவளை மிஸ்ஸிஸ். புஞ்சிபண்டா என்று குறிப்பிட்டான். நிலைமையை உன்னால் புரியமுடிகிறதல்லவா? அதற்காக நாங்கள் ஒன்றும் வருத்தப்பட வேண்டியதில்லை. அவன் மிக இயல்பாகவும், தெளிவாகவுமே இருக்கிறான். நீ அறிந்திருக்கக் கூடும். அவள் தகப்பனின் சொந்த இடம் அனுராதபுரம் என்று. ஓங்கிய புத்த குன்றுகளின் கீழுள்ள ஒரு குடிசையில் பிறந்து வளர்ந்து, பத்துப் பதினைந்து ஆண்டுகளின் முன் கொழும்பு சென்று வியாபாரம் தொடங்கி பெரிய பணக்காரர் ஆனவர். ஜாஎல என்ற இடத்தில் அவருக்குப் பெரிய துணிமில்லே இருந்தது. இரண்டு மூன்று வருஷங்களுக்கு முன் அது எரிந்து சாம்பரானதோடு பெரும் பொருளாதாரச் சிக்கலிலும் அகப்பட்டுக்கொண்டாராம் நானயக்கார. நிறையக் கடன். கடைசியில் கொழும்பு சொத்துக்கள் எல்லாவற்றையும் விற்று கடனை அடைத்துவிட்டு ஊர் திரும்பியிருக்கிறார். அங்கே அவர்களை அவரது அக்காள்தான் வரவேற்று ஆதரித்திருக்கிறாள். அவளது மகனுக்கே தன் பட்டதாரி மகளை மணம் முடித்துக்கொடுத்து நன்றி பாராட்டியிருக்கிறார் நானயக்கார. ஒரு விவசாயியான கணவனுடன் அவள் சந்தோஷமாகவே

வாழ்ந்து வருகிறாளாம். அண்மையில் அனுராதபுரப் பகுதியில் அவளது பெயருக்கு ஒரு குடியேற்றக் காணி கிடைத்து, அதை விவசாய பூமியாக்க அவளும் கணவனும் வந்து அக்காணியில் குடிசை போட்டிருந்து வேலை செய்வதாக அவள் எழுதித் தெரிந்துகொண்ட இவன் இரண்டு மாதங்களுக்கு முன் அங்கே போய் வந்திருக்கிறான். புஞ்சிபண்டா நல்லவன். அவளின் நண்பனான தன்னை நன்றாக உபசரித்தானென்று சொல்லி பெரிதும் மகிழ்கிறான் ரவீந்திரன். மிஸ்ஸிஸ் புஞ்சிபண்டா மிகவும் அழகானவள் என்று மட்டும்தான் தான் எண்ணியிருந்ததாகவும், அவளது உடல் மனவலிமைகளை அங்கே சென்ற பிறகுதான் தெரிந்து கொண்டதாகவும் புளுகித் தள்ளுகிறான். பணக்காரியாய் இருந்தவள், படித்தவள் ஏதொன்றையும் பார்க்காமல் எவ்வளவு சந்தோஷமாய் மண்ணில் இறங்கி வேலை செய்கிறாள்; தன் புதிய மண்ணில் எவ்வளவு பற்று வைத்திருக்கிறாள் என்றெல்லாம் சொல்லிச்சொல்லி அதிசயிக்கிறான் ராசன் அவன்.

அவன் வருத்தப்படுகிறான், அங்கே அவளுக்குள்ள வசதிக்குறைவுகளை எண்ணித்தான். பொருளாதாரப் பின்னடைவு, வேலையில்லாத் திண்டாட்டமெல்லாம் சிங்கள சமூகத்தையே கட்டவிழ்த்து விரிய வைத்திருக்கிறதாம். சிங்களப் பகுதிகளில் பெரும்பெரும் குடியேற்றங்கள் அமைந்தும், புதிது புதிதாகத் திட்டமிடப்பட்டும் வருவதை அவன் பார்த்து வந்திருக்கிறான். இன்னும் சிறிது காலத்தில் மிஸ்ஸிஸ் புஞ்சிபாண்டா இருக்கும் குடியேற்றப் பகுதியும் ஒரு சிறுநகராகி விடுமென நம்பித் தேறியிருக்கிறான். இவன் காதலை இலக்கியமாக்கியிருக்கிறானென நான் எண்ணுகிறேன். சரி, இப்போதாவது அவளின் பெயரைச் சொல்லேன் என்று கேட்டேன். சிறிது யோசித்துவிட்டு, வேண்டாம் மிஸ்ஸிஸ் புஞ்சிபண்டா என்றே அறிந்திரு, அதுபோதும் என்று விட்டான்.

இவன் காதலைப்பற்றி நீ என்ன நினைக்கிறாய்? உள்ளேயாவது வலியேதுமின்றி இருப்பானென எண்ணுகிறாயா? நீ இதுபற்றி அவசியம் யோசிப்பது நல்லது.

உன் நண்பன்,
கேதீசன்.

பகுதி IX
1974க்குப் பின்

அத்தியாயம் பதினைந்து

அன்று காலையிலிருந்தே மக்களின் மனங்களெல்லாம் தினதினவென்று இருந்தன. மூன்று புறங்களில் கடலை எல்லையாகக்கொண்ட அந்தக் குடாவும், இன்னும் விரிவு பெற்று கிழக்குக்கும் மத்திய மலைப்பாகத்துக்கும் கூட நீண்டிருந்த தமிழ்ப் பரப்பும் ஒரு புள்ளியை நோக்கி நகர ஆரம்பித்திருந்ததுபோன்ற ஒரு தோற்றத்தின் வியாபகம் எங்கும். நான்காவது உலகத் தமிழாராய்ச்சி மகாநாட்டின் இறுதிநாள் நிகழ்வுகள் வீரசிங்கம் மண்டபத்தின் முன்றிலை மேடைத் தளமாகக்கொண்டு அன்று மாலையில்தான் நடைபெறவிருந்தன.

அது ஒரு தமிழ் வீம்பின் அடையாளம். அரசு ஆதரவற்ற நிலையிலும் தமிழ் மக்களின் ஏகோபித்த உதவியில் வெற்றிகரமாக நடந்துகொண்டிருந்த மாநாடு.

முதலிரு நாட்களிலும் தமிழ் இலக்கிய இலக்கண கலை இசை சார்ந்த ஆய்வுக் கட்டுரைகளின் வாசிப்புகள் பல்வேறு அரங்குகளில் நடைபெற்றிருந்தன. தென்னிந்திய அறிஞர்கள் பிரமுகர்கள் சிலருக்கு விசா மறுக்கப்பட்டிருந்தமை தமிழ் மக்களால் குறையுடன் உணரப்பட்டிருந்தது.

மக்கள் முற்றவெளியை நோக்கி மதியத்திலிருந்தே நகரத் துவங்கிவிட்டிருந்தனர். சைக்கிள்களில், கார்களில், வான்களில், லொறிகளில், பஸ்களில், ரயில்களில் மக்கள் வந்து குழுமியபடி. மாலை நேரத்துக்குள் முற்றவெளி மறைந்து போனது. முனியப்பர் கோவிலடியில் எள் விழ இடமில்லை.

அந்த நிலைமையில்தான் கிசுகிசுவென ஓர் இரகசியச் செய்தி பரவத் துவங்கியது. உலகத் தமிழ் மாணவர் பேரவைத் தலைவர்

இரா.ஜனார்த்தனம் கள்ளத் தோணியில் வந்து யாழ்ப்பாணம் சேர்ந்துவிட்டாராமே. எங்கும் உணர்வின், தமிழ் வீரத்தின் கொப்புளிப்பு. எவர் இயங்குதலிலும் ஒரு விரைவு. எவரிலும் ஓர் அவசரம். இன்னும் முன்னே முன்னேயாய் ஒரு நெருக்குகை.

ஜனார்த்தனம் எங்கே. இலங்கைத் தூதுவராலயம் விசா மறுத்திருந்த நிலையிலும் எப்படி அந்த இந்தியப் பிரஜை இலங்கை வரலாம். பொலிஸ் தேடியது. எங்கும் அதிரடிச் சோதனை. ஆனாலும் இரா.ஜனார்தனத்தின் தலைமயிரைக்கூட அவர்களால் காண முடியவில்லை.

பொலிஸிடையே ஒரு புகைச்சல்.

அத்தனை அவசரங்களுக்கிடையே ஏதென்றறியாத ஒரு சின்ன அவசரத்துடன் வந்து கொண்டிருந்தான் தேவராசன். ஓர் எல்லைக்கு மேலே அவனால் முன்னேற முடியவில்லை. நின்று திரும்ப, அந்தப் பெரும் பூவரசோடு நின்று கொண்டிருந்தான் ரகுநாதன். அவனோடு தோளில் கை போட்டபடி ஒரு நண்பன். எதிர்பாராத சந்திப்பு. விரும்பாததும். மனத்துள் ரணங்கள் தாங்குப்பட்டுக் கொண்டிருந்தன. ஆனாலும் வெகு நாகரிகமாய் அந்த உணர்வுக் குமைவுகளை இருவராலுமே கடக்க முடிந்திருந்தது. சிரித்துக் கொண்டார்கள். சுக விசாரிப்புகளும் நடந்தன. நண்பர் ஒருவர் வந்தாராவென பார்க்கவேண்டுமென்று தேவராசன் அப்பால் நகர்ந்தான். 'கவனம், நீ காணாமல் போயிடத இந்தச் சனத்துக்குள்ளை' என்று கூறிச் சிரித்தான் ரகுநாதன். திரும்பிக்கூடப் பார்க்காமல் நூலகத்தின் பின்புற சுழல் கதவு வழியே நுழைந்து மறைந்தான் தேவராசன். துளி துளியாய்ச் சமுத்திரமாக முடியும். அதன் நிதர்சனமே அங்கே விரிந்து கொண்டிருந்தது. சின்னக்கடைவரை மக்கள் அலை அடித்தது.

மெல்ல விழா நிகழ்வுகள் துவங்கின.

மேடை வசீகரமாயிருந்தது.

கமில் ஸ்வலபில்போன்ற சில வெளிநாட்டுத் தமிழறிஞர்களிலிருந்து இலங்கைத் தமிழறிஞர், தமிழரசியல் முக்கியஸ்தர்கள்வரை மேடையில் வீற்றிருந்தனர். இரா.ஜனார்த்தனமும் இருப்பது போலவே தோன்றிற்று.

அது ஒரு அரசியல் ரீதியாய் எடுக்கப்பட்ட நிகழ்வென்பது வெளிவெளியாய்த் தெரிந்தது. மாற்று–வேற்று அரசியல் பிரமுகர்களை அச்சபை திட்டமிட்டுப் புறக்கணித்திருந்ததாகச் சிலரேனும் எண்ணினார்கள். அதைத் தமிழின் கலை இலக்கிய விழா என்பதை விடவும், தமிழரின் உணர்வு விழாவெனவே

கூறுதல் பொருந்தும். அதற்கான தேவை நாட்டிலே இருந்ததும் மெய். முக்கியமாக இரண்டு அம்சங்கள் கவனிப்புக்குரியவையாய் இருந்தன. ஒன்று, இலங்கைக் கல்வியியல் வரலாற்றில் தரப்படுத்தல் முறை கடைப்பிடிக்கப்படத் துவங்கியிருந்தமை. இரண்டு, புதிய அரசியல் யாப்பு முற்று முழுதாக தமிழர்களை சிறுபான்மைத் தேசிய இனமென்றுகூட இனங்காண மறுத்திருந்தமை. தமிழ் அரசியல் கட்சிகளுக்கிடையே ஐக்கியம் தேவையென்பது உணரப்பட்டு தமிழர் கூட்டணி உருவான காலமும் இதுவே. அரசையும், மத்திய கூட்டணியிலிருந்த சகல இடதுசாரிக் கட்சிகளையும் புறக்கணித்து விழாவை வெற்றிகரமாக்க மாணவர் பேரவை, தமிழர் கூட்டணி யாவும் இணைந்து செயலாற்றின. தினகரன் விளையாட்டு விழாவுக்கு முன்பு கூடியதுபோல் மும் மடங்கு நால் மடங்கு பொலிந்த ஜனம். பொலிஸ் படையும், ஆளும்கட்சி சார்பான அரசியல் பிரமுகர்களும் அதைப் பெரிதும் விரும்பியிருக்க முடியாது. இரண்டு லட்சம் மக்கள் கலந்துகொண்ட ஒரு பெருவிழாவுக்கு, போதிய பாதுகாப்புக்குக்கூட ஏற்பாடுகள் செய்துகொடுக்கப் படவில்லை. அதுபோல் மறுதரப்பிலும் குறைகள். தமிழாராய்ச்சி மகாநாட்டை யாழ்ப்பாணத்தில் நடத்தவென இரண்டு வருடங்களுக்கு முன்னரே நகரை அழகுபடுத்த, தமிழறிஞர் சிலைகள் நிறுவ முயற்சியெடுத்து தொழிற்பட்ட யாழ். மாநகரசபை இவ்விழாவில் புறக்கணிக்கப் பட்டிருந்ததுபற்றி பிரதானமாகச் சொல்லப்பட்டது.

இவையெதுவும் எவர் கவனத்திலும் படாத கணங்கள் அவை. விழா ஒரு ஜெயத்தின் அடையாளமாக முடிவடைய வெகுநேரமில்லை.

ரஷ்ய தமிழறிஞர் ஒருவர் தமிழில் உரையாற்றி அமர விண்ணை இடிக்கிறது கரகோஷம்.

முற்றவெளியையும் வீரசிங்கம் மண்டபத்தையும் பிரித்துக் கிடந்த வீதி ஜனவெள்ளத்தில் மறைந்து கிடந்தது. முன்னர்தான் அது வீதி. அப்போது விழா அரங்கு. யாழ் நூலக பின்புறம், திறந்த வெளியரங்கு எங்கும் பிதுங்கிய மக்கள்.

அப்போது, கோட்டை முன்வாசல் புறத்திலிருந்து மெல்ல ஊர்ந்து வெளிக்கிடுகிறது ஒரு பொலிஸ் ஜீப். உள்ளே அமர்ந்திருந்த பொலிஸார், பொலிஸ் அதிகாரிகள் முகத்தில் அவர்கள் திட்டத்தின் பாரதூரத் தனத்தில்போல் இருள். அது ஒரு தோல்வியினதும் துவேஷத்தினதும் இறுக்கம் பெற்றிருந்தது.

ஜீப் தொடர்ந்து நகர்ந்து விழாவரங்கை ஊடறுத்த பாதையில் போய்க் கொண்டிருக்கிறது.

மேடை அண்மிக்கிறது.

மேலே ஜீப்புக்கு இடம்விட ஜனத்திரள் மறுக்கிறது.

எப்போதும் அரசவதிகாரம் அப்படித்தான் நடக்கிறது தமிழ்ப்பூமியில். முன்னர் பெரிய கோயில் பாஸ் நடக்கிற காலங்களில் வீதியில் திரண்டு நிற்கும் பக்தர்களைக் கவனியாது குறுக்காய் ஜீப்பைச் செலுத்தி தகராறு பண்ணுவதெல்லாம் என்ன உணர்வில்.

அதுபோலவே இங்கும்.

இங்கோ தமிழுணர்வாளர்.

பெரியநயினார் மேடையில் உணர்வு மயமாகியிருக்கிறார். அவர் உணர்வில் தோய்ந்து சபை. பெரும் பகுதி இச்சிறு நிகழ்வை அறியவேயில்லை. ஜீப்பைக் காணக் கூடிய சபைப் பரப்பில் ஒரு மெல்லிய கவனம் பரவுகிறது. 'மற்றப் பாதையிலை போகலாமெல்லே.'

திடீரென்றுதான் எல்லாம் நடக்கிறது.

ஜீப்பிலிருந்து இறங்கிய ஆயுதம் தரித்த பொலிஸின் துப்பாக்கிகளிலிருந்து டும்....டும்... என ஓசைகள் அதிர்கின்றன. துப்பாக்கிச் சூடு நடந்தது வான் நோக்கியா, மனிதர்களை நோக்கியா. சில மின் பொறிகள் பறக்கின்றன. தொடர்ந்து சில மின் விளக்குகளின் அணைவு. சில அலறல்கள் அதன் முன்னாகவோ பின்னாகவோ.

ஏற்கனவே ஒரு கனதி மூட்டத்திலிருந்த ஜனத்திரள் திடுக்கிட்டது. இங்கேயுமா. அது வெடித்தெழுந்தது. மறுகணம்... கண்ணீர்ப் புகைக் குண்டுகள் பறந்து வந்து விழுந்து எரிபுகையைக் கட்டவிழ்க்கின்றன. அந்தளவு பெருந்தொகையான ஜனத்திரள் ஒரு புள்ளியிலிருந்து வெடித்துச் சிதறினால் என்னவாகும்.

ஒரு திசையில் கடல், ஒரு திசையில் கோட்டை, மீதித் திசைகளிலும் ஓடுவது சுலபமில்லை. கட்டிட அடுக்குகளும் குளமும் தடையாயிருந்தன. ஆயினும் கட்டிட இடுக்குகள் ஊடாய், ஒழுங்கைகள் வழியே மனிதத்தொகை தெறித்தது.

ஒன்பது மணியளவில் யாழ்ப்பாணம் அவலத்தின் பெருங்காடாய் மாறிப்போயிருந்தது.

குழந்தை எங்கை. ராணி எங்கை. அப்பாவைக் காணேல்லை. அம்மா எங்கை ஓடினாவோ! நண்பன், கூட வந்தவன் எங்கே.... எங்கே.

உடுத்திய வேட்டியில்லை. உடுத்த சேலையில்லை. எங்கோ கொளுவி இழுத்ததில் கிழிந்த பாவாடை, சட்டைகள்.

காலில் செருப்புகளுமில்லை. பராரியாய் ஒரு பெருங்கூட்டம் ஓடிக் களைத்து ஒரு இடத்தில் நின்று மூச்சு வாங்கியது. குடும்பங்கள் தனித்தனியாய்ச் சிதறிப்போன சோகத்தையா, அந்த அவமானத்தையா... எதைச்சொல்ல.

தமிழினம் திட்டமிட்டு அவமானப் படுத்தப்பட்டது. பலருக்கு அந்த இருட்டு எவ்வளவு ஆறுதலாயிருந்தது தெரியுமா. ரகுநாதன், அவனது புதிய நண்பன் ஜீவன், பின்னால் சேர்ந்து கொண்ட சந்திரன் இன்னும் மிகப் பல இளைஞர்கள் அத்தனை களேபரத்துள்ளும் துணிச்சலுடன் நின்று அவர்களை நிதானமடையச் செய்து, தேவையான முதலுதவிகள் மற்றும் உதவிகளைச் செய்தார்கள். அத்தகைய ஒரு கூட்டத்தினால்தான் அன்றைய அவலத்தின் கடூரம் குறைந்தது.

ஆனைக்கோட்டைவரை, கொழும்புத்துறைவரை, அரியாலைவரை ஜனங்கள் ஓடியிருந்தார்கள். தெல்லு மாறித்தான்.

தேவராசனும் தன் உடலின் களைப்பு, நோயின் பலஹீனம் எல்லாம் மறந்து ஓடினான். பயம் துரத்த ஓடியதில் விழுந்து இரண்டு இடங்களில் பலமான அடி. தன் நண்பனின் வீடடைந்த பின்புதான் ஆசுவாசமடைந்தான்.

அங்கேயும் கூட்டம். ஆர், எவர் என்று தெரியாதவர்கள். பெரும்பாலும் பெண்களும் குழந்தைகளும்.

முற்றவெளியில் ஒன்பது சடலங்கள்.

விடிகாலை மேலும் தகவல்களின் காடாய் நிறைந்தது. ஒரு மௌன உறைவு வடமாகாணம் முழுவதும்.

அத்தியாயம் பதினாறு

0-1

பள்ளிகளில் மூன்றாம் தவணை விடுமுறை ஆரம்பித்திருந்தது. ஒருநாள் கச்சாய்க்கு நண்பர் ஒருவரைப் பார்க்க வரநேர்ந்தது தேவராசனுக்கு. பசுபதி இல்லாமற் போன பிறகு அந்த வெறு வீட்டுக்கு வரும் சந்தர்ப்பங்களை அவன் வெறுத்தே வந்திருக்கிறான். இராமநாதபுரத்தில் நண்பனின் வீட்டில் தங்கிக்கொண்டு, சனி ஞாயிறுகளில் தங்கை வீடு என்றுமட்டும் அவன் ஊடாடிக்கொண்டிருந்த காலப்பகுதி அது. ஆனாலும் இவ்வளவு சமீபமாக வந்த பின் வீட்டைப் போய்ப் பார்க்காமல் விடுவதும் நல்லதில்லை. ஒருநாள் அங்கே தங்கி நின்று சித்தன்சிவத்தையும், முடிந்தால் கேதீசனையும்கூட, சந்தித்துக்கொண்டு திரும்பலாமென்று தோன்றிற்று.

கச்சாயிலிருந்து பஸ் எடுத்து சாவகச்சேரி பஸ் நிலையம் வந்து, அங்கிருந்து சங்கானை பஸ் எடுத்து வீட்டருகில் உள்ள புளியமரவடி பஸ் நிறுத்தத்தில் இறங்கினான். திடீரென்று மழை பெய்தது. ஓட அல்லது ஒதுங்குவதன் முன் முற்றாக அவனை நனைத்தது.

சாமி வீட்டில் திறப்பை வாங்கிப் போய்க் கதவைத் திறந்தான். வீடு தூசி தும்பு இல்லாமல் சுத்தமாக இருந்தது. விறாந்தை முற்றம் முதற்கொண்டு தென்பட்ட அம்சங்கள் அடிக்கடியான பராமரிப்பு இருந்ததைத் தெரிவித்தன. சாமியின் மகள் மாம்பழத்தின் வேலையாகவே இருக்கும். அவளுக்கு பசுபதியில் பெரிய பாசம். அவள்தான் நோயில் கிடந்தவரை மடியில் வைத்து கடைசி நேரத்தில் மாமா... மாமா... என்று பரிவு காட்டி தொண்டை நனைய இரண்டு மிடறு தண்ணீர் கொடுத்தவள். அடக்க ஒடுக்கமாய் குடும்பத்துக்கு ஏற்றவளாக வளர்ந்திருந்தாளென்றும் சொல்ல முடியாது. மாமரத்தில் ஏறி மாங்காய் பிடுங்க.

புளியமரத்திலேறி புளியம்பழம் உலுப்ப, சைக்கிளில் தவிட்டு மூடை கட்டிவர அல்லது மில்லுக்கு புழுங்கல் கொண்டுபோக.... எல்லாம் செய்வாள். அவளுக்குக் கூச்சமே இல்லை. இன்னும்... அவற்றில் பிரியமென்றுகூடச் சொல்லலாம். இருந்தும் ஒரு நொய்த இடம் அவளுடம்பில் எங்கோ இருக்கிறதென்பது அவ்வப்போது தெரியவே வந்திருக்கிறது.

அவன் திண்ணையில் அமர்ந்த சிறிது நேரத்தில் மாம்பழம் தேநீர் கொண்டுவந்தாள். வைத்துவிட்டுப் போகும்போது, 'மாம்பழம், தேவையெண்டா முருங்கக்காய் பிடுங்க, தேங்காய் எடுக்க, குழை ஒடிக்க யோசிக்காத' என்றான்.

அவள் நின்று திரும்பி ஒரு பார்வை பார்த்தாள். என்ன விந்தை. அவன் சிறுத்துச் சிறுத்து ஒரு சரக்கட்டைபோல் ஆகிவிட்டானே. அவள் சொன்னாள்: 'வீடு வளவைக் கூட்டி பராமரிக்கிறதுக்குக் கூலிபோல? நான் பசுபதி மாமாவின்ர ஞாபகத்துக்குக்காண்டித்தான் செய்யிறன் இதெல்லாம்.'

'கிடந்து வீணாய்ப் போகுதெண்டதுக்காய்ச் சொன்னன்.'

அவள் நிலைமையைக் கடினமாக்காமல் சிரித்துக்கொண்டே போய்விட்டாள்.

அவர் இன்னும் சிலர் மனங்களில் வாழ்ந்து கொண்டிருக்கிறார். அதுவும் பெரும் சம்பந்தம் இல்லாதவர்களுடைய மனத்தில். ஆனால் சில உறவுகள் அவரை மறந்தே போய்விட்டனவே.

அவனது நினைவின் எல்லையில் யோகம் வந்து நின்று கொண்டிருந்தாள். இடும்பி, அவனை அழிக்கவென்றே பிறப்பெடுத்த பகாசுரி.

அவனது தந்தை அந்தத் திருமணத்தை ஏற்பாடு செய்துவிட்டுப் போனாரென்பது, ஒன்று. அவளின் வதைக்கும் சௌந்தர்யம் இரண்டு. இப்போதெல்லாம் அருகிவிட்டாலும், எப்போதாவது வந்து மனத்தை அலைக்கழிக்கும் அந்த அதீத கனவு மூன்று. எத்தனை வகைகளில் வதைகளின் தொடர்வு அவளால் அவனுக்கு.

அந்த ஆண்டு முடியும்வரை அவன் கெடு வைத்திருந்தான். அவள் ரகுநாதனை விரும்புவதாகவே இருக்கட்டும். அவள் ஓடிவிடுவதற்கான அவகாசம்தான் அது. ஏன் அந்த இடும்பி இனனும் அவனுடன் ஓடிப்போகாது இருக்கிறாள். அந்த ஆண்டின் கடைசி இதழ் அது. இடும்பி ஓடுவாளா.

அவனுக்குக் கண்கள் எரிந்தன.

0-2

மாலையில் வானம் சற்று வெளுத்திருக்க சித்தன்சிவம் வீடு போய்வரலாமென வெளிக்கிட்டான். உடம்பு அலுப்பாய் இருந்ததில் பஸ்ஸிலேயே போனான். குருந்தடியில் பஸ்ஸிலிருந்து இறங்க, சங்கக் கடையில் யோகமும் தவமும் நிற்பது தெரிந்தது. அவர்களும் கண்டமாதிரியே தோன்றிற்று.

சித்தன்சிவம் வீட்டில் நின்றிருந்தார். அவரோடும் அவன் அதிகம் பேசவில்லை. 'என்ன, ராசன், ஏன் ஒரு மாதிரி இருக்கிறாய்' என்று அவர் அடிக்கடி கேட்டுக்கொண்டிருந்தார். 'ஒண்டுமில்லை... ஒண்டுமில்லை' என்று சொல்லிக் கொண்டி ருந்தான் எல்லாவற்றிற்கும். உடல்நலமில்லையென்று சொல்லக் கூட வரவில்லை. சிறிதுநேரத்தில் கேதீசன் வீடு போக வேண்டுமென்று சொல்லிக்கொண்டு புறப்பட்டான்.

அவருக்கு அவன் சோகம் தெரிந்தே இருந்தது. மனவருத்தம் அடைவதைத் தவிர வேறெதுவும் செய்ய இயலாதவராய் இருந்தார். அவனைத் தடுத்து ஆறுதல் சொல்வதிலும் அவன் பாதிப்பே அடைவான் என்பதனால்தான் பேசாமலிருந்தார்.

தேவராசன் கேதீசன் வீட்டுப் பக்கமே திரும்பவில்லை. நிறைய சிகரெட் புகைத்தான். தரைவை வழியால் வீடு சென்று சேர்ந்தான்.

லாந்தர் சுத்தமாகத் துடைத்து கொளுத்தி வைக்கப்பட்டிருந்தது. மேசையில் தட்டில் சோறு வைத்து மூடப்பட்டிருந்தது. செம்பிலே தண்ணீர் வைத்திருந்தது.

காலையில் ஒன்பது மணியளவில் அங்கே குளிக்க வந்த மாம்பழம்தான் அவன் அவ்வளவு நேரமாகியும் எழுந்திராததையும், முதல்நாளிரவு வைத்த சாப்பாடு தொடப்படாமலே இருப்பதையும் பார்த்து கிட்ட வந்து குளிர் காய்ச்சலைத் தெரிந்தது. நடுங்குவது கண்டு டொக்டரிடம் போய்க் காட்டிவரச் சொன்னாள். அவன் பிறகு பார்க்கலாமென்று கூறி, மேசை லாச்சிக்குள் டிஸ்பிரின் இருக்கும், பார்த்தெடுத்துத் தா என்று கேட்டுவாங்கி விழுங்கினான். அவள் வீட்டுக்குப் போய் தேநீர் போட்டு வந்து கொடுக்க வாங்கிக் குடித்தான். சுகம் கொஞ்சம் தெரிந்தது.

குளிக்கவென்று வந்த மாம்பழம் பிறகு குளிக்கவில்லை. சமைத்துவிட்டு வந்து குளிக்கப் போவதாகக் கூறிவிட்டு தட்டுடன் போய்விட்டாள். மத்தியானமாக அவனுக்குச் சோறு கொண்டுவந்து கொடுத்துவிட்டு குளிக்கப் போனாள். சுவரோடு சாய்ந்திருந்து சிகரெட் புகைத்துக்கொண்டிருந்தான் தேவராசன்.

அந்த இடத்திலிருந்து கிணற்றடி நன்கு தெரிந்தது. பொதுவாக எந்தச் சமூகமானாலும் கிணற்றடியென்று ஒன்றிருந்தால் அதற்கொரு வேலி வைத்துவிடும். மேல் மறைகிற அளவுக்கு நான்கு வரிச்சுகளாவது கிடுகு கட்டியிருப்பார்கள். பெண்கள் இல்லாத வீடானதால், பசுபசுபதியோ இவனோ ஒரு வேலிக்கு அக்கறைப்படவில்லை. பெயருக்கு எலுமிச்சை, மாதுளையென்று மரங்களின் மறைப்புத்தான் இருந்தது.

சரியான யௌவனம்கூட சில நாகரிகங்களைப் பேணும். அது அழகின் ஆராதிப்பில் ஆவலாதிப்பட்டு இங்குமங்கும் பறந்தடிக்குமே தவிர, உடலில் வெறிகொண்டு பெரும்பாலும் அலைவதில்லை. முப்பது வயதுக்கு மேலே, அவனது ஆசை பறந்தது.

அந்தப்பக்கம் பார்வையெறிய அவனுக்கு முதலில் கூச்ச மாய்த்தான் இருந்தது. அதை யோகத்தை மறப்பதான ஒரு வன்மமாய் நினைக்க பின் சுலபமாகப் போய்விட்டது.

மாம்பழம் இனிமேல் அவனை எதுவாயும் கருதமாட்டாளென்று பெரும்பாலும் கொண்டுவிடலாம். நான்கு வருஷங்களுக்கு முன்னால் அந்த ஒல்லி உடம்பிலேயே ஒரு ஆசை வைத்து ஒரு குறியோடு நெருங்கியவள்தான் அவள். எப்போது பசுபதி அவனுக்கு சொந்தத்துக்குள் முடிக்கிற திட்டத்தைச் சொன் னாரோ, அன்றைக்கு அறுத்தவள்.

தேவராசன் மெல்ல எழுந்துபோய்ச் சாப்பிட்டான். இயலாமலே இருந்தது. உள்ளே அடக்கி வைத்த வெப்பம் உச்சபட்ச நிலையை அடைந்து ஆங்காங்கே இண்டுகள் இருக்குகள் வழியே வெளியேறுவதுபோல் தேகமெங்கும் ஒரே கதகதப்பு. பொருத்துகளில் விட்டதுபோல் உளைவும் குத்தும். மாம்பழம் சொன்னதுபோல் டொக்டரிடம் காட்டி வந்திருக்கலாமென்று அப்போது தோன்றியது. குளிரோடு வரும் காய்ச்சலாதலால் மலேரியாவாகவும் இருக்கலாம். அது சாதாரண டிஸ்பிரின் குளிசைகளுக்கு அடங்கிவிடாது. இனி இப்போதைக்கு வெளியே போவதும் சிரமம். வானம் கறுத்து வந்துகொண்டிருந்தது. இந்த சூல், அடித்துக் கொட்டி வெள்ளமாகாமல் அடங்கி விடாது.

அவன் படுத்தான்.

தனிமையின் அவலங்களில் மிக முக்கியமான கட்டம் நோய்க்காலம். பக்கத்தில் ஆதரவுள்ள ஒருவரின் அமர்வு பாதி மருந்தாகி விடுமென்பதை அப்போது அவன் புரிந்தான்.

நினைத்துக்கொண்டிருக்கையில் மழை இரைத்துக் கொண்டோடி வந்தது. மறுகணம் பொல பொலவென உதிர்ந்து

அடித்துக்கொட்டியது. தூவானம் அடித்தது. இதமாக இருந்ததில் பாயை அரக்கிப் போடாமலே கிடந்தான்.

சிறிது நேரத்தில் படலை திறபட்டதில் பாரக்கற்கள் சப்தம் எழுப்பின. மாம்பழமாயிருக்கலாமென எண்ணிக்கொண்டான். பின் லேசாக இமை பிரித்துப் பார்க்க, படிக்கட்டில் மாமி நின்றுகொண்டிருந்தாள். அற நனைந்து நீர் சொட்டிக் கொண்டிருந்தது.

'நல்லா நனஞ்சிட்டியளே. உள்ள துவாயிருக்கு எடுத்துத் துடையுங்கோ, மாமி' என்று படுத்திருந்தபடியே சொல்லிப் பரபரப்பானான்.

துவாயை எடுத்து வந்து துடைத்தபடி, 'உனக்கென்ன' என்றாள். 'காய்ச்சலோ' என்று கிட்ட வந்து தொட்டுப்பார்த்தாள். 'என்ன இப்பிடிக் காயுது, மருந்தெடுத்தியோ.'

அவன் இல்லையென்றான் பலஹீனமான தலையசைப்பில். அவனுக்கு உதறலெடுத்தது. நினைவு தவறுவதுபோல் கண்களைச் சொருகினான்.

அவள் அந்தநேரத்தில் தானாய்ச் செய்யக்கூடிய சில காரியங்களைச் செய்தாள். லாந்தரைக் கொளுத்தி வைத்தாள். கட்டித் தொங்கவிட்டிருந்த மூங்கில் தட்டியை அவிழ்த்து விட்டாள். அவன் ஏதோ பிதற்றினான். 'மட்ட கவுறுக் ந மாமி... மம... மட்ட தாத்த ந, அம்மே ந... கவுறுக் ந...' என்று புரியாத மொழியிலாயிருந்தன அவை. மலை நாட்டில் இருந்தவனாதலால் சிங்களம் தெரிந்திருப்பானென எண்ணினாலும் அர்த்தம் புரியாததால் அவளுக்குப் பயமே வந்தது. ஜன்னி கண்டு பிதற்றவும் கூடும். மேசையில் டிஸ்பிரின் குளிசைகள் கிடக்கக் கண்டு இரண்டு குளிசைகளை எடுத்து வந்தாள். அவனைச் சிரமப்பட்டு நிமர வைத்து அவற்றை விழுங்க வைத்தாள். பின் படுக்க வைத்துவிட்டு சுவரோடு சாய்ந்திருந்து மேலே செய்வதறியாது யோசித்துக்கொண்டிருந்தாள். அந்த நேரத்தில் குடை பிடித்தபடி ஒரு பெண் வந்தது. தேநீர் கொடுத்தது. அவளை யாரென்று கேட்டது. வடிவு சொல்ல, 'நான் மாம்பழம். முன்னால் வீடு' என்றுவிட்டுப் போனது.

அந்த நிலைமையில் அவனைத் தனியாய் விட்டுவிட்டுப் போக முடியுமா. மழைவேறு அப்படிக் கொட்டிக் கொண்டிருந்ததில் அவளாலும் போய்விட முடியாது. இருட்டும் உறைந்து கிடந்தது கண்ணைக் குருடாக்கி. அங்கேயே படுத்துவிட்டு காலையில் வெள்ளெண எழுந்து ஓடவேண்டியதுதான். தான் வரும்வரை ரத்னேஷை வீட்டில் யோகம், தவம் ஆகியோருக்குத் துணையாக

நிற்கச் சொல்லி வந்தது நல்லதென அப்போது எண்ணிக் கொண்டாள் வடிவு.

உள்ளே போய் ஒரு பாயிருக்கக் கண்டு அதை எடுத்து வந்து சுவரோரமாய்ப் போட்டுக்கொண்டு படுத்தாள். ஈரம் சுவறி தனக்கே குளிரெடுத்திருந்ததை அப்போது உணர்ந்தாள்.

ராவின் ஒரு பொழுதில் அவனது பிதற்றல்கள், பல் நெருமுகைகள் அதிகமாகிப் போயின. கடவுளே கந்தசாமியாரே, விடியப்புறம் மட்டுக்கும் ஒண்டும் நடக்காமல் இருக்கவேணும் என்று வேண்டிக்கொண்டு எழுந்து அருகேபோய்ப் பார்த்தாள். நடுங்கிக் கொண்டிருந்தான். கூப்பிட்டுப் பார்த்தாள். கேட்டமாதிரியே இல்லை. ம்... ம்... என்று அனுங்கல்தான் வந்துகொண்டிருந்தது. மீண்டும் உள்ளேபோய் அங்கே கிடந்த இறங்குப் பெட்டியுள் தேடினாள். வேட்டி இருந்தது. பசுபதியினது. எடுத்து வந்து போர்த்தி விட்டாள். அந்த வெள்ளை ஏதேதோ மனப் பிரமைகளை உருவாக்க உருவி எறிந்துவிட்டு ஆதரவாய் அவனை அணைத்து கதகதப்பாக்க முயன்றாள்.

அவன் மேனிச் சூடுணர்ந்து அருட்டுதல் பெற்றவனானான். அவளின் அணைப்புக்குள் சுருண்டு சுருண்டு அடங்கிக் கொண்டிருந்தான். பின் ஒரு கணத்தில் அவளையே வாரிச் சுருட்டிக்கொண்டான்.

அவன் பிதற்றலின் அர்த்தங்கள் அவளுக்கு விளங்காமலே இருந்தன. ஆனால் அவனது வீறு பின்னர் மெல்லமாய் விளங்க ஆரம்பித்தது. அவள் விலக முயன்றாள். அவன் விடவில்லை. சிறிதுநேரத்தில் விலக முயலாமல் அவளது ஜுர வேகத்துக்கு தோற்றாள்.

விடிந்து எழுந்தவன் மழை விட்டிருந்தது கண்டான். சற்றுத் தள்ளி தலைவாரி முடிந்துகொண்டு மாமி வீடு செல்லத் தயாராக நின்று கொண்டிருந்தாள்.

எல்லாம் மெல்ல நினைவாக அவன் அதிர்ந்தான்.

மாமி திரும்பினாள்.

அவளது முகம் காய்ந்தது போலத்தான் இருந்தது. அந்த மெலிவு சரி, ஆனால் அந்த முதிர்வு ஒரு இரவிலேயே அவளுக்கு ஏற்பட்டதா. வருஷங்களான காலத்தின் கடப்பு. அந்தக் கோலத்தில் அவள் என்றும் அவன் கண்களுக்குத் தோற்றமாகியதில்லை.

அவன் எழும்பிவிட்டது தெரிந்து மாமி சிரித்தாள். 'காய்ச்சல் இப்ப எப்பிடி இருக்கு' என்று கிட்டவந்து அவன் நெற்றியில் புறங்கை வைத்துப் பரிசீலித்தாள். 'குறைஞ்சிருக்கு' என்றாள்.

மேசையில் மீதியாய்க் கிடந்த இரண்டு மருந்துக் குளிசைகளையும் கொண்டுவந்து குடிக்க வைத்தாள்.

அவனுக்குச் சந்தேகமாகிப் போனது, தான் இரவு கனவுதான் கண்டானோவென்று.

அப்போது அவள் தோளில் லேசான நகக்கீறு தெரிந்தது.

‘சிவம்மாமா நேற்றுப் பின்னேரம் வீட்டை வந்தவர். அவர் சொல்லித்தான் நீ இஞ்ச நிக்கிறது எனக்குத் தெரிஞ்சிது. தவமும் குருந்தடியில பாத்தாளாமே. யோகம் யோசிச்சது போதும். வாற தையில...’

அவன் களைப்போடு அவளை இடமறித்தான்: ‘வேண்டாம் மாமி, தயவு செய்து இனிமேல் யோகத்தின்ர கதையை எடுக்காதையுங்கோ. யோகத்தை இனி நீங்கள் ரகுவுக்குக் குடுக்கிறதுதான் நல்லது.’

‘ராசன்...’ அவள் அவனெதிரில் அமர்ந்தாள் அவலமாய்.

‘லீவு முடியிறதுக்குள்ள நானே ரகுவைப் பாத்துப் பேசுறன்...’

‘ஒருதரும் சம்மதிக்க மாட்டினம். நாகநாதி விடவே மாட்டன்...’

‘கலியாணத்துக்குத்தானே...கூட்டிக்கொண்டு ஓடச் சொல்லியிடுறன்...’

‘ராசன்...’

‘யோசியாமல் போட்டுவாருங்கோ, நானிருக்கிறன்.’

அவள் இனி அவனோடு பேச எதுவுமில்லை.

அந்த உறவுமே எதுவுமில்லாததுதான்.

அவன் தீய்ந்து, பிறவி எடுத்திருக்கிறான்.

அவள் எழுந்தாள். ‘போய் டொக்கரிட்டக் காட்டி மருந்தெடாமல் விட்டிடாதை.’

‘சரி, மாமி.’

0-3

மதியத்துக்கு சோறு கொடுக்க வேண்டாமென்று சாமி சொல்லிச் சென்றதால் உப்புக் கஞ்சி காய்ச்சி வந்தாள் மாம்பழம். வாய்க்கு இதமாக இருந்தது. சிறிது குடித்தான்.

நிமிர்ந்து நெடுநேரமிருக்க முடியாதுபோக சரிந்துபடுத்தான். படுத்திருந்து பார்க்க மழையில் குளித்த வெளி அழகாக இருந்தது. வெய்யில் லேசாய்க் காட்சியானது. பக்கத்து வளவின் மரக்கூடல் கம்பி வேலியூடாகத் தெரிந்தது. என்ன மரம் அங்கே இருக்கவில்லை. நாவல், வேம்பு, மஞ்சவுண்ணா, மாவிலங்கை, கொய்யா, புளிமா... எல்லாம் நின்றன. வானம் வெளித்திருந்தும் மரக்கூடல் இருள் மண்டிக் கிடந்தது.

கண்கள் இருட்டிப்போல் வந்தன. திடீரென அந்த இருட்டிலும் ஒரு மரக்கூடல். இருட்டும் செறிவும் இதே கூடலளவாய். வட்டாரம் கிராமத்தில் அவனது வீட்டுக்கெதிரில் இருந்தது அது.

இதேமாதிரித்தான் ஒரு நாள் காய்ச்சல் வந்து பாயில் படுத்திருக்கிறான் சின்னத் தேவராசன். பக்கதில் தாயாரும் பெத்தாவும். இயலாமையில் அவன் அனுங்குகிறான். அனுங்குகைக்கு உடல்வலி குறைந்து இதமாயிருக்கும். அப்போதுதான் அந்தச் செங்காவிப் பறவை அவன் கண்ணில் படுகிறது. வெகு சமீபமாய் பூவரசு மரத்தில் அமர்ந்திருக்கிறது. பக்கத்தில் யாருமில்லாதிருந்தால் பயந்து கத்தியிருப்பான். அப்போதோ கூர்ந்து பறவையின் கண்களைப் பார்க்க அவனால் முடிகிறது. அதுவும் ஏதோ பழைய பகையை மனத்துள் வைத்துள்ளதைப் போலத்தான் இவனைக் கூர்ந்து பார்க்கிறது. கையை மெதுவாக வீசிப்பார்க்கிறான். பறவை பார்த்துக்கொண்டேயிருக்கிறது. பின் ஒரு சமயத்தில் விருட்டென எழும்பிப் பறந்து போய் விடுகிறது.

அவனது அம்மா கேட்கிறாள். 'என்ன ராசன், ஏன் கையை விசுக்கிறாய்' என்று.

'கூகை, அம்மா.'

'சவம், அதையேன் பாக்கிறாய். பகல்லை அதுக்குக் கண்ணும் தெரியாது...'

மீண்டும் பார்க்கிற ஆர்வமாய்ப் போய்விடுகிறது அவனுக்கு. ஆனால் உள்ளே சென்ற கூகை எப்போது வெளியே வருவது. அன்று வரவில்லை. அந்தத் திண்ணையில் கிடந்து கூகையின் நினைப்பு வருகிற நேரமெல்லாம் அவன் அந்த இருள் மரக் கூடலையே பார்த்துக் கிடப்பான். கூகை என்றும் வெளி வந்ததில்லை.

ஏனோ அவ்வளவு காலத்துக்குப் பிறகு அதன் ஞாபகம் அவனுக்கு வந்தது. பார்த்துக்கொண்டே கிடந்தான். திடீரென அம்மரக் கூடலிலிருந்து ஒரு செண்பகம் பறந்து வருகிறது. நீண்ட

பெருங்காலமாய் இருளுள் உறைந்திருந்ததுபோல் ஒரு கொப்பில் வந்து அமர்கிறது. செல்ல வேண்டிய திசையை அனுமானிக்கிறதா. பின் விருட்டென எழுந்து பறந்து எங்கோ மறைகிறது.

அப்போது இருள் விழுகிறது.

நிலா தெரிகிறது.

சிறிது நேரத்தில் கார் ஒன்று வந்து படலையில் நிற்கிறது. மாம்பழத்திடம் சொல்லுகிறார் சாமி: 'மெல்ல கைத்தாங்கலாய்க் கூட்டி வா.'

காரில் ஏறிக் கொண்டதும், 'நீயும் வா' என்கிறான் அவன்.

'நான் எதுக்கு.'

'வா. என்னால ஏலாமல்க்கிடக்கு.'

அத்தியாயம் பதினேழு

0-1

தூரத்தில் வந்துகொண்டிருந்தபோதே கமக் கொட்டிலின் முன்னால் நின்றிருந்த ட்ராக்டரில் ஏதோ பிழை பார்த்துக்கொண்டிருந்தது ரகுநாதன் தானென்று தேவராசனுக்குத் தெரிந்தது. அவனும் தேவராசனை அடையாளம் கண்டான். ஏன் இஞ்சை வாறன் என்கிறமாதிரி ஓர் எரிச்சல் உடனடியாக எழுந்தது. சற்றேனும் பின்னடிப்பில்லாத அந்த நடையில் இவனது எண்ணம் மாறியது. அவன் மூன்று நான்கு வருஷங்களுக்கு முந்திய நண்பனாகவே வந்து கொண்டிருப்பதை அவனது தெளிந்த முகமும் சிரிப்பும் உறுதியாக்கின. கிட்ட அவன் வர தானும் சிரித்தான். 'வா ராசன்' என்றான். ஒத்தாப்புக்குள் அழைத்துப் போய் அங்கிருந்த சாக்குக் கட்டிலைக் காட்டினான். தானும் முன்னால் கிடந்த படங்குகளின் அடுக்கின் மேல் அமர்ந்தான்.

தேவராசன் அமர்ந்து வரண்டு காய்ந்து கிடந்த வெளியைப் பார்த்தபடியிருந்தான். பாலை என்பது நடுங்கு துயர் உறுக்கும் வறண்ட மணல் வனம் என்பது அவனுக்குத் தெரியும். பாலை மரங்கள் தாக்குப் பிடித்து வளர முடிவதாலேயே பாலையென்று அந்நிலத்துக்குப் பெயராயிற்றோ என்றும் ஓர் எண்ணம் மனதில் ஓடிற்று. பாலை மரம் பாலை நிலத்தின் தலவிருட்சமாவது பொருத்தமானதுதான். அவனே ஒரு குடியேற்றத் திட்டப் பகுதியான வட்டக்கச்சியில்தான் தங்கியிருக்கிறான். ஆனால் அது மகா வித்தியாலயமொன்று அமைகிற அளவுக்கு வளர்ச்சி பெற்றிருந்தது. அந்தளவு பழைமையும் அதற்கு இருந்தது. யாழ்ப்பாணத்தின் சுவடுகள் அதில் தெரிந்தன. வீட்டைச் சுற்றி, முற்றத்தில், வேலியோரங்களில் மரங்களால் நிழல்

விழுத்தப்பட்டிருந்தது. அதனால் இங்குபோல அங்கே வெய்யில் பொசுக்காது.

கமத்தின் பின் பகுதியில் தண்ணீர்ப் பம்ப் இரைந்து கேட்டது. மேட்டு நிலத்தில் தோட்டம் போட்டிருக்கிறார்களென எண்ணிக்கொண்டான். மூன்று நான்கு பேர் வேலை செய்து கொண்டிருப்பதும் தெரிந்தது.

'தண்ணி குடிக்கிறியே' என்று கேட்டு குடத்தில் தண்ணீர் வார்த்து வந்து கொடுத்தான் ரகுநாதன்.

மன ஆழ்ச்சி விலகி செம்பை வாங்கித் தண்ணீர் குடித்தான். தாகமாய்த்தான் இருந்திருக்கிறான். பின் சிரித்தான். 'இது உன்ர கமம் இல்லைத்தானே.'

'இல்லை. சிநேகிதப் பெடியன் ஒண்டின்ர.'

'காணி கிடைச்சதாய் ஒரு பேச்சு...'

'அது வவுனிக்குளத்தில. அதுவும் தம்பியன்ர பேருக்குத்தான் கிடைச்சிருக்கு.'

'ரண்டு பேருமாய்ச் சேந்து செய்யலாமே.'

'போன வருஷம் மட்டுக்கும் நான்தான் செய்தன்.'

'பிறகு இப்ப ஏன்..'

'தம்பியன் கலியாணம் செய்யப் போறானாம். பிழைப்புக்கு வழி வேணுமே. அதுதான் இப்ப மச்சான்மாரைக் கூட்டிக்கொண்டு போய் கமஞ்செய்து பழகிறான்.'

தேவராசன் நிமிர்ந்து ஒருவகைத் திகைப்போடு அவனைப் பார்த்தான்.

'என்ன, சாமத்தியப்பட்ட தங்கச்சி இருக்கிறாள், அண்ணை நான் இருக்கிறன்... இதுக்குள்ள கலியாணஞ் செய்யப்போறானே எண்டு பாக்கிறியோ. ஹ்ம்... வாழ்க்கையில வசியப்பட்டு பின்னால ஓடத் துவங்கியிட்டா இதெல்லாம் பாக்கேலாது, ராசன். கிணத்துக்கு வெடி வைக்கிற கிட்டிணரைத் தெரியுமெல்லோ..'

'தெரியும்.'

'அவரின்ர மோள்தான். தாங்களாய் விரும்பிச் செய்யினம். அந்தப் பக்கத்திலயும் எதிர்ப்பில்லை. நாங்களும் சொல்லப் போறதில்லை. உனக்குத் தெரியுமோ ராசன், மண்... மண்... மண்ணெண்டு நாங்கள் சொல்லுறதில மனிச வாழ்க்கை எவ்வளவு ஆதாரம் கொண்டிருக்கெண்டு. சிகரெட் இருக்கோ' என்று கேட்டு வாங்கிப் பற்றவைத்தான்.

'சிகரெட் பத்தத் துவங்கியிட்டியோ' என்று தேவராசன் கேட்டதுக்கு, 'எப்பவாவது இருந்திட்டு...' என்று பதிலளித்தான். மிகவும் உணர்ச்சி வசப்பட்டுள்ளதை கைகளின் பதற்றத்தில் புரிந்தான் தேவராசன். அந்தச் சிறிய காற்றுக்கே நூர்ந்து விடாமல் பற்றவைக்கத் திணறி மூன்று தீக் குச்சிகளைத் தட்டித் தீர்த்தான்.சிகரெட் புகையை உள்ளுறிஞ்சி, வெளியிட்டு... சிறிது நிதானமானான்.

நீளமாகவே மவுனம் விழுந்திருந்தது.

'அங்க பார், ராசன்' என்று சற்றுத் தொலைவிலிருந்த ஒரு மரத்தைச் சுட்டிக் காட்டினான். 'அந்த மரத்தில குருவி கூடு கட்டியிருக்கு. அந்த மய்யத்திலயிருந்துதான் அதுகின்ர வாழ்க்கை விரியுது. கூடு.. எண்ட சொல்லில ஒரு மந்திரம் இருக்கு, ராசன். மனிசனுக்கு அது வீடு, மிருகத்துக்குக் குகை, பறவைக்கு ... கூடு. வீடு, குகை, பொந்து, புத்து எதுவெண்டாலும் கூடு எண்டு சொல்லலாம். கூடுற இடம், இல்லாட்டி, கூடி வாழுற இடமெண்டு அர்த்தப்படுத்திப் பார், சரியாய் வரும். உயிர்த் தத்துவமே இதிலயிருந்துதான் பிறக்குது. கூடு குருவி குஞ்சு... குருவி குஞ்சு கூடு... இதை எப்பிடிப் போட்டாலும் இதுகின்ர தத்துவம் ஒண்டேதான். கூடு இல்லாமல் எதுகுமில்லை. கொஞ்சம் நான் உளறுறது மாதிரி இருக்கோ...'

இவன் தலையசைத்தான்.

'இல்லையோ, அப்பச் சரி' என்று தொடர்ந்தான் ரகுநாதன்: 'இதை ஒரு தளத்தில வைச்சுப் பாத்தா.... மண்தான் மனிச வாழ்வின்ர அவசியமெண்டு சொல்லலாம். எதையும்விடஞ் எதையும்விடத்தான்ஞ் மண் முக்கியம். மனுஷி... பிள்ளையள்... வீடு... குடும்பம்... எல்லாம் மண் எண்ட ஒண்டிலயிருந்து கிளைக்கிற அம்சங்கள்.'

நிறுத்திவிட்டு ஒரு மாதிரிச் சிரித்தான்.

தேவராசனுக்கு கந்தையா சிரிப்பதுபோலவே இருந்தது. ஒரு பார்வைக்கு கந்தையாபோலவுமே இருந்தான்.

ஆறு வருஷங்களாய் அந்தப் பகுதியில் வாழ்ந்து கொண்டிருக்கிறவன் அவன். அவனுக்கு, முன்னர்தான் விவசாயம் தெரியாது. இப்போது பருவம், பதம் எல்லாம் தெரிந்த விவசாயி. அவனுக்கொரு அரசாங்க பங்கீட்டுக் காணி கிடைத்திருக்கலாம்.

கமத்தில் வேலைசெய்த நால்வரும் கொட்டிலை நோக்கி வருவது தெரிந்தது. ஒரு ஆளைத் தவிர மீதிப் பேரை விவசாயக்

குடும்பத்தைச் சேரந்தவர்களாய்க்கூடத் தெரியவில்லை. அவர்கள் வர, ரகுநாதன் சேட்டை எடுத்துப் போட்டுக்கொண்டு, ‘வா, போவம்’ என வெளிக்கிட்டான்.

தேவராசன் திடுக்கிட்டான். ‘நான் கன விஷயம் உன்னோட பேச வந்தனான்.’

‘எனக்கும் கன விஷயமிருக்கு பேச. வா, சந்திக் கடையில தேத்தண்ணி குடிச்சிட்டு, அங்கன ஒரு நிழலுக்கயிருந்து பேசுவம். அப்பிடியே உன்னை வஸ் ஏத்தியிட்டு பிறகு நான் வாறன்.’

இளைஞர்கள் ஒத்தாப்புக்கு வந்தனர். அந்த இளைஞர்கட்கும் வயது குறைவென்பதைத் தேவராசன் கண்டான். ஆகக் கூடி இருபத்திரண்டு இருபத்தி மூன்றுக்கு மேலிருக்காது. படித்த, வசதியான குடும்பத்துப் பிள்ளைகளென்பதும் தெரிந்தது. அவர்களின் பார்வையிலிருந்த தீர்க்கம், உஷார்த்தனமெல்லாம் தேவராசனில் ஆச்சரியத்தை விளைத்தாலும், அபிப்பிராயம் எதனையும் அடைய உதவவில்லை. இன்னுமொன்றையும் அவன் ஞாபகமானான். அந்த அய்வரில் சிவலையாயும் உயரமாயும் சுருள் தலையோடும் இருந்த வாலிபனை தமிழாராய்ச்சி மகாநாட்டின்போது ரகுநாதனோடு நிற்கக் கண்டிருந்தான்.

கடைக்குச் சென்று தேநீர் குடித்த பின் மரநிழலில் கிடந்த பாலைக் குற்றியொன்றில் இருவரும் அமர்ந்தனர்.

‘உனக்கு இப்ப முப்பது வயசுக்கு மேல ஆகுது...’ என்று விஷயத்தைத் துவங்கினான் தேவராசன்.

‘உனக்கும்தான்.’

‘எனக்காக ஒருத்தரும் காத்திருக்கேல்லை.’

‘யோகத்தைப் பேசினதாய்க் கேள்வி...’

‘ம். அய்யா இருக்கேக்க அப்பிடி ஒரு யோசினை அவருக்கு இருந்திதுதான். றெயினிங் கொலிஜ் முடிய பாக்கலாமெண்டு சொல்லியிருந்தன். அதுக்குள்ள அய்யாவும் போயிட்டார்.’

‘நீயே செய்தால் நல்லாயிருக்கும்...’

‘யோகம் உன்னைத்தான விரும்புது.’

‘அதால உனக்கு கொஞ்சநாள் சரியான கோவம் என்னில, இல்லையே.’

‘கொஞ்சம் இருந்திதுதான். உண்மையாய் அது உன்னிலகூட இல்லை’ என்று அவனது வெளிப்படைத் தனத்தில் சிறிது

ஆச்சரியப்பட்டுக்கொண்டு சொன்னான்: 'யோகம் உன்னை விரும்புறது தெரிஞ்சுகொண்டும் இந்தக் கலியாணப் பேச்சை எடுத்த மாமி ஆக்களிலதான் அது. சித்தன்சிவம் மாமாவுக்குத் தெரிஞ்சிருக்கு. அவர்கூடப் பேசாமல் இருந்திட்டார்.'

'ம்...' என்று பேசாமலிருந்தான் ரகுநாதன். 'நல்ல ஒரு பிள்ளை அது. அப்பவே நான் ஒதுங்கிப் போயிருக்கவேணும்.'

'இனி அந்தப் பேச்சே வேண்டாம். நீதான் அவவைக் கலியாணம் செய்ய வேணும்.'

ரகுநாதன் ஏதோ நினைப்பில் தலையசைத்தான்.

'செய்ய மாட்டியே' என்று திடுக்கிட்டுக் கேட்டான் தேவராசன்.

'நான் சரியெண்டாஞ் உடன செய்து தந்திடுவினமோ. கூட்டிக் கொண்டுதான் ஓட வேணும். எங்க ஓடுறது. ஒரு புடி மண் சொந்தமாயில்லாத மனிசர் என்னத்தைச் செய்யிறது. பிறகு குடும்பத்தை நடத்திறதுதான் என்னெண்டு, ராசன். கலியாணம் செய்யப் போறமெண்டதும் என்ர தம்பி என்னிட்ட வந்து பேசின முதல் பேச்சே, அண்ணை, இனிமேல் நானே கமத்தைச் செய்யிறன் எண்டதுதான். இதுதான் நான் சொன்ன கூண்டுத் தத்துவம். அதுக்குத்தான் ஒரு நல்ல காலம் வரட்டுமெண்டு காத்திருக்கிறன்.'

'காலம் எப்ப வாறது, கலியாணம் எப்ப நடக்கிறது.'

'வரும். கெதியில வரும்.'

'இனி இப்போதைக்குக் காணி குடுக்கமாட்டாங்களெண்டு பறையினம்...'

'சொல்லாதை, இப்ப நிலம் சம்பந்தமாய் சிறிலங்கா சுதந்திரக்கட்சி கொண்டுவந்திருக்கிற சட்டம் எங்களப்போல ஆக்களுக்கு வலு வாஸி தெரியுமோ உனக்கு.'

'அப்ப...?'

'காடு வெட்டப் போறன்.'

'வைபோஸாயோ.'

'ம். காட்டோவஸியரோட கதைச்சு அதெல்லாம் ஒரு மாதிரி செற்றில் பண்ணியாச்சு. எண்டாலும்.... முழு விஷயமும் இன்னம் கிளீயராய் வரேல்லை.'

'பிறகென்ன இடஞ்சல் இருக்கு.'

‘சிங்களவரின்ர பிரச்சினை இருக்கு’ என்று ஒரு யோசனையோடு சொன்னான் ரகுநாதன்.

‘சிங்களவர் இஞ்ச எங்க வந்தாங்கள்.’

‘வந்திட்டாங்களே. இப்ப பார். பாவக்குளப் பகுதி வவுனியா மாவட்டத்தில இருக்கு. பாவற்குளம்... அன்ராசபுர மாவட்ட எல்லைக் கோட்டோட இருக்கு...’

‘அதால?’

‘சிங்களவரின்ர ஆதிக்கம் எங்கட மாவட்டங்களின்ர எல்லைக் கோட்டையும் தாண்டி மெல்லமெல்லமாய் வந்து கொண்டிருக்கு. நாங்கள் இப்பதான் கண் திறக்கிறம்.’

‘இனி?’

.இனியென்ன, அவ்வளவுதான்.’

‘ரகு!’

‘வேலியில கறையான் கட்டினால் என்ன நடக்குமெண்டு உனக்குத் தெரியுமேல்லோ. வேலி இருக்கிற மாதிரித்தான் தெரியும். உள்ளுடம்மை கறையான் திண்டு முடிச்சுவிட்டிருக்கும். ஆரம்பத்தில பாத்துத் தட்டினா.. ஒரு வேளை வேலியைக் காப்பாத்தலாம். பிறகெண்டா...’

தேவராசனால் புரிய முடிந்தது.

ரகுநாதன் தொடர்ந்தான்: ‘முத்தையன் கட்டுக்குளம்ஞ் பாத்திருக்கிறாயெல்லோஞ் அந்தப் பக்கத்திலயே சிங்களவன் வந்து வாடிபோட்டு மீன் பிடிக்கிறான். இவ்வளவுக்கும் அது முல்லைத் தீவு மாவட்டத்தில இருக்கு.’

தேவராசன் பேசவில்லை.

வெகுநேரம்.

ஏறக்குறைய அது ஓர் உறைவு நிலை.

‘அப்ப பாவக்குளப் பக்கத்தில காடுவெட்ட ஏலாதெண்டு சொல்லு...’

‘குளத்துக்குத் தெற்குப் பக்கமிருக்கிற சிங்களக் குடியேற்றக் காறன் விடுறானில்லை. உந்த மாதிரி போன வருஷம் காடு வெட்டப்போன கொஞ்சப்பேர் விட்டிட்டு ஓடிவந்திருக்கினை...’

‘தமிழ்ப் பகுதியில காடு வெட்டுற விஷயத்துக்கு சிங்களவன் ஏன் வில்லங்கப்பட வேணும், ரகு.’

'இருக்கு. அருவியாறு, இன்னும் வேற சில சில்லறை ஆறுகளும் அந்தப் பகுதிக்குள்ளால ஓடுதுகள். விவசாயத்தைப் பெருக்கினா அவங்கட நிலங்களுக்குத் தண்ணி வசதி குறைஞ்சிடுமெல்லே, அதுக்காண்டித்தான்.'

நிலம் – மண் – எவரின் ஆதாரத் தளமுமாய் அமைவது புரிவதுபோல் ஒரு பொறி இவனில். அப்படியானால் அப்பகுதியில் ரகுநாதன் காடு வெட்டப் போகாமலிருப்பது நல்லதாகப் பட, அதைச் சொன்னான்.

'எனக்கு வேற வழியில்லை, ராசன்' என்று அவன் மனது நோகாமல் மறுத்தான் ரகுநாதன். 'எனக்கு நிலம் வேணும். இந்த நிலத்தின்ர அவசியத்தை, மதிப்பை இப்பதான் எனக்கு விளங்குது. இதுக்குப் பின்னால இருந்த அண்ணையின்ர ஆசையையும் நான் மறக்கேலாது. இதுகளுக்காகவே நான் காடுவெட்ட வெளிக்கிட்டாலும், எங்கட உரிமையைக் காக்கிறதுக்கான யுத்தமும்தான் இது.'

பஸ் வந்தது.

இருவரும் எழுந்தனர். ரகுநாதன் சொன்னான்: 'மாசி முடிய காடுவெட்டப் போறன். பத்துப் பன்ரண்டு பேர் சேந்து வெட்டுறம். வெட்டி விதைக்கத் துவங்கியிட்டா பிறகு பயமில்லை.'

அவனிடம் விடைபெற்றுப் போவது தேவராசனுக்கு ஏனோ அன்று சிரமமாக இருந்தது. 'கவனம்' என்று மட்டும் சொன்னான்.

பகுதி X

1975க்குப் பின்

இன்னுமோர் அத்தியாயம் ஒன்று

2-1

பங்குனி பிறந்திருந்தது. இன்னும் பின்பனி மூசி மூசிக் கொட்டியது. நுளம்பு வேறு அந்த வருஷம் அதிகமோ. கால் மேலெல்லாம் நுளம்புக் கடிக்குச் சொறிந்து நகவிஷத்தில் ஆங்காங்கே சிரங்குப் புண்போல் ஒரு படர்வு எல்லோருக்கும். மறுநாள் அவர்கள் பாவற்குளம் காடு போகத் தீர்மானித் திருந்தார்கள். மூன்று நாட்களாக அவர்கள் அந்த இடத்தில் சேரத் துவங்கியிருந்தனர். ரகுநாதனுடன் சேர்ந்து பதினைந்து பேர். எண்ணிக்கை முதல்நாளே பூர்த்தியாயிற்று. காடு வெட்ட அது குறைந்த தொகைதான். ஆனால் அவர்கள் தம் எண்ணத்தைச் சாதிப்பார்கள்போலவே தோன்றிற்று.

ரகுநாதன் மறக்காமல் தவசிப்பிள்ளைக்குக் கடிதமெழுதி அவரது விருப்பம் கேட்டிருந்தான். இரண்டு மூன்று தடவைகள் அவன் இதற்காக தென்மராட்சி, வடமராட்சி, வேலணையெல்லாம் போகவேண்டி இருந்தது. அப்போது காடுவெட்ட விருப்பமாகவிருந்த மனிதர்களால் நினைத்த மாதத்தில் வேண்டாம், அடுத்த மாதத்தில்கூட, காடு வெட்டப் போய்விட முடியாது. ரகுநாதனெல்லாம் இரண்டு வருடங்களாய்க் கடுமையாக உழைத்துத்தான் தேவையான பணத்தைச் சேர்த்தான். காடுவெட்டுச் செலவுவென்பது சுமார் மூன்று மாத சாப்பாடு போக்குவரத்துச் செலவுகளும், ஆயுதச் செலவுகளும்தான். ஆனால் அவர்களுக்கு காட்டு ஓவசியருக்கான லஞ்சத்துக்கும், காணி பதிவதற்கு அந்தப் பகுதி காணி ஏ.ஜி.ஏ.க்கான சன்மானத்துக்கும்

பணம் தேவைப்பட்டது. நிலம் திருத்தி விவசாயம் செய்யத் தொடங்க, கிணறு வெட்டவென்று தேவைகளின் தொடர்ச்சி அதற்கு மேலும் உண்டு.

வவுனிக்குளத்தில் ரகுநாதனின் தம்பி கமத்திலேதான் அன்று எல்லோரும் கூடியிருந்தார்கள்.

அதிகாலை அய்ந்து மணிக்கு எழும்பிப் புறப்பட்டார்கள். பக்கத்திலுள்ள கமத்து சந்திரனிடம்தான் டிராக்டர் கேட்டிருந்தான் ரகுநாதன். டிராக்டர் வந்ததும் ஆயுதங்கள், சாப்பாட்டுச் சாமான்கள் எல்லாம் ரெயிலரில் ஏற்றப்பட்டன. சமையலுக்கான அரிசி காய்கறி சாமான்கள், பாத்திரங்கள், மண்ணெண்ணெய் அடுப்பு, லாம்புகள்போன்ற பிற உபகரணங்களும் எடுத்து வைத்தார்கள். ரகுநாதனே மெஷினை ஓட்டினான். மெஷின் மட்காட்டில் ரகுநாதனின் பக்கமாய் இருந்தான் மெஷின் சொந்தக்காரனான சந்திரன்.

‘மெதுவாய்ப் போ, ரகு’ என்று பெட்டியின் குலுக்கல் பொறுக்கமுடியாமல் சிலர் குரல் கொடுத்தார்கள். ‘காட்டுக்குள்ள ரண்டு மூண்டு மணிநேர நடையும் இருக்கு. ரண்டு மணிக்குள்ள வேரகமம் போய்ச் சேர்ந்தால்தான் நல்லது’ என்றான் ரகுநாதன்.

‘ஏன் அந்தப் பக்கம். உலுக்குளப் பக்கமாய்ப் போனாலென்ன. தூரம் மிச்சமெல்லே’ என்று கேட்டார் சங்கரி.

‘காரணத்தோடதான், அண்ணை. ஒருதற்ர கவனத்தையும் கவராமல் போறது இதில முக்கியம்.’

சங்கரி மேலே கேட்கவில்லை.

மூன்று மணியளவில் வேரகமம் வந்து சேர்ந்ததும், வலதுபுறமாய் கல்ரோடு ஒன்றில் திரும்பி சிறிதுதூரம் சென்று மெஷினை நிறுத்தினான் ரகுநாதன்.

சந்திரன் அன்புக்காகச் செய்தது அது. மெஷினுக்கு கூலி வாங்கவில்லை ரகுநாதனிடம். டீசலுக்குமட்டும் பணம் வாங்கிக்கொண்டு புறப்பட்டான்.

கல் ரோட்டில் சுமார் ஒரு மைல் தூரம் நடந்தால் அது முடிகிற இடத்திலிருந்து காட்டுக்குள் லொறி டிராக்டர்களின் சில்லுத் தடம் தொடரும். மேலே ஒரு மைல் ஒன்றரை மைல் நடந்தால் பாவற்குளத்தின் கீழ்க் கரையை அடையலாம். அங்கிருந்து கன்னிக் காட்டுக்குள் அவர்கள் வழியுண்டாக்கிக்கொண்டு செல்லவேண்டும். அப்பால் அதிக தூரம் செல்லும் முன்

கால்வாயொன்று குறுக்கிடும். அதன் வழியில் குறுக்காக வீழ்ந்திருக்கும் பெருமரமொன்று எதிர்ப்படும். அதில் ஏறிக் கரையடைந்தால் அவர்கள் வெட்டவிருக்கிற காடுதான்.

புதிய உற்சாகத்தோடும், புதிய நம்பிக்கைகளோடும் காடுவெட்டக் கிளம்பிய அந்தக் கூட்டம் சுமைகளைத் தலையில் ஏற்றிக்கொண்டு நடக்கத் துவங்கிற்று. கிளியன் புத்திசாலித்தனமாய் தனது சைக்கிளை டிராக்டரில் போட்டு வந்தது கிடுகுகளைக் கட்டி எடுத்துச் செல்ல வசதியாகப் போனது.

ரயர்த் தடங்களில் நடக்கத் துவங்க, வனம் அவர்களை விழுங்கத் துவங்கியது. வன்னியின் விளிம்பிலும் அந்தளவு அடர்த்தியான காடு, அவர்களில் பல பேருக்கு ஆச்சரியம். மரங்களின் புதர்களின் புற்களின் செழுமை நிலவளத்தைக் காட்டிற்று. பழுத்து விழுந்து காய்ந்த இலைகள் சருகாய், உக்கலாய், பசளையாய் மரங்களின் கீழே படைகட்டியிருந்தன. எங்கே பசுமையிருக்கவில்லை அந்த வனத்தில்.

திடீரென்று எதிர்ப்பக்கத்தில் வாகனமொன்று உறுமிக் கேட்க, வழியைவிட்டு ஒதுங்கி மறைந்து நின்றார்கள். மரமேற்றிய லொறியொன்று கடந்து போனபின் தம் பயணம் தொடர்ந்தனர். எதிர்த்த அமானுஷ்யம் மனத்திலிருந்த களவின் பயங்களை அடித்து மெல்ல ஓட்டியது. இந்தக் காடும், இந்த மண்ணும் அவர்களுக்கு இயற்கை பண்ணிக் கொடுத்த சாசனம்போல் ஒரு சுயாதீனம் பிறந்திருந்தது. அவர்களது உற்சாகத்தில் ரகுநாதனும் தெம்படைந்தான். உண்மை என்னவெனில் ஒருவர் தவிர மற்ற எவருடனும் எதிர்ப்பக்கத்துச் சிங்களக் குடியேற்றக்காரர்களால் விளையக் கூடிய அச்சுறுத்தல் அல்லது தொல்லை அல்லது ஆபத்துகள்பற்றி அவன் பேசியிருக்கவில்லை. ஒரு மகத்தான காரியத்துக்காக தன் தலைமையில் அவன் அவர்களைத் திரட்டிப் போய்க்கொண்டிருக்கிறான். நல்லது கெட்டதெல்லாம் அவன் தலைமீதே விழும். சாத்திய அசாத்தியங்களுக்கு அவனே பொறுப்பேற்க நேரும். லாப நட்டங்களுக்கு முகங்கொடுக்க வேண்டியதிருக்கும். அவன் திட்டத்துடனேயே எல்லாம் செய்ய முடிவுசெய்திருந்தான்.

சிறிது நேரத்தில் அந்த இடத்திலிருந்து பாதை ஒற்றையடியாய்க் குறுகி, பின் தடமும் மறைந்து விட்டிருந்தது. ரகுநாதன் நிதானமாக முன்பு காடு பார்க்க வந்திருந்த சமயம் கவனமாய் ஞாபகத்தில் குறித்து வைத்திருந்த அடையாளங்களின்படி சிறிது நடந்து மழைநீர் பாய்ந்தோடிக் கால்வாயான தடத்தில் குதித்துத்

தொடர்ந்தான். பாலியாற்று மணல்போல் பாதத்தின் கீழ் வண்டல் மணல் நறநறவென்று உணர்கையாகியது. ஆளுயரமும், மரங்களின் வேர்கள் புடைத்தும் நீட்டியும் தொங்கியும் நின்ற கால்வாயில் நேரே நடந்து, பாலம்போல் குறுக்காய்ச் சாய்ந்து காய்ந்து கிடந்த மரத்தின் மேலாய்க் கரைக்கு ஏறினான். எல்லாரும் கரையேறியதும் அடிவான்வரை கையைக் காட்டிச் சொன்னான்: 'இதுதான் எங்கட காடு.'

ஒவ்வொரு மயிர்த் தூவிகளினூடாகவும் அச் சொற்கள் அவர்களில் பாய்ந்து பரவசம் செய்தன. எங்கட காடு!

அடர்த்தி குறைந்திருந்தது அந்தப் பகுதி. வெட்டுகிற பணி பெரிய சிரமம் தராது.

எல்லோரது முகங்களிலும் முறுவல்.

சாமான்களையெல்லாம் இறக்கி வைத்துவிட்டு உடனடியாக எண்ணெய் அடுப்பை மூட்டி தேநீர் தயாரித்துக் குடித்தார்கள் களைப்பாற.

'காலமை எழும்பித்தான் காட்டைப் பாக்கப்போறம்' என்றான் ரகுநாதன்.

'அப்ப.... முந்தி நீ இஞ்சை வந்து பாக்கேல்லயோ, தம்பி' என்று கேட்டான் வல்லி.

'பாத்தனான்தான். இப்ப ஒரு அளவு, வெட்டுற வளமெல்லாம் பாக்கவேணுமெல்லே.'

மெய்தான். வெறுமனே மரங்களைத் தறித்து வீழ்த்துகிற விஷயமில்லை காடு வெட்டுவது. அது காற்று வளம் பார்த்து முதலில் தொடங்கப்படவேண்டும். எந்த மரத்தை எந்த மரத்தில் சாயும்படி தறித்தால் பாரமேற்ற மரத்தை பாதி தறித்ததும் வீழ்த்தலாமென்ற நுட்பம் அதில் இருக்கிறது. எந்த மரங்களை எந்த மரங்களுக்கிடையில் விழுத்தினால் தறிக்கிற வசதி பாதிக்காதென்றும் முன்னரே அனுமானித்துக்கொள்ளவேண்டும். எந்தெந்த மரங்களைப் பறுகுப் பற்றைகளை மூடி விழுத்தினால் ஒரு முனையில் வைக்கும் நெருப்பு வெட்டிய காடு முழுவதையும் பரந்து எரிக்குமென்ற அறிவின் சூக்குமத்துடன் கூடியது காடு வெட்டும் பணி. காடுகள் பல வெட்டிய அனுபவஸ்தரான சங்கரி எல்லாம் விளங்கப்படுத்திக் கூறினார்.

கேட்டுக்கொண்டிருந்த வல்லி திரும்பவும் வாயை வைத்துக்கொண்டு இருக்கேலாமல், 'கேக்கிறனெண்டு குறை

விளங்காத சங்கரி, இவ்வளவு அனுபவசாலியான நீ இப்பதானோ உனக்கெண்டு காடுவெட்ட வெளிக்கிட்டனீ" என்றான்.

சங்கரி பேசாமலிருந்தார்.

தன்னால் ஏன் அது அதுவரை முடியாமற் போனதென்று அவரே அப்போதுதான் யோசிப்பது போலிருந்தது.

ரகுநாதன்தான் வல்லிக்கு விளக்கம் கொடுத்தது. 'வல்லியண்ணை, காடு வெட்டத்தெரிஞ்சாமட்டும் காடு வெட்டி யிடேலாது. காட்டுக் கத்தி இருக்கு, கோடாலி இருக்குதெண்டும் ஆரம்பிச்சிடேலாது. அது வேற ஒரு விஷயம். இந்தமாதிரிப் பத்துப் பதினைஞ்சு பேர் நல்ல ஆக்களாய்ச் சேரவேணும், வசதியான ஒரு காட்டுப் பகுதி கிடைக்கவேணும், காட்டோவசியராலயோ பொலிஸாலயோ தொந்திரவு இல்லாமல் இருக்கவேணும், எல்லாத்துக்கும் மேலாய்ஞ். காசுவேணும். இப்பிடி சகல அடுக்கும் இருந்தாத்தான் இந்த வேலையைத் துவங்கலாம். இப்ப என்னைப் பாருங்கோவன், அஞ்சு வருஷமாய்க் கரைச்சியில நிக்கிறன், இப்பதானே என்னாலயே முடிஞ்சிருக்கு.'

'பின்னையென்ன சும்மாயே' என்று தலையிட்டார் கதிர்காமு. 'உன்ர மருமோன் செல்வராசா காசு இல்லாததாலதான இப்ப எங்களோட சேந்து காடுவெட்ட வரேல்லையெண்டு அண்டைக்கு நீ சொன்னாய்.'

'சரி, ராத்திரிப் பாட்டுக்கு என்னமாதிரியெண்டு சொல்லுங்கோ'என்று கேட்டு தாமோதரி அந்த விவகாரத்தை முடித்துவைத்தார்.

'ஒண்டும்வேண்டாம். பாணும் சம்பலும் இருக்கு. அதோட முடிச்சுக் கொள்ளுவம்' என்று அலுப்போடு கூறினார் லொறி கொம்பனிக்காரர் தவசி.

'அவருக்குப் பசிக்கேல்லப்போல' என யாரோ முணுமுணுத் தார்கள்.

சாப்பிட்டு முடிய படங்கு விரித்து, அதன்மேல் பாய் போட்டார்கள். 'வாய்க்குகளுக்குள்ள மறைச்சுவைச்சுக் கொண்டுவந்த போத்திலுகள அப்பவே நான் கண்டிட்டன். என்னெண்டான்ன செய்யுங்கோ. காலமை வெள்ளண எழும்பினா எனக்குச் சரிதான்' என்று பொதுப்படையில் சொல்லிவிட்டு ரகுநாதன் படுத்துக்கொண்டான்.

எதிர்நின்ற காரியத்தின் பிரமாண்டம் அவனை இன்னும்தான் திகைக்க வைத்துக் கொண்டிருந்தது. முடிக்கிறவரையில் அவனால் வெகு இயல்புக்கு வந்துவிட முடியாது.

2-2

அன்றிரவு நல்ல அயதியில் தூங்கினர். மறுநாள் வெள்ளி முளைக்க எழுந்து தேநீர் வைத்துக் குடித்தனர். புதிய அனுபவங்களுள் மூழ்கியிருந்துவிட்டு, நன்கு வெளுத்து வந்ததும், தான் தண்ணீருக்கு ஒரு வழி தேடிக்கொண்டு வருவதாகவும், அதுவரை இருக்கிற குடிதண்ணீரைச் செட்டாகப் பாவிக்கும்படியும் சொல்லிவிட்டு ரகுநாதன் போனான். மற்றவர்கள் கம்புகள், பாய்ச்சித் தடிகளை வெட்டிவந்து பத்தி ஒன்று போட ஆரம்பித்தனர்.

கானாற்றுக் கால்வாயில் இறங்கி குளத்திசையில் நடந்தான் ரகுநாதன். ஈரற்பெரியகுளத்துக்கும் பாவற் குளத்திற்கும் அருவியாற்றுக்கும் இடையே நிறையச் சிறு குளங்களும், சின்னஞ் சிறு கானாறுகளும் இருப்பது அவனுக்குத் தெரியும். ஏதாவதொரு நீர்நிலை எதிர்ப்படாமல் போகாதென்று தொடர்ந்து நடந்தான். கானின் அழகிலும், வளப்பத்திலும் அவனது மனம் கொடி கட்டி ஆடியது. காலையில் விரிந்த கதிர், பனிப்புலத்தில் புகைநிறம் காட்டியது. மரற்கிளைகள் அசைய கதிரின் நடனங்கள் தெரிந்தன. அந்தக் குளிர்மையும், காற்றின் பரிசுத்தமும், உறைந்திருந்த மௌனமும்.... அவன் அந்த இதங்களில் இறக்கை முளைத்துத் தேவனாகினான். சட்டென அவனது பிரக்ஞை மீண்டது. அவனது முதல் வேலை தண்ணீர் நிலை கண்டுபிடிப்பது. அதுவும் விரைவில் அகப்பட்டது. கால்வாயில் ஓரிடம் சேறும் சுரியுமாக இருக்க ஓடிப்போய் கையால் அதை வறுகிப் பார்த்தான். பளிங்கு நீர் கொள கொளவென ஊறி வந்தது. மண்வெட்டி கொண்டுவந்திருந்தால் வெட்டியே பார்த்திருக்கலாமென்று நினைத்தபடி திரும்பினான்.

அப்போது கால்வாயின் எதிர்ப்புறக் காட்டில் மரக் கிளைகள் நறநறவென ஒடியும் ஓசை கேட்டது. தொடர்ந்து சருகுகள் சுள்ளிகள் தடிகள் நொருங்கிய சத்தம். நொடிப்பொழுதில் அது என்னவென்பதை அவன் கண்டுகொண்டான். கரைக்குத் தாவியேறி அங்கிருந்த விண்ணாங்கு மரமொன்றோடு மறைந்து நின்று எதிர்ப்புறம் பார்த்தான். இரண்டு மூன்று குன்றுகள் அசைவது தெரிந்தது. காட்டானைகள். நெடுமரங்களும் குன்றியிருந் தன அவற்றின் பிரமாண்டத்தில். என்ன வளர்த்தி. சிறிது நேரம் நின்று கவனித்தான். யானைகள் இந்தப் பக்கம் திரும்புமெனத் தோன்றாது போக மெல்லப் பின்வாங்கி நடந்தான்.

மனம் உளைந்தது அவனுக்கு. இவ்வளவு கஷ்டப்பட்டு எல்லா ஆயத்தமும் செய்துவந்து, ஒரு நெடிய கனவை நிறைவேற்றவிருந்த கடைசித் தருணத்தில் அப்படியோர் இடையூறா.

இனி போய்விட முடியாது.

ஒரு திரும்புகையின் எண்ணத்தை அறுதியாய் அறுத்துவிட்டு அவன் தன்னோடு வந்தவர்கள் வேலைசெய்யத் தயாராகிக் கொண்டிருந்த இடத்தை அடைந்தான்.

'என்ன ரகு, தண்ணிக்கு வழி கண்டாச்சோ.' கேட்டான் கந்தசாமி.

'ம்.'

'பிறகேன் முகஞ் சரியில்லாமல் இருக்கிறாய்.'

'கால்வாய்க்கு அந்தப் பக்கத்தில ஆனையளப் பாத்தன்.'

'ராத்திரி ரண்டு மூண்டு கூப்பிடு தூரத்தில ஆனையொண்டு கத்திக்கேட்டுது' என்றார் தாமோதரி.

'நானும் கேட்டன்' என்றார் சங்கரி. 'பிள்ளையாரே... பிள்ளையாரேயெண்டு நேர்ந்துகொண்டு கிடந்து நித்திரையானன். வேலையெல்லாம் முடிஞ்சாப்புறம் எல்லாருமாய் ஒருக்கா முருகண்டிக்குப் போட்டு வரவேணும், சொல்லிப்போட்டன்.'

அவர்கள் மௌனமாயிருந்தனர். பயந்தமாதிரியும் தெரியவில்லை. ஆனால் அது சின்ன சமாச்சாரமில்லை. அவை தற்செயலாக அந்தப் பக்கம் வந்த யானைகளாயிருந்தால் காரியமில்லை. அதுவே யானைக் காடாய் இருந்துவிட்டால் வில்லங்கம்தான். எதுக்கும் மறுநாளும் அதைக் கவனித்துவிட்டுத் தான் எதையும் முடிவுசெய்ய வேண்டுமென ரகுநாதன் எண்ணிக்கொண்டான்.

பத்தியில் சமையல் வேலையைத் துவங்கினார் தாமோதரி. அவர்கள் தங்குவதற்கான ஓரிடமும் தொடர்ந்து அமைக்க வேண்டியிருந்தது. அன்றைய பொழுது அதனுடன் முடிந்தது. மாலையில் ஒரு நடைபோய் தண்ணீர் வந்த இடத்தில் பார்த்துவிடலாமென தாமோதரியோடும் வேலாயுதத்தோடும் புறப்பட்டான் ரகுநாதன்.

குருவிகள் நானாவிதங்களில் கிளுகிளுத்துக் கொண்டிருந்தன.

மாலையில் அடையும் குருவிகளின் ஆயிரம் ஆயிரம் சிறகடிப்புகள் ஒருபுறமாய்.

குஞ்சுகளோடு தாய்கள் பேசின. அணைத்தன.

ரகுநாதன் தண்ணீர் சுரந்த இடத்தைக் காட்டினான்.

வேலாயுதம் வெட்டினான் இரண்டு மூன்றடிச் சுற்றளவில். இரண்டடி ஆழம் வெட்டு முன்னரே மேற்கொண்டு வெட்ட முடியாதபடி நீர் வந்து நிறைந்து தளும்பியது.

யுத்தத்தின் முதலாம் அதிகாரம்

'ஊத்துத்தான், தம்பி' என்று குதூகலித்தான் வேலாயுதம். ரகுநாதன் எதையோ செவிகொடுத்துக் கேட்க முனைந்து கொண்டிருப்பது கண்டு, 'என்ன ஆனையோ' என்றான்.

'ம். தூரப் போட்டுதுகள்போல. காலமை உதிலதான் நிண்டுதுகள்' என்று கூறினான் ரகுநாதன்.

'போயிடுங்கள், நீ யோசியாத, ரகு. அப்படிப் போகேல்ல யெண்டாலும் கால்வாயைத் தாண்டி இஞ்சால வராதபடி ஒரு வேலை செய்யலாம்' என்றார் தாமோதரி.

'என்ன...' 'என்ன...' ரகுநாதன் வேலாயுதம் இருவரும் ஆவலாதியாய்க் கேட்டனர்.

'நாளைக்குக் கிழமை என்ன... வெள்ளிக்கிழமையெல்லோ... நாளைக்குப் பாருங்கோவன்.'

மன உற்சாகம் குன்றியிருந்த ரகுநாதன் என்ன எப்படியென்று வினாவிடுத்துக்கொண்டு நிற்கவில்லை.

அவர்கள் திரும்பினார்கள்.

காலையில் வெள்ளென எழும்பிய ரகுநாதன் யானையின் ஊசாட்டம் பார்க்க கால்வாய்க் கரை சென்றான். விண்ணாங்கு மரத்துக்கப்பால் நின்ற ஒரு சிறிய அரச மரத்தினடியில் கோயில் அமைத்துக் கொண்டிருந்தார் தாமோதரி.

பக்கத்தில் பயபக்தியோடு பரம். பிள்ளையார் பிடிப்பதும் சுகம், வடிப்பதும் சுகம். நல்ல அமைப்பான கல் ஒன்று அழகாக அரசமரத்தடியில் உட்கார்ந்து கொண்டிருந்தது. சந்தனம் குங்குமம் அணிவிக்கப்பட்டிருந்தது. சாம்பிராணி மணத்தது. சூடம் கொளுத்தி ஆரத்தி காட்டினார் தாமோதரி. 'நீயும் வந்து கும்பிடு, ரகு' என்று அவனையும் அழைத்தார்.

அவன் சிரித்தான். 'நான் இன்னும் மோங்கழுவேல்லை. நீங்கள் கும்பிட்டுட்டு வாருங்கோ.'

2-3

அவனுக்கு அது அதிசயமாக இருந்தது. காடுவெட்டத் துவங்கி இரண்டு மூன்று நாட்கள் ஆகியிருந்தன. யானைகள் மீண்டும் கண்ணில் படவில்லை. தூர தூரத்திலாய் பிளிறல்கள் மட்டும் அவ்வப்போது இரவில் கேட்டன. அடுத்த வெள்ளி மாலை தாமோதரி போய் விளக்கு வைத்துவிட்டு வந்தார்.

நம்பிக்கையின் விதைகள் விழுந்தனபோல் அன்றிரவு ரகுநாதனின் மனம் பாரமவிழ்த்து விண்ணென்று மேலே பறக்கத் தயாராகவிருந்தது. எல்லோரும் படுத்தார்கள். தூங்கு கிறார்கள்போலத் தெரிந்தது. உண்மையில் சிலர் தூக்கமற்றும் இருந்திருக்கலாம் அவன்போல்.

கண்மூடித்தான் கிடந்தான். ஆனாலும் ஒரு பொழுதில் நட்சத்திரங்கள் தெரிந்தன. சாயத் துவங்கியிருந்த நிலா கிளைகளுக்கூடாய்ச் சதிராடியது.

அவன் அவளை வெகு அணுக்கத்தில் சந்தித்தது ஒரு சில தருணங்களிலேயே. சில வெள்ளிகளில் அவள் தலையில் கொண்டிருந்த சிகக்காய் வாசம் அப்போதும் நெஞ்சில் மணத்தது. அவனே ஒருபோது அளவோடு விலகியிருந்தவன். இப்போது நிலம் குறித்த அவன் கனவு நனவாகிக் கொண்டிருக்கிற நிலையில் அவனது அவளுடனான அணுக்கத்தின் இடைவெளி சுருங்கலாம். அந்தரங்கமாய்ச் சந்திக்க மனத்தில் எண்ணம் சிலிர்த்தது.

பத்து நாட்களாயிற்று. மும்முரமாய்க் காடு வெட்டுகை நடந்து கொண்டிருந்தது. தாமோதரியின் மகன் பரத்தை சூதுவென்றபுலவு என்ற ஊரிலுள்ள கடைக்குப் போய்வரும்படி கூறியிருந்தார் தாமோதரி. சீனி, தேயிலை, பீடி, புகையிலை, வெற்றிலை, பாக்கு, தீப்பெட்டியென்று வாங்க வேண்டியிருந்தது. அதோடு பச்சைக் காய்கறிகளும் வாங்கி வந்து விடலாம். ஏற்கனவே சின்னானோடு ஒருமுறை இட்டிக்குளம்வரை பரம் போய்வந்திருக்கிறான். மதியச் சாப்பாட்டுக்கு மேலே அவன் வெளிக்கிடுவதாக இருந்தது.

அன்று பகல் சாப்பிடவே இரண்டு இரண்டரை மணியாகிவிட்டது. மேலே பரம் சைக்கிளை எடுத்துக்கொண்டு புறப்பட்டான். மற்றவர்கள் காடு வெட்டத் துவங்கினர்.

மாலையில் வேலை முடிந்து திரும்பி குளிக்கப் போகுமுன் எல்லோரும் தேநீர் குடித்துக்கொண்டிருந்தார்கள்.

இருட்டிக்கொண்டிருந்தது. தாமோதரி மட்டும் கலகலப்பா யில்லை. தேநீர் குடித்து முடிய எழுந்தார். 'நான் ஒருக்கால் பொடியனை றோட்டுக்காண போய்ப் பாத்திட்டு வாறன். எனக்கு மனம் கேக்கேல்லை' என்றுவிட்டுப் புறப்பட்டார்.

ரகுநாதனுக்கே அந்த நினைப்பு மனத்தில் இருந்துகொண்டி ருந்ததோ. தானும் வருவதாக ரோச் லயிற்றையும் எடுத்துக்கொண்டு கூடப்போனான். அருளப்பு, கதிராமு, வல்லி, தவசியென்று மற்றவர்களும் பின்னால் எழுந்து போயினர்.

திடீரென்று முன் பக்கமாய் தொலைவில் பிளிறலொலிகள் கேட்டன.

'முருகண்டியானே.' கூவிக்கொண்டு முன்னே ஓடத் துவங்கினார் தாமோதரி. யாருக்கும் எதுவும் சொல்லத் தோன்ற வில்லை. கூட ஓடினார்கள்.

ரோட்டில் மிதந்த தாமோதரி சட்டென நின்றார்.

கூப்பிடு தொலைவில் அந்தச் செம்மண் கிரவல் பாதையில் சைக்கிளை உருட்டியபடி ஓடிவந்து கொண்டிருந்தான் பரம். பின்னால் ஒரு யானைக் கூட்டம். எத்தனை, ஒரு ஏழு... எட்டு... பத்து.... இருக்குமா.

பரம் இனி தனக்குப் பிள்ளையில்லையென்றே எண்ணி விட்டார் தாமோதரி. மீண்டும்... மீண்டும்... தன் வாலாயக் கடவுளையே தஞ் சமாய்க் கூவி அழைத்துக் கொண்டிருந்தார். எதிர்க்க ஓடவுங்கூட இயலாத ஸ்தம்பிதம் அவரில்.

யானைக் கூட்டம் திமுதிமுவென பரத்தைத் துரத்தி வருகின்றது.

அதிர்கிறது நிலம்.

பரம் இனி முடியாதென்கிற நிலையில் சைக்கிளைப் போட்டுவிட்டு பறந்து வருகிறான்.

எல்லோரும் திகைத்தும், புலன்கள் அழிந்தும்.

உயிரியல்பால் சிலர் மெல்லப் பின்னகர்கின்றனர். திரும்பியோட எழுந்த உந்தகையை அடக்கிக்கொண்டு பின்னால் நின்று கத்துகிறான் அருளப்பு: 'தம்பீ... அவரை இஞ்சால வரச் சொல்லும்... கூட்டமாய் வந்த ஆனை ஆளைப் பாத்தால் போகாது... இஞ் சால வாரும் தாமோதரி.'

யார் கவனித்தார்கள்.

அது ஒரு மானுஷீகத்தின் விழுமிய தருணம்.

தாமோதரி ஓடிவர மாட்டார். அவருக்காக ரகுநாதன் ஓடி வரமாட்டான். அவனுக்காக மற்றவர்கள் ஓடமாட்டார்கள். கடைசித் தருணத்துக்கு இடைவெளி இன்னும் சில நொடிகளே.

பரம் எதிலோ தடுக்கினான்.

கடவுளே! எல்லார் இதயங்களும் கூவின.

நல்லவேளை, கீழே விழாமல் நிதானித்துக்கொண்டு அவன் மறுபடி ஓடினான்.

அந்தப்பொழுதில் யானைகள் பத்துக் கவடுகள் அளவில் பரத்துக்கும் தங்களுக்குமான இடைவெளியைக் குறைத்து விட்டிருந்தன.

இன்னும் பத்துக் கவடுகள் தாண்டினால்... பரம் செத்தான்.

திடீரென்று ஓர் ஒற்றைக் கொம்பன் யானை பக்கத்து மரக் கூடலிலிருந்து வந்து பரத்துக்கும் யானைக் கூட்டத்துக்குமிடையே தோன்றியது. தன் தும்பிக்கையை உயர்த்தி நின்று பிளிறியது.

ஆ! அசையவில்லை எவரும்.

ஒரு பனை உயரத்தக்குப்போன்ற அதன் பிரமாண்டம் யானைக் கூட்டத்தைத் தடுத்து நிறுத்தியது.

ஆனாலும் ஆவேசம் தணியாதவையாய் நின்று அவை கலகம் பண்ணிக் கொண்டிருந்தன. இரண்டு மூன்று யானைகள் பரம் போட்டுவிட்டு ஓடிய சைக்கிளை திரும்பிப்போய்த் துவம்சம் செய்துகொண்டிருந்தன.

ஒற்றைக் கொம்பன் ஓர் அசுர வேகத்தில் யானைக் கூட்டத்தைநோக்கித் திரும்பியது. இரண்டு முறைகள் பிளிறியது. தும்... ஒரு அடி எடுத்து வைத்தது. தும்ஞ் இரண்டாம் அடி.

பயங்கரம் அவதாரமெடுத்திருந்தது ஒற்றைக் கொம்பனாய்.

யானைக் கூட்டம் பின்வாங்கியது மெல்ல.

ஒற்றைக் கொம்பன் மாதிரமதிர நடந்தது. யானைக் கூட்டம் மேலும் பின்வாங்கி தூரத்து இருளில் மறைந்தது.

பிறகு ஒற்றைக் கொம்பனும்.

பொத்தென நிலத்தில் விழுந்து அழுது அரற்றத் துவங்கினார் தாமோதரி.

பரம் வந்து சேர்ந்துவிட்டான். தம் ஸ்தம்பிதம் கலைந்து மற்றவர்கள் அவனைத் தேற்றினர்.

அந்த நிகழ்வை எப்படிப் புரிவதென்று எவருக்கும் தெரியவில்லை. குறிப்பாக ரகுநாதனுக்கு.

தாமோதரிக்குப் புரிந்தது. பரமும் புரிந்தான். வேறு சிலரும் மெல்ல மெல்லப் புரிவதுபோல் உணர்ந்தனர். ஆனால் யாரால் சொல்லக்கூடும்.

அது ஒரு அனைத்தும் கடந்த பரவச நிலை. எல்லோரும் மெல்லத் திரும்பினர் ஒரு மோன மூட்டத்துள்.

2-4

இன்னும் ஒருநாள் வேலையில் காடு வெட்டி முடிகிறது. இரவு அவர்கள் வெகுநேரம் பேசிக்கொண்டிருந்தார்கள். படுக்க நள்ளிரவுக்கு மேலேயிருக்கும். பரம் ஒரு சின்ன பற்றி ரேடியோவை வைத்து கொற... கொற...வென முறுக்கிக் கொண்டிருந்தான். யாரோ இருவர் குபீரெனச் சிரித்தனர். வல்லி வப்புக் கதை சொல்லியிருக்கவேணும். எந்நேரம் தூங்கினரோ, விடிவிடியென எழுந்துவிட்டிருந்தனர்.

கதிரன்தான் காற்றில் எதையோ கிரகித்துவிட்டு சங்கரியை அழைத்துக் கவனிக்கச் சொன்னான். 'கேட்டியே.'

டொக்... டொக்... டொக்டொக்... டொக் டொக்...

'ம். கேட்டன்.'

'என்னது.'

அவர்கள் பேச்சைக் கேட்ட ரகுநாதன் சொன்னான்: 'ஆரோ களவாய் மரம் வெட்டுறாங்கள்போல. இல்லாட்டி எங்களைப் போலதான் ஆரும் காடு வெட்டுகினமோ தெரியாது.'

'அப்ப எங்களுக்குத் துணை வந்திருக்கெண்டு சொல்லு' என்றார் தவசி.

'துணை வந்தது சரிதான். ஆனா உதவிக்கோ உபத்திர வத்துக்கோ எண்டு ஆருக்குத் தெரியும்.'

'விளங்கேல்லை, ரகு.'

'நாங்கள் விதைச்சு பயிராகிறவரைக்கும் இந்த விஷயம் வெளியில தெரியவரக்குடாது, மாமா.'

எல்லாருக்கும் மனத்தில் மெல்லிய பய, துக்க அலையடிப்புகள். கிளம்பினர்.

இருட்டிய பிறகுதான் அன்று வேலை முடிந்தது. எல்லோரும் நிம்மதியாகத் திரும்பினர். இன்னும் ஒரு மாதத்தில் வெட்டிய பகுதிக்குத் தீ வைக்கலாம். அதற்குள் மழையும் கடுங்காற்றும் என்கிற முக்கியமான இரண்டு இயற்கை இடையூறுகள் நேராதிருக்க வேண்டும்.

அவர்களில் பாதிப் பேர் கொட்டிலில் காவலுக்கு நிற்க மற்றவர்கள் மறுநாள் காலையில் ஊர் புறப்படுவதென்றும், ஊர் போனவர்கள் இரண்டு கிழமையில் வந்து காவலிருப்பவர்களை வீடு செல்ல மாற்றி விடுவதென்றும் ஏற்பாடாகிற்று. அனேகமாக

எல்லோருமே காடு வெட்டிய காலத்தில் ஒன்றோ இரண்டோ முறைகள் ஊர் போய்வந்தவர்கள்தான் தாமோதரியையும் ரகுநாதனையும் தவிர.

அன்று எட்டு மணிக்கு மேலேதான் அவர்கள் மேல் கழுவி வந்து சாப்பிட ஆரம்பித்தனர். வேலை முடிந்த மகிழ்ச்சியில் வல்லியும் இன்னும் சிலரும் கொண்டாட்டம் துவங்கினர்.

மறைத்து வைத்திருந்த குறைச் சாராயப் போத்தல்கள் ஒவ்வொன்றாக வெளிவந்தன.

ஒருபொழுது, அருளப்பு வல்லியைத் தூண்டினான் ஒரு கதைக்கு. 'நாளைக்கு வீட்டை போற உனக்கும் கதை கேக்குதோ' என்று வல்லி நக்கல் பண்ணிவிட்டு கதை சொல்லத் துவங்கினான்:

உடையாற்ற பெண்சாதி பவளம் அப்படியொரு வடிவு கண்டியோ. நிறமெண்டால் அலரிப்பூ. பிள்ளை பெறாத உடம்பு. வயசும் குறைவு. உடையாருக்குக் கொழும்பில வேலையெண்டபடியா பவளம் அரிப்பெடுத்துத் திரிஞ்சாள். உடும்பு கொழுத்தால் பொந்துக்குள்ள இருக்காதென்பினம். அவளுக்கும் அந்த நிலமைதான்.

அண்ணாச்சி அங்க நாலு தென்னை மரம் கட்டியிருந்தான். காலமையும் பின்னேரப் பாட்டிலயும் சீவலுக்குப் போறவன். சீவலுக்கு அவன் ஏறி இறங்கிறதையெல்லாம் பவளம் கள்ளத்தில பாத்துக்கொண்டு நிப்பாள். இதை ஒருநாள் இருந்தாப்போல கண்டிட்ட அண்ணாச்சாமிக்கும் அருட்டத் துவங்கியிட்டுது. அவளின்ர மதர்த்த ஏறு பாச்சியளில மயங்கிப் போய், என்ன, உடையார் இப்பெல்லாம் நல்லாய் இறைக்கிறாரில்லைப்போல, கிணத்தில தண்ணி நிரம்பி வழியுது, நாச்சியாரெண்டு ஒருநாள் பேச்சுவாக்கில சொல்லியிட்டு வந்திட்டான்.

பவளத்திற்கு அது விளங்கேல்லை. பாறை கண்டுகிடக்குது கிணறு, அண்ணாச்சி சொல்லுறது எந்தக் கிணத்தை, எந்தக் கிணறுதான் முட்டினா வழியும் எண்டெல்லாம் நினைச்சுக் குழம்பினாள். கடைசியில ஒரு மாதிரி அவளுக்கு விஷயம் புடிபட்டிட்டுது.

ஒருநாள் மம்மலுக்குள்ள சீவ வந்தவனிட்ட, அண்ணாச்சி, அண்ணாச்சி, ஒரு நாளைக்கு நீயாவது கொஞ்சம் இறைச்சிட்டுப் போவனெண்டு கேட்டிருக்கிறாள்.

அண்ணாச்சியே விடுற ஆள். அந்த ஒற்றை ராத்திரியிலேயே பாதிக் கிணறு வத்த இறைச்சிட்டான்.

இந்த வேலை தொடர்ந்தும் அப்பப்ப நடந்துகொண்டு இருந்திது. விளைஞ்ச மதாளிப்பெல்லாம் குறைஞ்சு இன்னும் வடிவாய்ப்

போனாள் பவளம். ஒருநாள் அண்ணாச்சியே சோட்டையெடுத்து வந்து அரிச்சிருக்கிறான். விசர்க்கதை கதைக்காத, அந்தாள் வந்து நிக்குதெல்லே, அவர் கொழும்புக்குத் திரும்பிப் போகட்டும் பிறகு பாப்பம் எண்டிருக்கிறாள் அவள்.

அவனோ தட்டுப்பொல்லைக் கையில வைச்சுக்கொண்டு கசக்கி... முறுக்கி... சுதியேறி நிண்டு தவிக்கிறான். ஒரு இறைப்பு மட்டும் முடிச்சிட்டுப் போயிடுறன் எண்டு கெஞ்சியிருக்கிறான். அவள் மசியேல்லை. அந்தாள் நல்ல விவேகி, நீ இந்தமாதிரி எனக்கு முன்னால நிண்டு நெளியிறதக் கண்டாலே இவைக்குள்ள ஏதோ இருக்குதெண்டு கணக்குப் போட்டிடும், போடாப்பா போவெண்டு புறங்கையால வீசியிருக்கிறாள்.

அண்ணாச்சிக்கு ரோஷம் வந்திட்டிது. அப்ப அவனுக்கு ஞாபகம் வந்திது, உடையார் மக்க நாள் வந்து தென்னையளில தேங்காய் புடுங்கச் சொன்னது. உடன ஒரு அய்டியாப் போட்டான். பேந்து சொன்னான்: அந்தாள் நல்ல விவேகியோ. சரிசரி இருக்கட்டும், நாச்சியார். நாளைக்கு என்ர கெட்டித்தனத்தைக் காட்டுறன், அதையும் ஒருக்காப் பாரும். உடையாருக்கு முன்னாலயே வைச்சு உம்மை இறைக்காட்டி நான் நாகனுக்குப் புள்ளையாய்ப் புறக்கேல்லையெண்டு வைச்சுக்கொள்ளும்.

அவன் சொல்லியிட்டு விறுவிறெண்டு போட்டான்.

மக்க நாள் வந்தான். ரண்டு மரங்களில ஏறித் தேங்காய் புடுங்கினான். தேங்காயளோட இளசுகளையும் முட்டுக்காயளயும் இளைத்துப் போட்டான். அதைக் கண்டிட்டு உடையார் வந்து நிண்டு றெக்கிளாஸ் பண்ணினார். அந்தக் குலையைப் புடுங்கு... பாளையை இழுத்துப் போடு... பழுத்த ஓலையை இடுங்கி விடடாப்பா எண்டு.

அடுப்படிக்கை நிண்ட பவளத்துக்கு பெரிய ஆவலாதி யாய்ப் போச்சு. அவருக்கு முன்னால வைச்சு அண்ணாச்சி இறைக்கிறதாய்ச் சொன்னானே, என்னமாதிரிச் செய்யப்போறா னெண்டு நெச்சுக்கொண்டு வெளியில வந்து புருஷனுக்குப் பக்கத்தில நிண்டாள்.

அந்தநேரத்தைப் பாத்து பாதி தென்னையில ஏறியிருந்த அண்ணாச்சாமி சட்டெனஅதிலயே கொடுக்குப் புடியில இருந்திட்டான். பிறகு கீழை பாத்திட்டுச் சத்தம் போடத் துவங்கினான்.

'என்னெண்டு... என்னெண்டு வல்லியண்ணை.' ஏக காலத்தில், கேட்டுக்கொண்டு இருந்தவர்களெல்லாம் வினா எழுப்பினார்கள்.

வல்லி சொன்னான்: இதென்னவும் உடையார், இந்த வெட்டவெளியில... அதுவும் பட்டப்பகல்ல... எனக்குக் கீழை பாக்கவே வெக்கமாய் இருக்குதும்... என்னதான் கட்டின பெஞ்சாதியெண்டாலும் இப்பிடியே... எழும்பி உள்ள போம் உடையார்... உள்ள போம் உடையார்... உள்ள போம்.

உடையாருக்கு ஒண்டும் விளங்கேல்லை. இவன் என்னடி சொல்லுறான் எண்டு புறுபுறுத்திட்டு, டேய் அண்ணாச்சி, என்னடா சொல்லுறாய் நீ; ஏன்ரா வெக்கப்படுறமாதிரி நான் என்னடா செய்யிறன்; சும்மா தானயடா இதில நிண்டு கொண்டிருக்கிறன்; ஏனடா எழும்பச் சொல்லுறாய்; நானென்ன படுத்தேயடா கிடக்கிறனெண்டு கேட்டிருக்கிறார்.

போகம் செய்யிறீர் உடையார், உம்மட மனுஷியோட போகம் செய்யிறீர் எண்டிருக்கிறான் அண்ணாச்சி.

இதென்ன புதினாணயமான கதையாய் இருக்கு, ம். எங்க இறங்கு, அதையொருக்கா நானும் பாத்திடுறன் எண்டார் உடையார். அண்ணாச்சி இறங்கினவுடன கொடுக்கை இழுத்துக் கட்டிக்கொண்டு ஒருமாதிரி வில்லங்கப்பட்டு உடையார் பாதித் தென்னை ஏறினார். நல்ல வடிவாய்க் கட்டிப்புடிச்சுக் கொண்டிருந்து கீழை பாத்தா... மெய்தான் அவன் சொன்னது... தன்ர மனுஷியோட அவன் போகம் செய்யிறதுபோலவே தெரிஞ்சுகொண்டிருந்திது.

வலு கஷ்ரப்பட்டு நெஞ்சு துடையெல்லாம் மரம் உரஞ்சின சிராய்ப்புகளோட மெதுவாய்க் கீழை இறங்கி வந்தார் உடையார்.

என்னரும்... என்னரும்... என்ன பாத்தனீர் மரத்திலயிருந்து... சொல்லும் உடையாரெண்டு வலு பணிவாய்க் கேட்டு நச்சரித்தான் அண்ணாச்சி.

அட போடா... என்றார் உடையார்.

உடையாருக்குச் சரியான புளுகம். காணாததைக் கண்டவரெல்லோ. மந்திர மரத்தைப் பாக்கிறமாதிரி அந்தத் தென்னையை மதிப்போட பாத்தாராம் அவர் என்று கதையை முடித்தான் வல்லி.

'வல்லியண்ணை... வல்லியண்ணை' என்று கத்தினான் கதிர்காமு.

'என்னடா.'

'உந்தக் கதையில நீ பாதி விஷயம் சொல்லாமல் விட்டிட்டாய்...'

‘சொன்னா, ராவைக்கு நீ நிம்மதியாய்ப் படுத்து நித்திரை கொண்டிடுவியே. தம்பியும் இருக்குதெண்டு அடக்கித்தான் வாசிச்சன்’ என்றான் வல்லி.

2-5

மறுநாள் காவலுக்கு பாதிப் பேர் கமத்தில் நிற்க மற்றையோர் ஊருக்குப் புறப்பட்டனர். எல்லோரையும் வவுனியாவில் விட்டுவிட்டு ரகுநாதன் வவுனிக்குளம் போனான். தாயார் உடல்நலமில்லாதிருந்ததாய் அறிந்து அங்கிருந்து வட்டாரம் போனான். பிறகு முத்தையன்கட்டு போய்விட்டு மறுபடி வவுனிக்குளம் வர பன்னிரண்டு நாட்கள் பறந்தோடிவிட்டிருந்தன. சொல்லிவைத்தபடி எல்லோரும் அங்கே வந்து சந்தித்தனர். மறுநாள் ஒன்றாக பாவற்குளம் போனார்கள்.

கால்வாய்க்குள் நடந்து வந்தவர்கள் மிக உற்சாகமாக கரைக்குத் தாவி ஏறியதும், சட்டென நின்றனர். கமக்கொட்டிலுக்கு முன்னால் இருபது முப்பது பேர்வரையில் வாலிபர்களும் வளர்ந்தவர்களுமாய் நின்றுகொண்டிருந்தார்கள். சாரத்துக்கு பெல்ற் கட்டின மனிதர்களும், ட்றவுசர் அணிந்த சிலருமாய் அவர்கள். காடு வெட்டியவர்களைத் தேடுபவர்கள்போல் சுழன்று நோக்கிக்கொண்டு இருந்தார்கள். கொட்டிலில் காவலுக்கு நின்றவர்களைக் காணவில்லை.

‘ஆருக்கெண்டான்ன சிங்களம் தெரியுமோ’ என்று மெல்ல யாரோ யாரையோ வினவியது கேட்டது.

‘ஸ்ஸ்...’ என்று அடக்கிய ரகுநாதன் அந்தப்படியே எல்லோரையும் நின்று கொண்டிருக்கவும் சைகை காட்டினான்.

வெகுநேரத்தின் பின் மொறுமொறுப்போடு நின்றிருந்தவர்கள் விலகிப் போயினர்.

யாருக்கும் முகத்தில் உயிர்க்களை இல்லை.

எல்லோரும் மெல்ல கொட்டிலுக்கு வந்தனர். பின்னர்தான் எங்கோ மறைந்திருந்தவர்கள் மெல்ல வெளிப்பட்டனர்.

‘இப்ப என்ன ரகு செய்யிறது.’ தவசி கேட்டார்.

‘இனியென்ன மாமா, விட்டுட்டே ஓடேலும். சொன்னபடி நாளைக்கு நெருப்பு வைக்கிறது வைக்கிறதுதான். நடக்கிறது

நடக்கட்டும். அவசியமெண்டா... அவங்கட முறையில, நாங்களும் தண்டுமுண்டுக்கு நிக்க வேண்டியதுதான்.'

இருண்டு சிறிதுநேரம்தான் ஆகியிருந்தது.

தவசியிடம் சிகரெட் ஒன்று வாங்கி கட்டை ஒன்றிலமர்ந்து புகைத்துக்கொண்டிருந்த ரகுநாதன், ஏதோ யோசனையில் பட்டவன்போல் எழுந்தான். 'அந்தப் பக்கமாய்க் காடு வெட்டினமாதிரி சத்தம் கேட்டுதெல்லோ, அந்த ஆக்களின் நிலமை என்னெண்டு ஒருக்காப் பாத்திட்டு வந்திடுறன்...'

'அங்கையெல்லாம் போகவேண்டாம். என்ன நடந்தா எங்களுக்கென்ன' என்றார் தாமோதரி.

தவசியும் அதையே வற்புறுத்தினார்.

'இல்லை, மாமா. அவங்களைப் பாத்து... பேசி... அவங்களையும் எங்களோட சேக்கிறதுதான் இப்பத்த நிலைமையில புத்திசாலித்தனம். அதுவும் காடுவெட்டுற ஆக்கள்தானெண்டு எங்களுக்கு நிச்சயமாய்த் தெரியதெல்லே. எதுக்கும் பாத்திட்டு வந்திடுறன்.'

ரகுநாதன் சென்றதும் எல்லோரும் குசுகுசுவெனப் பேசினபடி அங்கங்கே குந்தினார்கள். சிலர் தண்ணீர் குடித்தார்கள். சிலர் தேநீர் வைத்துக் குடிக்கலாமென்றனர். சிலர் சாராயம் குடித்தனர்.

டும்...!

வனத்தின் இடுக்குகள் எங்கும் மோதி அதிர்ந்தெழுந்தது ஒரு சத்தம்.

வெகுதூரத்திலாய் இருக்காது.

எல்லோரும் விறைத்துப் போனார்கள்.

பதறி எழுந்துவிட்டான் வேலாயுதம்.

அது என்ன சத்தமாக இருக்குமென்று அனேகமாக எல்லார் மனத்திலும் கணிப்பு இருந்தது. ஆனாலும் தெரியாதவர்கள்போல் தங்களுக்கே பாசாங்கித்து, 'என்ன சத்தம்... என்ன சத்தம் அது' என்று புறுபுறுத்துக் கொண்டார்கள்.

கடைசியில் வெங்கிணாந்தி முருகன்தான் ஒரு கேள்வியைப் போட்டு நிலைமையைக் கட்டுடைத்தான். 'துவக்கு வெடி மாதிரியெல்லே இருந்திது.'

'துவக்குச் சத்தம் உப்பிடி இராது.'

‘கிணத்து வெடிமாதிரி இருந்திது எனக்கு.’

‘ம்... இந்த நேரத்தில... அதுவும் இந்தக் காட்டுக்குள்ள வந்து ஆர் கிணத்துக்கு வெடிவைக்கப் போகினம்.’

‘வேட்டைக்காறராய் இருக்கும்.’

‘...’

‘அதில ஓராள் கையில வைச்சிருந்தது துவக்கு மாதிரித்தான் கிடந்திது எனக்கு.’

மேலே யாருக்கும் பேச்சு வரவில்லை.

அவர்கள் மௌனத்தில் சமைந்தனர்.

ரகுநாதன் எங்கே.

ரகுநாதன் ஏன் இன்னும் வரவில்லை.

எல்லோருக்குள்ளும் தூண்டில் முள்போல் கேள்விகள். சிறிதுநேரத்தில் தாமோதரி கேட்டார், ‘என்ன செய்வம், அரிசியைப் போடவோ’ என்று.

‘சும்மாய் கிட. எல்லாத்துக்கும் ரகு வரட்டுக்கும் பாப்பம்.’

நேரம் நகர்ந்துகொண்டிருந்தது.

மரங்களின் மேல் ஊமை நிலா தோன்றியது.

வானப் பரப்பில் மினுக்கு நட்சத்திரங்கள்.

காற்று மெல்ல வீசியது.

திடீரென தீயின் மணம்.

எல்லோரும் எழுந்து பார்த்தனர்.

அவர்கள் வெட்டி, மறுநாள் அவர்கள் நெருப்பு வைப்பதென இருந்த காடு குபுகுபுவென எரிந்து படரத் துவங்கியிருந்தது.

யார் தீ வைத்தது.

ரகுவா.

நேரமாக ஆக எல்லார் மனத்திலும் அழுகை.

எங்கே ஓட. யாரிடம் சொல்ல. என்ன செய்ய.

அமைதி உடைந்து சிதறிய இரவு விடிந்தது.

பாதிப் பரப்புக்கு மேல் தீப்பிடித்திருந்தது. அது காற்று வளம் மாறி வைத்த நெருப்பாகையால் தொடர்ந்து பரவுமென்றும்

தெரியவில்லை. அடங்கவும் செய்யாதுபோலவே தோன்றியது

ரகுநாதன் இன்னும் வரவில்லை.

ஆனாலும் ஓட எவரும் எண்ணவில்லை.

அது அவர்களது மண்.

யுத்தம் தொடங்கிவிட்டதால் இனி அதை அவர்கள் நடத்தியே ஆகவேண்டும்.

ஆனால் எப்படிச் செய்வதென்பது தெரியாமலே இருந்தது.

நேரமாக ஆக நடந்தது எல்லாவற்றையும் கொஞ்சம் அனுமானிக்க முடியும்போல அவர்களுக்குப் பட்டது.

'ரகுவண்ணை... ரகுவண்ணை...' என்று விம்மி விம்மி அழுதான் பரம்.

அத்தியாயம் பதினெட்டு

0-1

கொத்து விறகுகள் அடுப்பில் விழுத்தியிருந்த பெருந்தணலில் காய்ந்த காட்டுச் சுள்ளிகளை அடுக்க, தீ சடசடத்து எரிந்து ஜுவாலைகளாய்க் கிளம்பிற்று. மேலே வைக்கப்பட்டிருந்த சீனக் கல் கேத்தில், மூடியை கடங்... கடங்... என எற்றி ஆவியை விடுவித்துக்கொண்டிருந்தது. கெண்டியின் வளைந்த வாயிலிருந்து வெண் ஆவி பறந்தது. கமக் குடிலுள் மெல்லிய இருளின் வீழ்ச்சி. யோகம் முளாசி எரியும் தீக் கொழுந்துகளைக் கண்டபடி அடுப்பின் முன் இருந்துகொண்டிருந்தாள்.

பொறி கடந்த புலன் எங்கோ பறந்து போய்க் கொண்டிருந்தது. கடந்த காலத்தில் வாழ்ந்த ஒரு துகள்ப் பொழுது மனம் முழுக்க நிறையலாயிற்று.

கிளி சொல்லித்தான் எல்லாம் அறிந்தாள் யோகம். அன்று மாலை அவள் கரபந்தாட்டப் போட்டியின் இறுதியாட்டம் பார்க்கச் சென்றிருந்தாள்.

கிளி ஒரு பரவசத்தில் இருந்துகொண்டு சொன்னதில்தான் கேட்ட யோகத்துக்கும் பரவசம் கிளர்ந்தது.

வெண்டிட்டம் யோகம், வெற்றிக் கிண்ணம் எங்களுக்குத்தான்... என்ற ஆர்ப்பரிப்புச் சொற்களில் அவளது செய்தி வெளிப்படத் துவங்கியது.

நீயும் வந்திருக்கலாம். காரில நல்ல இடமி ருந்ததுதானே.. என்றாள் கிளி. ரகுவண்ணை வந்து விளையாடிச்சுது. பிறகு வெற்றிவராமல் எப்பிடிப் போகும்.

ரகு வந்துதா.

ம். முத்தையன் கட்டிலயிலிருந்து நேராய் அங்கதான் வந்திது.

நேற்று கடைசிப் போட்டியெண்டு எப்படித் தெரிஞ்சுதாம்.

தெரியாமல்தான் வந்திருப்பர். மைதானத்தில வந்து பாத்த பிறகுதான் எங்களுக்கும் கமலாசனிக்கும் இறுதிப் போட்டியெண்டது தெரிஞ்சிருக்கவேணும். அந்த நெடுவல் சொட்டைத் தலையன் ரீமிலை நிண்டு கொண்டிருக்கிறான். பண்டித்தலைச்சி அம்மன் கோயில்ல ரகுவண்ணையைக் கோணியில இறங்கக்குடாதெண்டு மறிச்ச ஆளெல்லே அவன். ரகுவண்ணை பாக்கிறார். அப்பிடியே கோழிக்கொண்டை மாதிரிக் கண்ணெல்லாம் சிவக்குது அவருக்கு. டேய் செந்தில், வா இஞ்சையெண்டு செந்திலை ஒரு பக்கமாய்க் கூட்டிக்கொண்டு போறார். கொஞ்ச நேரத்தில பாத்தா ரகுவண்ணை சிவப்பு றண்ணிங் சோர்ட்ஸோடையும், செந்தில் லோங்ஸோடயும் மாறி வருகினம்.

ரகு எப்பிடி...

ரகுவண்ணையின்ர பேர் மேலதிக ஆளாய் எப்பவும் லிஸ்ரில இருக்கிறதாம். இந்தமுறையும் இருந்திருக்கு.

ங்ஆ.

விளையாட்டுத் துவங்கிச்சுது. பயங்கரமான போட்டிதான், யோகம். நான் இப்பிடி ஒரு வொலிவோல் மாச்சை ஒருக்காலும் கண்டதில்லை. சொட்டைத் தலையன்ர தலையில ஓங்கி அடிக்கிறமாதிரித்தான் எழும்பி எழும்பி ரகுவண்ணை டாசுகளாய் அடிச்சார். நாலு கேம் விளையாடி ரண்டு ரண்டு எடுத்திருக்கிற நிலமையில அஞ்சாவது கேம் துவங்கிச்சுது. சும்மா சொல்லக்குடாது... ரண்டு ரீமும் நல்லாய்த்தான் விளையாடிச்சுது.

கடைசியில மச் ஒரு பொயின்ஸில நிண்டு கொண்டிருக்கு. சைடவுட் பண்ணி வந்த அந்தச் சேவீஸில பொயின்ஸ் சமமாயிட்டுது. இன்னும் ஒரேயொரு பொயின்றஸெண்டா வெற்றி எங்களுக்குத்தான். ரகுவண்ணை விரலில நொந்திட்டுதுபோல, கையை உருவிக்கொண்டு நிக்கிறதைக் கண்ட எனக்கு நாடி விழுந்துட்டுது. சேவீஸை பிறேக் பண்ணி சொட்டைத் தலையன் அடிச்ச டாஸை பாலன் நல்லாய்த்தான் பிறேக்செய்து நெற்றுக்கு குடுத்தார். மகான் கணக்காய் செற்பண்ணிக் குடுக்க... சென்ரரில நிண்ட ரகுவண்ணை எழும்பி அடிச்சார் யோகம்... என்ர கண்ணுக்குள்ள பொறி பறந்தமாதிரி இருந்திது. சொட்டைத்

தலையன்தான் பிறேக் பண்ண கை குடுத்தது. அது என்ன நிக்கிற வேகத்திலயே வந்தது. அப்படியே பறந்துபோய் எங்கயோ இருட்டுக்குள்ள விழுந்திது. கனகாலத்துக்குப் பிறகு வந்த வெற்றி. எதோ, ரகுவண்ணை வந்து நேற்று எங்கட மானத்தைக் காப்பாத்திவிட்டார்.

அந்த மின்னல் அடியை நேரில் கண்ட விறுவிறுப்புடன் நின்று கொண்டிருந்தாள் யோகம்.

இருட்டினாப் பிறகு வேதக் கோயிலடிக்கு வரட்டாமென்று ரத்னேஷ் மூலம் காலையில் அவளுக்கு ரகுநாதனின் தகவல் வந்தது.

பொழுது மறையக் காத்திருந்து ஒரு நெகிழ்ச்சியுடன்தான் அங்கே சென்றாள்.

அவன் முன்னதாக வந்து அவளுக்காய்க் காத்திருந்தான்.

மொழி வறுமைப்பட்டு மௌனம் நிறைந்தது. தீக்குச்சியைத் தீற்றி வெடித்த கொளுந்தில் அவளது கண்களை உற்றுப் பார்த்து சில நொடிகளைக் கழித்துவிட்டு அவன் சிரித்தபடி பொக்கற்றிலிருந்த சிகரெட் எடுத்துப் பற்றவைத்தான்.

அவளுக்குத் தெரிந்த வாசம்தான். மாமா நாகநாதி சிலவேளை குடிப்பான், தடிமனாக இருக்கிறதென்று. ஆனாலும் கந்தம் காற்றில் அலைக்கழியாது நாசியில் வந்து ஏறுகையில், அவளிடத்தில் ஒரு போதையும் பயமும் ஒன்றாகக் கிளர்ந்தன.

அவள் பத்தவேண்டாமென்றாள்.

ஏன். சிகரெட் மணம் பிடிக்காதோ.

அதுக்கில்லை, ஒழுங்கைக்கு மணக்கும்.

அவன் சிகரெட் தணலை நுள்ளி கீழேபோட்டு நசித்துவிட்டு பாதியை காதுச் சோணையில் சொருகினான்.

பழைய வாசமாய் இல்லாவிட்டாலும் அப்போதும் அது மணத்தது. ஆனால் அப்போது அவளில் போதை உறையவும், பயம் விலகவும் ஆகிப்போனது. அவள் இன்னும் நெருங்கினாள்.

அவன் மேலும் மெலிந்து போயிருப்பதை நிழலான உருவிலிருந்தும் அவள் கண்டு தெரிந்தாள். அதேவேளை இறுக்கமும் வலிமையும் அதிகரித்திருந்தான் போலவும் இருந்தது. அவனுள் ஒரு வீறு தகித்துக்கொண்டிருந்ததையும் அவள் உணர்ந்தாள் அந்த நெருக்கத்தில்.

அதன் அடையாளம்தானே முதல் நாளைய வெற்றி. ஏறக்குறைய அய்ந்தாறு வருஷங்களாய்ப் போட்டியின் சகல முகங்களிலும் தன் பலவீனங்களையே சந்தித்துக்கொண்டு வந்த வட்டாரம் கிராமத்துக்கு அது ஜீவ ஊட்டமே செய்தது. மேலே சிறப்புக்களை இனி அடைய முடியாது போனாலும், அவமானங்கள் தவிர்ந்து வாழ்ந்துகொள்ள அதனால் முடியும். அதைக் கேட்டபோது அவள் கொண்ட பரவசத்தின் எச்சம்தான் அப்போது அவளுள் விம்மி நிற்கும் சமர்ப்பண வெறியாய் மூசியது. காதலில் அது ஒருவகைப் பித்துநிலை.

சொல்லும், ரகு என்றாள் அவள்.

என்னத்தைச் சொல்லவென்றான் அவன்.

ஏதோ சொல்லத்தான வரச்சொன்னீர்.

எல்லாம் மறந்துபோச்சு.

கேக்கேல்லை என்றபடி அவள் தலையை அவனைநோக்கிக் கொஞ்சம் சரித்தாள். அவனது மூச்சு அவளில் பட்டது.

அவன் கையடங்கலுள் திரவமாகி, அதிலிருந்து உணர்ச்சி வடிவிறக்கம் ஆகாமல் இனி அது திரேகமாய் இறுகாதென்கிற அவஸ்தை அவளுள் விரிந்துகொண்டிருந்தது.

புறவெளி கருத்தில் மறைந்த நிலையில் வெகு நிதானமாய் அணுகியவளை தன் தீயினுள் அவன் அடக்கினான்.

தெய்வ சொரூபம் சாட்சியாய் நின்றுகொண்டிருந்தது.

வெகுநேரத்தின் பின் எதற்கோ பறந்தடித்த வெளவால்கள் அவர்களது களிபேருவகையின் ஸ்திதி கலைத்தன.

0-2

ரகு வெளியில போன கொஞ்ச நேரத்தால துவக்குவெடிச் சத்தமொண்டு கேட்டுது, அதோட வெட்டின காடும் மூட்டாமலே தீப்பிடிச்சிட்டுது, ரகுவுக்கு என்ன நடந்ததெண்டு எங்களுக்கு ஒண்டும் விளங்கேல்லை, இந்தப் பத்து நாளாய்க் காத்துக் காத்துக்கொண்டு இருந்திட்டு வீட்டில இனிச் சொல்லத்தான் வேணுமெண்டு நெச்சம், அவையைப் போய்த் தனியாச் சந்திக்க என்னால ஏலாமக் கிடக்கு, நீங்களும் ஒருக்கா வரவேணும் என்று தவசிப்பிள்ளை சித்தன்சிவத்திடம் வந்து ஒருநாள் கெஞ்சினார். தானே குழம்பிப்போன நிலையிலும் கூடிப்போனார்.

வீட்டில் செய்தி சொன்னபோது எல்லோரும் பதறிப் போனார்கள். தாய் ஒப்பாரி வைக்கவே தொடங்கிவிட்டாள். ரகுவன் காணாமல்தான் போயிருக்கிறான், தேடுறத விட்டிட்டு நீங்களெல்லாம் எதோ அவன் செத்துப்போனமாதிரி ஒப்பாரி வைக்கிறியள் என்று சித்தன்சிவம் அடக்கினார்.

ரகுநாதனைத் தேடி எல்லாக் குடியேற்றங்களுக்கும் ஆட்கள் சென்றார்கள். அவன்பற்றிய தகவல் அவர்களுக்கு எங்கேயும் கிடைக்கவில்லை.

காற்றில் உருள்படும் சுருண்ட சருகுபோல செய்தி ஊரெல் லாம் அலைந்தடித்தது. எங்கும் திகைப்பும் அழுகையுமாயிருந்தது.

எல்லாம் கேட்டு இடிந்துநின்றாள் யோகம். அவளுக்கு அழுகையே வரவில்லை. முகம் இறுதி இறுகி கல்பத்தினதே தவிர, கண்கள் கண்ணீரின் கசிவும் காட்டவில்லை.

மெய்தான். எதற்கென்று அவள் அழ. எத்தனை தரமென்று அழ. தனக்காகவா அவனுக்காகவா அழுவது.

தேவாலயக் கூடலில் அவனது கரு அவளுள் வளரத் துவங்கியிருந்தது. அப்படியொரு அவசரமான உட்சுமையில் அவளே ஏங்கிக்கொண்டு திரிகிறாள். இந்தநிலையில் அவன் காணாமல் போயிருக்கிறானென்ற செய்தி வந்திருக்கிறது. என்ன அர்த்தம் இதற்கு. அவளில் ஒரு சுமையைப் பொறித்துவிட்டு எங்கோ ஓடிவிட்டானென்று எடுப்பதா அல்லது எல்லாரையும் ஏமாற்றிவிட்டு தேவனாகப் போய்விட்டானென்று கொள்ளுவதா. அவளுக்கு எதுவும் புரியவில்லை. அவளுக்குள் வளர்வது தேவனின் குழந்தையென்றால் யார் நம்பப்போகிறார்கள். கண்டிருந்த சொரூபம் சாட்சி வந்து சொல்லுமா. அவர்களது பிரியத்தைக்கூட ஒருசில நண்பர்கள் தவிர, ஊர் அறிந்திருக்கவில்லையே. அவள் கலங்கினாள்.

தறியடிக்கவும் பெலமற்றுப்போனாள். முடங்கி முடங்கிக் கிடந்து யோசித்ததில் உருவே மாறிப்போயிருந்தது. ஏனடி உப்பிடி இருக்கிறாய் மூதேவி பிடிச்சவள்மாதிரியென்று தாய் வையாத நேரமில்லை. ஊரில பந்தடிக்கிறவன் காணாமல்ப் போனா உனக்கென்னடி வந்ததென்று வந்துவந்து மாமனும் உறுக்கிவிட்டுப் போனான்.

அவன் வருவானென்று அவளது தேவை அப்போதும் சொல்லிக்கொண்டிருந்தது. நாட்களின் நகர்வில் அது எவ்வளவு பலஹீனமான நம்பிக்கையென்பதை அவளே உணரத் தொடங்கினாள்.

தெரியாமல் வைத்திருக்கக் கூடியதில்லை கர்ப்பம். அவள் முடிவெடுப்பதற்குள் அது தன்னை வெளிப்படுத்திவிட்டது. தெரிந்து கொண்ட தாய், அய்யோ... சண்டாளியென்று கத்தினாள். தவத்தை இனி எந்தக் கிணத்தில கொண்டுபோய்த் தள்ள என வெடித்தாள்.

விஷயம் தெரிந்ததும் மாமன் நாகநாதி உலக்கையும் கையுமாக வந்தான்.

ஆற்ர பிள்ளையடி வயித்தில என்றான்.

கொலைவெறி அவன் கண்ணில் வெட்டிக் கொண்டிருந்தது.

அது ஒரு மம்மர்ப்பொழுதாயிருந்தது. ஒரு ஒழுங்கையிலிருந்து இன்னொரு ஒழுங்கைக்கு ஓடி, ஒரு வீட்டுக்குள் புகுந்து இன்னொரு வீட்டில் வெளிப்பட்டு, ஒருவாறு சித்தன்சிவம் வீடு வந்து சேர்ந்தாள் யோகம்.

மாமா, என்னையும் என்ர பிள்ளையையும் காப்பாத்துங்கோ, மாமா... என்று வயிற்றை ஒரு கையால் அணைத்தபடி, வளைந்து நின்று மறுகை ஏந்தி யாசித்தாள்.

சித்தன் சிவம் எதிர்பார்க்கவில்லை.

யோகமா...

அப்படியா....

ஒருவேளை, ரகுவே காரணமோ....

அந்தச் சரணாகதியை விலக்க முடியாதிருந்தது அவரால். பூர்வ ஜென்மத்து ஒலியாய் ஒரு குரல் அசைகிறது புலனுள்: எங்கயாச்சும் என்னைக் கூட்டிக்கொண்டு போயிடு சிவம்...

யோகினிக்காக ஒரு காலத்தில் தன்னையே அழித்தவர் அவர். யோகத்துக்காக மீதியைக் கரைத்தால் என்ன.

நாகநாதியிடம் ஒரே பேச்சாகச் சொன்னார்: அவளோட எதாவது பேசவேணுமெண்டா வந்து பேசு. வந்தாக் கூட்டிக் கொண்டு போ. மற்றப்படி அவளோடை தனகிற வேலை யொண்டயும் என்ர வீட்டில வைச்சுக்கொள்ளாத. வாறதெண்டா உலக்கையைப் படலைக்கு வெளிய போட்டிட்டு வா.

சிறிதுநேரம் நின்றுவிட்டு அப்படியே உலக்கையோடு திரும்பிப் போய்விட்டான் நாகநாதி.

மறுநாள் விடிய சித்தன்சிவமும் யோகமும் வட்டாரத்திலேயே காணப்படவில்லை.

சித்தன்சிவத்தின் மீது வழக்கம்போல் ஓர் அபவாதம் பரவியது.

மறுநாளிலிருந்து வீட்டிலே வடிவையும் தவத்தையும் காணவில்லையென்று பேச்சு அடிபட்டது. ஊரும் உறவும் ஒரே திகைப்பில் ஆழ்ந்தது. இரண்டு நாட்களின் பின் தோட்டக் கிணற்றுள் அழுகிய நிலையில் இரண்டு சடலங்கள் காணப்பட்டன. மேலும் ஒரு நாளயிற்று பொக்கணைக்குள் சொருகிக்கிடந்த ஒரு சடலத்தை மீட்டெடுக்க.

சித்தன்சிவமும் யோகமும் ரகுநாதனின் பாவற்குளம் கமக் காணிக்கு வந்து சேர்ந்துவிட்டிருந்தார்கள். எங்கேயென்று தேடி அச் சாவுச் செய்தியை அவர்களுக்கு யாரால் சொல்லமுடியும்.

எல்லாம் தெரியாமலேதான் போயின.

தெரிந்தபோது நான்கு மாதங்கள் கடந்துவிட்டிருந்தன.

0-3

பாவற்குளம் பகுதியில் குடும்பங்களாய், தனி மனிதர்களாய் நிறையப் பேர் வந்து சேர்ந்திருந்தார்கள். விவசாயக் கூலிகளாய்ச் சிலரும், தச்சுத் தொழிலாளராய் மெக்கானிக்குகளாய்ச் சிலரும்கூட அங்கே வந்திருந்தனர். ஒரு சிறிய கடையொன்றும் தோன்றியிருந்தது.

அங்கே மனித வாழ்க்கை தொடங்கிவிட்டது.

அவளும் சித்தன் சிவமும்கூட வாழத் தொடங்கியிருந்தார்கள். அங்கே வந்த பிறகுதான் ரகுநாதனின் இழப்புக்காய் யோகம் வாய்விட்டு ஒருநாள் அழுதாள். அதுகூட அவனின் இழப்புக்கா யில்லை. ஒருநாள் கூடவாழ்ந்ததுக்காய் ஒரு நிலத்தையே அவளுக்காக விட்டுப்போயிருக்கிறானே என்ற எண்ணத்தில் வந்த அழுகை அது.

நாளாக ஆக அதுவும் அடங்கிப் போயிற்று. ஆனாலும் அதுபோன்ற ஒரு கருக்கலில் விரிந்தெழும் தீச்சுவாலை அவளை வெளிகடந்து பயணிக்க வைத்துவிடுகின்றது. ரகுநாதன் அந்த நெருப்பிலேதான் சுட்டுப் போடப்பட்டானென்று இப்போது நம்பிக்கையான பேச்சுக்கள் அடிபடத் துவங்கியிருக்கின்றன. தேவன் இறப்பதில்லையென அவள் எவ்வளவு நம்பினாலென்ன, அந்த நெருப்பு அவனை எரித்த சாம்பலாகவே படுகிறது. இறந்த காலமாகி நின்றது, மீண்டும் அவள் மனத்துள் நிகழ்காலமாய்

வெடித்தெழுகிறது. அவள் சிலையாய் உறைந்திருந்து தன்னை எரிக்கிறாள்.

பின்னர் தெளிகிறாள். யாரும் தேற்றாமலேதான்.

யோகம் பிரக்ஞை திரும்பியபொழுதில் சுவாலைகள் அடங்கி, அடுப்பிலிருந்து சிவந்த ஒளிக் கிரணங்கள் விரிந்துகொண்டிருந்தன.

அவள் அலுத்தாற்போல் மெல்லச் சிரித்தாள். பின் களைப்போடு சிரமப்பட்டு எழுந்தாள். விளக்கைக் கொழுத்தினாள். தேநீர் ஊற்றி எடுத்துக்கொண்டு, அந்தப் போகத்துக்கு ஆயிரம் மிளகாய்க் கன்றுகளாவது வைத்துவிடுகிற தீர்மானத்தில் மேற்குப்புற மேட்டு நிலத்தைச் சமனம் படுத்திக்கொண்டிருந்த சித்தன்சிவத்தை அழைக்க வெளியே வந்தாள்.

பவுர்ணமி நிலா வான விளிம்பில் காலித்திருந்தது.

சித்தன்சிவம் தோளில் மண்வெட்டியோடு நிழலுருவாய் வந்து கொண்டிருந்தார்.

தேவகாந்தனின் நூல்கள்

01. உயிர் பயணம் (நாவல்)
02. ஒரு விடுதலைப் போராளி (உரை வீச்சு)
03. எழுதாத சரித்திரங்கள் (குறு நாவல்கள் 2)
04. விதி (நாவல்)
05. நெருப்பு (சிறுகதைகள்)
06. திசைகள் (குறுநாவல்கள் 2)
07. இன்னொரு பக்கம் (சிறுகதைகள்)
08. நிலாச்சமுத்திரம் (நாவல்)
09. கனவுச்சிறை பாகம் 1 திருப்படையாட்சி
10. கனவுச்சிறை பாகம் 2 வினாக்காலம்
11. கனவுச்சிறை பாகம் 3 உதிர்வின் ஓசை
12. கனவுச்சிறை பாகம் 4 உதிர்வின் ஓசை
13. கனவுச்சிறை பாகம் 5 ஒரு புதிய காலம்
14. கனவுச் சிறை (செம்பதிப்பு)
15. நிலாச் சமுத்திரம் (நாவல்)
15. காலக்கனா (சிறுகதைகள்)
16. யுத்தத்தின் முதலாம் அதிகாரம் (நாவல்)
17. கதா காலம் (நாவல் மகாபாரதத்தின் மறுவாசிப்பு)
18. கந்தில் பாவை (நாவல்)
19. ஆதித்தாய் (சிறுகதைகள்)
20. கலிங்கு (நாவல்)